கச்சேரி

ஆசிரியரின் காலச்சுவடு வெளியீடுகள்

நாவல்

- அமிர்தம்
- மோக முள்
- மலர் மஞ்சம்
- அன்பே ஆரமுதே
- அம்மா வந்தாள்
- உயிர்த்தேன்
- செம்பருத்தி
- மரப்பசு
- நளபாகம்

சிறுகதை

- பாயசம்
- கொட்டு மேளம்
- சிவப்பு ரிக்ஷா
- சிலிர்ப்பு
- தி. ஜானகிராமன் சிறுகதைகள் (முழுத் தொகுப்பு)

குறுநாவல்

- அடி
- தி. ஜானகிராமன் குறுநாவல்கள் (முழுத் தொகுப்பு)

கட்டுரை

- தி. ஜானகிராமன் கட்டுரைகள்

பயண நூல்

- நடந்தாய் வாழி காவேரி (சிட்டியுடன்)
- கருங்கடலும் கலைக்கடலும்
- உதய சூரியன்
- அடுத்த வீடு ஐம்பது மைல்

வாழ்வியல் சித்திரம்

- அபூர்வ மனிதர்கள்

கச்சேரி

தி. ஜானகிராமன் (1921–1982)

தி. ஜானகிராமன் தஞ்சை மாவட்டம் மன்னார்குடியை அடுத்த தேவங்குடியில் பிறந்தவர். பத்து வருடங்கள் பள்ளி யாசிரியராகப் பணியாற்றியவர். பின்பு அகில இந்திய வானொலியில் பணியாற்றி ஓய்வுபெற்றார். கர்நாடக இசை அறிவும் வடமொழிப் புலமையும் பெற்றிருந்தவர்.

1943இல் எழுதத் தொடங்கிய தி. ஜானகிராமன், 'மோக முள்', 'அம்மா வந்தாள்', 'மரப்பசு' உள்ளிட்ட ஒன்பது நாவல்கள், நூற்றுக்கும் மேற்பட்ட சிறுகதைகள், மூன்று நாடகங்கள், நான்கு பயண நூல்கள் ஆகியவற்றை எழுதினார். சிட்டியுடன் இணைந்து எழுதிய 'நடந்தாய் வாழி காவேரி' பயண இலக்கிய வகையில் முக்கியமான நூலாகக் கருதப்படுகிறது.

'மோக முள்', 'நாலு வேலி நிலம்' ஆகியன திரைப்படமாக்கப் பட்டுள்ளன. 'மோக முள்', 'மரப்பசு', 'அம்மா வந்தாள்' ஆகிய நாவல்களும் பல சிறுகதைகளும் இந்திய, ஐரோப்பிய மொழிகளில் மொழிபெயர்க்கப்பட்டிருக்கின்றன.

1979இல் 'சக்தி வைத்தியம்' சிறுகதைத் தொகுப்பிற்கு சாகித்திய அகாதெமி விருது வழங்கப்பட்டது.

சுகுமாரன் (பி. 1957)
பதிப்பாசிரியர்

கோவையில் பிறந்தவர். அச்சிதழ், தொலைக்காட்சி, நூல் வெளியீட்டுத் துறைகளில் பணியாற்றியவர். கவிஞர், கட்டுரையாளர், நாவலாசிரியர், மொழிபெயர்ப்பாளர். காலச்சுவடு இதழின் பொறுப்பாசிரியர். கனடா தமிழ் இலக்கியத் தோட்டம், கோவை கொடீசியா அமைப்பு ஆகியவற்றின் வாழ்நாள் சாதனையாளருக்கான இயல் விருது, புத்தகத் திருவிழா விருதுகளை 2016, 2023ஆம் ஆண்டுகளில் பெற்றார்.

தொடர்புக்கு: nsukumaran@gmail.com

தி. ஜானகிராமன்

கச்சேரி

பதிப்பாசிரியர்
சுகுமாரன்

காலச்சுவடு பதிப்பகம்

● அன்பார்ந்த வாசகருக்கு,

வணக்கம்.

காலச்சுவடு நூலை வாங்கியமைக்கு நன்றி.

நூலின் உள்ளடக்கம், உருவாக்கம், அட்டைப்படம் இன்ன பிற அம்சங்கள் பற்றிய உங்கள் கருத்துகளையும் ஆலோசனைகளையும் காலச்சுவடு வரவேற்கிறது. தகவல், எழுத்து, வாக்கியப் பிழைகள் தென்பட்டால் அவசியம் தெரிவித்து உதவுங்கள். நூல் தயாரிப்பில் கடும் குறைபாடு இருப்பின் மாற்றுப் பிரதி உங்களுக்குக் கிடைக்கக் காலச்சுவடு ஏற்பாடு செய்யும்.

மின்னஞ்சல்: publisher@kalachuvadu.com

காலச்சுவடு நாகர்கோவில் அலுவலகத்திற்குக் கடிதம் அனுப்பலாம்.

தங்கள்
எஸ்.ஆர். சுந்தரம் (கண்ணன்)
பதிப்பாளர் – நிர்வாக இயக்குநர்

கச்சேரி ❖ சிறுகதைகள் ❖ ஆசிரியர்: தி.ஜானகிராமன் ❖ © உமா சங்கரி ❖ காலச்சுவடு முதல் பதிப்பு: ஜனவரி 2020, ஆறாம் பதிப்பு: டிசம்பர் 2024 ❖ வெளியீடு: காலச்சுவடு பப்ளிகேஷன்ஸ் (பி) லிட்., 669, கே.பி. சாலை, நாகர்கோவில் 629001

kacceeri ❖ ShortStories ❖ Author: Thi. Janakiraman ❖ © Uma Shankari ❖ Language: Tamil ❖ Kalachuvadu First Edition: January 2020, Sixth Edition: December 2024 ❖ Size: Demy 1 x 8 ❖ Paper: 18.6 kg maplitho ❖ Pages: 264

Published by Kalachuvadu Publications Pvt. Ltd., 669 K.P. Road, Nagercoil 629001, India ❖ Phone: 91-4652-278525 ❖ e-mail: publications @kalachuvadu.com ❖ Printed at Clicto Print, Jaleel Towers, 42 KB Dasan Road, Teynampet Chennai 600018

ISBN: 978-93-89820-03-4

12/2024/S.No. 938, kcp 5445, 18.6 (6) 1k

பொருளடக்கம்

பதிப்புரை: கண்டறியாதன கண்டோம்	11
ஈசுவரத் தியானம்	17
புஷ்கரணி	19
நர்மதையின் யாத்திரை	24
ஜயத்தின் பயம்	27
வித்தியாசம்	34
பணக்காரன்	47
நரை	53
ஆனைக்குப்பம்	62
தூக்கம்	70
ராஜப்பா	80
அவப்பெயர்	92
ஜீவனாம்சம்	103
அன்ன விசாரம்	112
ஆறுதல்	126
பரமபாகவதன்	138
தர்மம்	148
உண்டை வெல்லம்	154
சங்கீத சேவை	163
குழந்தைமேதை	172
கோவிந்தராவின் மாப்பிள்ளை	179

திருப்பதிக்குப்போன மயில்சாமி	187
எருக்கம் பூ	197
ஸ்டீஃபன் = ரபெ $\sqrt{5\text{ஆர் X க}}$	202
கச்சேரி	211
நிலவு – கருமேகம்	224
பூச்சி டயலாக்!	235
காபி	243
". . . . ."	254
பின்னிணைப்பு: கதைகள் வெளியான இதழ்களும் காலமும்	261

கதைகளைக் கண்டெடுத்து வழங்கியவர்கள் கல்யாணராமன், ஏ. தனசேகர், ஆ.இரா. வேங்கடாசலபதி, பா. மதிவாணன், பெருமாள்முருகன், ராணிதிலக், கிருஷ்ண பிரபு, சுகுமாரன்.

தொகுப்பும் பதிப்பும்: சுகுமாரன்

பதிப்புரை

கண்டறியாதன கண்டோம்

'தி. ஜானகிராமன் சிறுகதைகள்' முழுத் தொகுப்பை 2014 டிசம்பரில் காலச்சுவடு பதிப்பகம் வெளியிட்டது. 107 கதைகள் கொண்டதாகத் தொகுப்பு அமைந்தது. தி. ஜானகிராமன் வாழ்ந்த காலத்திலும் மறைவுக்குப் பின்னரும் வெளியான தனித் தொகுப்புகளில் இடம்பெற்றிருந்த 94 கதை களுடன் ஐந்திணைப் பதிப்பகம் வெளியிட்ட தி. ஜானகிராமன் படைப்புகள் தொகுதி – 2இல் சேர்க்கப்பட்ட ஐந்து கதைகளும் காலச்சுவடு வெளியிட்ட முழுத் தொகுப்பில் எந்தத் தொகுப்பிலும் சேர்க்கப்படாதவை என்று நான் தேடிக் கண்டெடுத்துப் புதிதாகச் சேர்த்த 8 கதைகளுமாக 107 கதைகள் உட்படுத்தப்பட்டிருந்தன. தி. ஜானகிராமனின் பெரும்பான்மையான சிறுகதைகளை உள்ளடக்கிய தொகுப்பு என்ற வகையில் முழுத் தொகுப்பு என்று குறிப்பிட்டிருந்தேன். எனினும் இதழ்களில் வெளிவந்தும் தொகுப்புகளில் இடம் பெறாத இன்னும் சில கதைகள் இருக்கின்றன என்பதையும் நூலின் பதிப்புரையில் தெரிவித்திருந்தேன்.

தி. ஜானகிராமன் சிறுகதைகள் – ஒரு திறனாய்வு என்ற தனது ஆய்வு நூலில் டாக்டர். பழ. முத்துவீரப்பன் மொத்தச் சிறுகதைகளையும் அட்டவணைப்படுத்தியிருந்தார். அதில் ஜானகிராமன் எழுதியவை மொத்தம் 120 கதைகள் என்றும் குறிப்பிட்டிருந்தார். காலச்சுவடு பதிப்புக்காக மேற்கொண்ட தேடலின்போதே அவரது பட்டியலில் இரண்டு கதைகள் விடுபட்டிருந்ததைக் கண்டறிந்தேன். **பாப்பாவுக்குப் பரிசு,** (விந்தியா, நவம்பர் 1954),

தற்செயல் (குமுதம், 6 ஆகஸ்ட் 1970) ஆகியவை அந்த இரு கதைகள். பழ. முத்துவீரப்பன் பட்டியல் எண்ணிக்கையுடன் அதில் விடுபட்ட இரு கதைகளையும் சேர்த்தால் தி.ஜானகிராமன் சிறுகதைகளின் மொத்த எண்ணிக்கை 122. காலச்சுவடு முழுத் தொகுப்பில் 107 கதைகள் உள்ளன. ஆக, இனிக் கண்டுபிடிக்கப் பட வேண்டிய கதைகள் 15 என்று உறுதியானது.

காலச்சுவடு முழுத் தொகுப்பின் பதிப்புரையில் இதைக் குறிப்பிட்டு இவ்வாறு எழுதியிருக்கிறேன்:

> விடுபட்ட கதைகளைத் தேடி அடுத்த பதிப்பில் சேர்க்க முடியும் என்ற தெம்பைத் தற்போதைய தொகுப்புப் பணி அனுபவம் அளித்திருக்கிறது. வாசகர்களும் ஆய்வாளர்களும் தற்போதைய முழுத் தொகுப்பை முழு முற்றான தொகுப்பாக உருவாக்க உதவுமாறு கோருகிறேன். சிறுகதைகளின் எண்ணிக்கையில் குளறுபடி இருந்ததுபோலவே வெளியீட்டுத் தகவல்களிலும் போதாமைகள் இருக்கின்றன. சில கதைகளுக்கு வெளியான இதழ்கள் பற்றிய விவரங்களும் சில கதைகளுக்கு வெளிவந்த காலம் குறித்த தகவல்களும் மட்டுமே கிடைத்திருக்கின்றன. அவற்றைத் துல்லியமாக்கவும் வாசகர்களின் ஆதரவை நாடுகிறேன். (**'தி. ஜானகிராமன் சிறுகதைகள்' காலச்சுவடு பதிப்பகம் 2014, ப. 38**)

மேற்குறிப்பிட்ட உதவிக் கோரிக்கையும் ஆதரவு நாடலும் நடைமுறையில் பலன் அளிக்கவில்லை. அந்த வாசகங்கள் பாறைமேல் விதைத்த வித்துகளாயின. எனினும் தொகுக்கப்படாத 15 கதைகளைத் தேடும் முயற்சி தொடர்ந்தது. இந்தச் செயல் புதிய ஆச்சரியங்களுக்குக் கொண்டு சென்றது. தொகுக்கப்படாத ஜானகிராமன் கதைகளின் எண்ணிக்கை பதினைந்து அல்ல, அதைவிடவும் அதிகம் என்ற இனிய உண்மையை எடுத்துக் காட்டியது. 'தி. ஜானகிராமன் சிறுகதைகள் முழுத் தொகுப்பு' நூலின் பணிகள் முடிந்து அச்சுக்கு அனுப்பினேன். தொடர்ந்து நடத்திய வேட்டையில் தேடிக்கொண்டிருந்த பதினைந்தில் இரண்டு கதைகளை ரோஜா முத்தையா ஆய்வு நூலகச் சேகரிப்பில் கண்டெடுத்தேன். தேனீ இதழில் வெளியான **நரை, தூக்கம்** ஆகியவை அந்தக் கதைகள். அதே சமயம் ஆ.இரா. வேங்கடா சலபதி இரண்டு கதைகளுடன் தேனீ இதழிலேயே வெளியான மேலும் இரண்டு கதைகளையும் கண்டெடுத்து அளித்தார். அவை: **ஆனைக்குப்பம், சாப்பாடு.** (இவற்றில் 'சாப்பாடு' கதை யல்ல; கட்டுரை). இங்கு குறிப்பிட்ட மூன்று கதைகளை முழுத் தொகுப்பில் சேர்க்க முடியாமற் போன வருத்தம் மனதை வாட்டியது. சலபதி கண்டுபிடித்து அளித்த இன்னொரு கதையான

ராஜப்பா வாட்டத்தைப் போக்கிப் பணியை முடுக்கிவிட்டது. சலபதியின் பங்களிப்பு இன்னொரு வியப்புக்கும் காரணமானது. ராஜப்பா என்ற கதை, எங்கும் பேசப்படவில்லை, எந்தப் பட்டியலிலும் குறிப்பிடப்படவில்லை. அப்படியானால் தேடிக் கண்டுபிடிக்க வேண்டிய ஜானகிராமன் கதைகளின் எண்ணிக்கை நான் எண்ணியது போல 15 மட்டுமல்ல, இன்னும் அதிகம் என்ற முடிவுக்கு இந்த வியப்பு கொண்டு சென்றது.

கிருஷ்ண பிரபுவின் உதவியுடன் கண்டுபிடிப்பு முயற்சியைத் தொடர்ந்தேன். திருவல்லிக்கேணி ஸ்ரீ நடராஜா கல்விக்கழகம் நூலகச் சேகரிப்பிலிருந்து, கல்கி 1965ஆம் ஆண்டு தீபாவளி மலரில் வெளியாகியிருந்த **கச்சேரி** என்ற கதை கிடைத்தது. கா. பாலமுருகன் உதவியால் ஆனந்த விகடன் 1959ஆம் ஆண்டு தீபாவளி மலரில் இடம்பெற்ற **கோவிந்தராவின் மாப்பிள்ளை**யைக் கண்டுபிடித்தேன். சுந்தர ராமசாமி நினைவு நூலகத்திலிருந்து சதங்கை ஜூன் 1973 இதழில் வெளிவந்த '... ... ...' என்ற விசித்திரத் தலைப்புள்ள கதை அகப்பட்டது. பட்டியலிலிருந்த கதைகளில் ஐந்தும் எதிர்பாராமல் 'புதியது' ஒன்றும் கிடைத்தது மகிழ்ச்சியை அளித்தது. தொடர்ந்து தேடுவதற்கான முனைப்பைக் கூட்டியது. ஆனால் நினைத்த வேகத்தில் செயல்பட முடியவில்லை. வழக்கமான பணிகள் ஒருபக்கமும். பழைய இதழ்களைப் பாதுகாத்து வைத்திருக்கும் நூலகங்கள் நீண்ட பயணத்தைக் கோருவனவாக இருந்ததால் ஏற்பட்ட சோம்பல் ஒருபக்கமுமாகத் தேடலைத் தற்காலிகமாகத் தள்ளிப்போட வைத்தன. இதற்கிடையே தி. ஜானகிராமன் கட்டுரைகளைத் தேடும் பணியையும் ஏற்றுக்கொண்டேன். அதையொட்டி மேற்கொண்ட ஓரிரு பயணங்களின் விளைவாகக் கட்டுரைகளுடன் முழுத் தொகுப்பில் இடம்பெற்றிருக்கும் சில கதைகள் வெளிவந்த பழம் இதழ்களின் பிரதிகளும் கிடைத்தன. எனினும் கதைத் தேடல் வெவ்வேறு காரணங்களால் முன் நகரவில்லை; சுணக்கம் கண்டது.

தொலைபேசி உரையாடல் ஒன்றில் பேராசிரியர் கல்யாண ராமனிடம் இது தொடர்பாகத் தெரிவித்தேன். அது 2019 ஜூன் மாதத்தில் ஒரு நாள். அன்று அப்படித் தெரிவித்தது அந்த நாளின் பொன்னான வேளையில் என்று இப்போது புலனாகிறது. மூலிகை யின் பெயரைச் சொன்னால் பச்சிலைக் காட்டையே பெயர்த்துக் கொண்டு வரும் திறமையாளரான ராமன் அளித்த வாக்குறுதி மீண்டும் உற்சாகத்தைக் கொடுத்தது. 'கவலையே படாதீர்கள், செப்டம்பர் இறுதிக்குள் உங்கள் பட்டியலில் இருக்கும் எல்லாக் கதைகளையும் கண்டுபிடித்துத் தருவது என் பொறுப்பு' என்றார். அவரும் அவரது தோழரான ஆய்வு மாணவர் ஏ. தனசேகரும்

களமிறங்கினார்கள். எந்தக் கதை எங்கே கிடைக்கக் கூடும் என்று எனக்குக் கிடைத்த தகவல்களைப் பகிர்ந்துகொள்வது மட்டுமே என் வேலையாகச் சுருங்கியது. இதே நேரத்தில் கரிச்சான் குஞ்சு கதைகளைத் தேடித் தொகுக்கும் முயற்சியில் கவிஞர் ராணி திலக் ஈடுபட்டிருந்தார். அவரிடமும் தி. ஜானகிராமனின் கிடைக்க வேண்டிய கதைகள் பட்டியலைப் பகிர்ந்துகொண்டேன். அவரும் தேடத் தொடங்கினார். இம் மூவரும் மெய்வருத்தம் பாராது, கண் துஞ்சாது கண்டுபிடித்து அளித்தவை காணக் கிடைத்த பெரும் பொக்கிஷம்.

பதினைந்து கதைகள் மட்டுமே தொகுப்புகளில் இடம் பெற்றிராதவை என்ற முந்தைய முடிவுக்கு மாறாக 14 'புதிய' கதைகளையும் ஒரு நாடகத்தையும் நண்பர்களின் அயராத உழைப்பு திரட்டிக் கொடுத்தது. ஆய்வுப் பணி ஒரு கூட்டுப் பொறுப்பு என்பதையும் ஓர் அறிவுச் செல்வத்துக்கு அதன்மீது ஈடுபாடுகொண்ட அனைவருமே சம பங்கு உரிமையுடையவர்கள் என்பதையும் இவர்களின் செயல்பாடு நிறுவியிருக்கிறது. இவர்களுக்கு முதலில் நன்றி செலுத்துகிறேன். இவர்களைத் தவிர வேறு சில நண்பர்களும் கதைத் தேடலில் பங்கேற்றார்கள். கதைகளைக் கண்டெடுத்து அளித்தார்கள். அவர்களுக்கும் நன்றி கூறுகிறேன்.

'கச்சேரி' என்ற தலைப்பின்கீழ் வடிவம் பெறும் இந்தத் தொகுக்கப்படாத கதைகளின் திரட்டில் 28 கதைகள் உள்ளன. எனக்குக் கிடைத்தவற்றில் 1959ஆம் ஆண்டு *சுதேசமித்திரன் தீபாவளி மலரில்* வெளியான **அதர்ம சங்கடம்** ஓரங்க நாடகம். 1945ஆம் ஆண்டு *சிவாஜி* ஜூன் 17, 24, 31 இதழ்களில் பகுதி பகுதியாக வெளியான **குட்டைப் பிராமணன்** என்ற கதை முற்றுப் பெறாதது. இவை இரண்டையும் இந்தத் தொகுப்பில் சேர்க்கவில்லை. பிற கதைகளின் மறுகண்டுபிடிப்பைப் பின்வருமாறு பகிர்ந்துகொள்கிறேன்.

கல்யாணராமன், தனசேகர் இருவரும் அரசு ஆவணக் காப்பகம் – சென்னை, ரோஜா முத்தையா ஆய்வு நூலகம்– சென்னை, தமிழ்ப் பல்கலைக்கழக நூலகம் – தஞ்சை, நடராஜா கல்விக் கழகம் – திருவல்லிக்கேணி, ஞானாலயா – புதுக்கோட்டை, அமுதசுரபி விக்கிரமன் தனிநூலகம் – சென்னை ஆகியவற்றிலிருந்து 16 கதைகளைக் கண்டெடுத்து அளித்திருக்கிறார்கள். இவர்களின் பங்கே இந்தத் தொகுப்பில் அதிகம். சிவகுருநாதன் செந்தமிழ் நினைவு நூலகம் – கும்பகோணம் வழி ராணி திலக் மூன்று கதைகளைக் கண்டடைந்தார். தனது சேகரிப்பிலிருந்து நான்கு கதைகளை சலபதி அளித்தார்.

பெருமாள் முருகனும் பா. மதிவாணனும் (டி.என். ராமச்சந்திரன் தனி நூலகம் – தஞ்சை) ஆளுக்கு ஒரு கதையை கண்டுபிடித்துக் கொடுத்தனர். எஞ்சிய மூன்று கதைகள் கைவசமிருந்தவை. ஆக மொத்தம் தி. ஜானகிராமனின் தொகுக்கப்படாத 28 கதைகள் முதல்முறையாக இந்தத் தொகுப்பில் இடம்பெறுகின்றன. யார் யார், எந்தெந்தக் கதைகளை, எந்தெந்தச் சேகரிப்பிலிருந்து கண்டெடுத்தார்கள் என்ற தகவல்கள் பின்னிணைப்பில் கொடுக்கப் பட்டுள்ளன.

மேற்சொன்ன நண்பர்கள் ஒவ்வொருவரின் பங்களிப்பும் முதன்மையானவை. அவர்களுக்கு உதவும்வகையில் வேறு சில நண்பர்களும் கதைத் தேடலுக்கும் தொகுப்பு உருவாக்கத்துக்கும் பங்காற்றியிருக்கிறார்கள். பழ. அதியமானும் ரவி சுப்ரமணியனும் அளித்த ஒத்துழைப்பு நிகரற்றது. 26 கதைகள் கிடைத்து இன்னும் இரண்டு கதைகள் மட்டும் கிடைத்தால் தொகுப்பு முழுமை பெறும் என்ற நிலையில் பா. மதிவாணன் மேற்கொண்ட சிரமம் குறிப்பிடத் தகுந்தது. துளியும் தன்னலம் பாராத இவர்களின் கூட்டுறவு இல்லாமல் இந்தக் **'கச்சேரி'** பரிமளித்திருக்காது.

பொது, தனியார் நூலகங்களின் பொறுப்பாளர்கள் உதவிக் கரம் நீட்டாமல் தொகுப்பு உருப் பெற்றிருக்காது. ஞானாலயா நிறுவனர் கிருஷ்ணமூர்த்தி, அரசு ஆவணக் காப்பக நூலகர் ஜெகன் பார்த்திபன், எழுத்தாளர் விக்கிரமனின் புதல்வர் கண்ணன் விக்கிரமன், ரோஜா முத்தையா ஆராய்ச்சி நூலக இயக்குநர் சுந்தர், நூலகர் மாலா ஆகியவர்கள் உறுதுணையாக இருந்தார்கள். இவர்கள் அனைவருக்கும் மிக்க நன்றி.

இலக்கிய வாசகர்களின் பார்வைக்காகச் சில தகவல்களைப் பகிர்ந்துகொள்கிறேன். இந்தத் தொகுப்பில் இடம்பெற்றுள்ள கதைகளைத் தவிர இனிக் கண்டடைய வேண்டியவை இரண்டு கதைகள்.**1. காத்திருந்தவள். 2. தாழம்பூ.** முதல் கதை வெளியான *சிவாஜி* அக்டோபர் 1946 இதழ் கிடைக்கவில்லை. இரண்டாவது கதை பற்றிய தகவல் கரிச்சான்குஞ்சு எழுதிய கட்டுரையிலிருந்து பெறப்பட்டது. *கிராம ஊழியன்* இதழில் வெளியானதாகத் தகவல் சொல்லுகிறது. ஆனால் வெளியான ஆண்டு தெரியவில்லை. **குட்டைப் பிராமணன்** என்ற கதை *சிவாஜி* பத்திரிகையின் நான்கு இதழ்களில் பகுதி பகுதியாக வெளிவந்திருக்கிறது. முதல் மூன்று பகுதிகள் கிடைத்துள்ளன. நான்காவது பகுதி கண்மறைவில் இருக்கிறது. வாசகர்களும் ஆய்வாளர்களும் விட்டகுறையை நீக்க உதவுமாறு வேண்டுகிறேன்.

தொகுப்பில் சேர்க்கப்பட்டுள்ள கதைகளில் சிலவற்றை ஒன்றுக்கும் மேற்பட்டவர்கள் கண்டெடுத்திருந்தார்கள். எடுத்துக்

காட்டாக, சதங்கை இதழில் நான் கண்டெடுத்த கதையையே பா. மதிவாணனும் *சிவாஜி* 1972 அக்டோபர் இதழிலிருந்து எடுத்துக் கொடுத்திருந்தார். அது கதையின் முதல் வெளியீட்டு விவரத்தைச் சரி பார்க்க உதவியது.

நர்மதையின் யாத்திரை என்ற கதை *கிராம ஊழியன்* 15 அக்டோபர் 1943ஆம் ஆண்டு இதழில் வெளிவந்திருக்கிறது. ஆசிரியரின் பெயர் ராஜம் ஜானகிராமன். அபூர்வமாகவே புனைபெயரில் எழுதியவரான தி. ஜானகிராமன் மாற்றுப் பெயரில் எழுதியதன் காரணத்தை ஆராய்ந்தபோது மகிழ்ச்சியளிக்கும் உண்மை விளங்கியது. 1942ஆம் ஆண்டுதான் ராஜம் என்ற ராஜலட்சுமியை மணந்திருக்கிறார். ஒருவேளை இந்தப் பெயர் மாற்றம் புது மனைவிக்குப் புது மாப்பிள்ளையின் திருமணப் பரிசாக இருக்கலாம்.

கதைகளைத் தேடிச் சென்ற தளரா முயற்சியில் கல்யாண ராமனுக்குக் கிடைத்த உபரி ஆதாயம் தி. ஜானகிராமனின் இளமைக் காலப் புகைப்படம். அது கைக்குக் கிடைத்த நொடியில் இதுதான் தொகுப்பின் முகப்பு என்று முடிவு செய்தேன். அதைத் தனது கைவரிசையால் பொலிவு பெறச் செய்தவர் ஓவியர் ரோஹிணி மணி. அட்டையை வடிவமைத்தவர் பா. கலா முருகன். நகல்படிகளிலிருந்து கணினிக்கு மாற்றியவர் ஹெமிலா. மெய்ப்புப் பார்த்து உதவியவர் அபுதாபி நண்பர் செல்வராஜ் ஜெகதீசன். தொகுப்பு முயற்சியைப் பற்றித் தெரிவித்ததும் மனம் கனிந்து வாழ்த்தியவர் தி. ஜானகிராமனின் புதல்வி உமா சங்கரி. அனைவருக்கும் நன்றி.

தமிழ் எழுத்தாளர்களில் பெருங்கலைஞர்கள் என்று நான் மதிப்பவர்களில் ஒருவரான தி. ஜானகிராமனுக்கு மீண்டும் ஒருமுறை மரியாதை செலுத்தும் வாய்ப்பை அளித்த நண்பர் கண்ணனுக்கு மனமார்ந்த நன்றி.

திருவனந்தபுரம்   **சுகுமாரன்**
5 ஜனவரி 2020

ஈசுவரத் தியானம்

"நல்ல ஸ்திதியில் இருந்தால் சுவாமி ஞாபகமே வராது. இப்பொழுது என்னமோ அறுபது ரூபாய் சம்பளத்தில் இருக்கிறாய். நாளைக்கு என்னமாவோ வேலை போய்விடுகிறது என்று வைத்துக்கொள். அப்புறம்தான் நான் சொல்லுகிறதெல்லாம் படும். நித்தியம் பதினெட்டு தடவை கோயிலுக்குப் போவாய். இப்பொழுதாவது கோயிலுக்குப் போய் ஸ்வாமியை எட்டிப் பார்த்துவிட்டு வாயேண்டாப்பா. அதெல்லாம் நான் எதற்குச் சொல்லணும்? நான் சொன்னால் கேட்கப் போகிறாயா? உம்..." என்று சொல்லி தாயார் ஒரு பெருமூச்சு விட்டாள்.

"ஏனம்மா கோயிலுக்குப் போகவேண்டும்? வீட்டிலே ஸ்வாமி இல்லையா? அந்தக் கூட்டத்திலே போய் உடம்பு வேஷ்டி எல்லாவற்றையும் வியர்வை யிலும் எண்ணெயிலும் நனைத்துக்கொண்டு வந்தால் தான் பக்தியாக்கும்?" என்றான் பிள்ளையாண்டான்.

"நீ எக்கேடு கெட்டுப் போடா. எனக்கென்ன? நான் அழறதெல்லாம் அழுதாச்சு" என்று சொல்லி, ருத்ராக்ஷ மாலையை உருட்டிக்கொண்டே பாட்டி எழுந்து சமையலறைக்குள் சென்றாள். ஜன்னல் வழியாக, யாரிடமோ குற்றம் கண்டுபிடித்த அவள் கண்கள் அவளைக் கிணற்றடிக்கு இழுத்துப் போயின.

"ஏண்டி, நாலு மணிக்கே சோப்புப் போட்டுப் போட்டு மூஞ்சியை அலம்பியாகணுமோ? நான் கத்துகிறதெல்லாம் லட்சியமில்லையா உனக்கு? காலா காலத்திலே சனீச்வரன் கோயிலுக்குப் போய், எண்ணெய் ஊற்றிவிட்டு, ஸ்வாமி தரிசனம்

பண்ணிவிட்டு வரப்படாதோ?" என்றாள் நாட்டுப் பெண் பாகீரதியிடம்.

நாட்டுப் பெண் பல்லைக் கடித்தாள். அவள் பதில் சொல்ல வாயெடுக்கும்போது பேரன் கணேசு ஓடிவந்தான்.

"தலையையும் சந்தத்தையும் பாரு, தாயில்லாப் பிள்ளை யாட்டமா? கன்னான் மாதிரி வேஷ்டி. போடா, விபூதி இட்டுக் கொண்டு கோயிலுக்குப் போய்விட்டு வாடா" என்று கூறி பாட்டி நிலைப்படியில் உட்கார்ந்தாள்.

O

பாட்டிக்கு ஜுரம். படுத்த படுக்கையாய் இருந்தாள். ஆனால் படுக்கையிலிருந்தே அதிகாரம், வசவு எல்லாம் மட்டும் வழக்கம் போல் கிளம்பிக் கொண்டிருந்தன.

"எப்பொழுது பார்த்தாலும் வீட்டில் இந்த 'ஐயோ'ச் சத்தம்தானா? ஒரு ராமஸ்மரணை கூடக் கிடையாதா? முன்னே கந்தபுராணம் எல்லாம் வாசிப்பீர்களே! உடம்பு சரியாயில்லாத போது கணேசுவையானும் கொஞ்சம் வாசிக்கச் சொல்லிக் கேட்கப்படாதா?" என்பாள் நாட்டுப் பெண் பாகீரதி. ஆனால் பாட்டி மாத்திரம் 'ஐயோ' ஸ்மரணையை விடவில்லை.

பாகீரதி புத்திசாலி. ஒரு யுக்தி செய்தாள். அன்று ராத்திரி கொஞ்சம் அரிசியை எடுத்துக் கல் உரலில் போட்டு இடித்தாள்.

"இருட்டு மா இடிக்காதேடி!" என்றாள் பாட்டி.

"முன்னெல்லாம் 'இரா மா இடிக்காதே!' என்று சொல்லுமே. புத்தி மாறிப் போச்சு" என்று பாகீரதி தனக்குள் சொல்லிக் கொண்டாள்.

நாலைந்து நாள்கள் கழிந்தன. பாட்டியின் நிலைமை மோசமாகிவிட்டது. பிள்ளை சுந்தரமய்யர், "இரண்டு எழுத்து தானே, அம்மா? 'ராமா'ன்னு எப்படியானும் கஷ்டப்பட்டுச் சொல்லிவிடேன்!" என்றார்.

"ஊஹூம். அதுதானேடா முடியவில்லை" என்று இரண்டு மூன்று தடவை பதில் கூறிவிட்டுப் பாட்டி கண்ணை மூடினாள்.

ராம் ராம் ராம்.

ஆனந்தவிகடன், மே 1938

புஷ்கரணி

"ஸ்னானம் பண்ணலாமா ஜலம் நிரப்பி யாச்சு" என்று குரல் வந்தது. "சரி" என்று புஸ்தகத்தை மூடிவிட்டுக் கொடியில் தொங்கும் துண்டை உருவினேன். "குப்"பென்று ஒரு 'வாசனை'. முந்தா நாள் தும்பைப் பூவாயிருந்த துண்டில் ஒரு பழுப்பு. 'ஐயைய!' வீசியெறிந்தேன்.

"மொள்ளடா மொள்ள" என்றாள் ஊஞ்சலில் உட்கார்ந்திருந்த பாட்டி. எனக்கு விஷயம் புரிந்து விட்டது.

"என் துண்டை நீ ஏன் எடுக்கறே பாட்டி?"

"அப்படித்தாண்டாப்பா கேட்கணும். முந்தானா சாயங்காலமே பிடிச்சு நாதியில்லாமே கொல்லேலெ ஊறிண்டு கிடந்தது. குளிக்கப்போரச்சே நான் எடுத்துண்டுபோய் அறஞ்சிண்டுவந்தேன்" என்று சமையல் அறைப்பக்கம் பார்த்துக்கொண்டு சொன்னாள் பாட்டி.

"துண்டைக்கூட பாட்டிக்கா விடணும்? காலா காலத்திலே கிணத்தடியிலே தோச்சு உலர்த்தினா என்ன?" என்று நானும் சமையலறைப்பக்கம் ஒரு ஈர்க்குச்சி அம்பையெறிந்தேன்.

பாட்டிக்கு திருப்தியாய்விட்டது. பேசாமலிருந்து விட்டாள். ஆனால் எனக்கென்ன ஆயிற்று? துண்டை இனிமேல் சலவைக்குப் போட்டுத்தான் நான் உபயோகிக்க வேண்டும். அந்தப் பழுப்பையும் வாசனையையும் பொறுத்துக்கொள்ள இந்தப் பாபி தேகத்திற்குத் துப்பில்லை.

எல்லாம் அதோ, எங்கள் வீட்டின் முன் விளங்கும் புண்ய தீர்த்தத்தின் மகிமைதான். "இவ்வளவு நீருடன் உன் பாபங்களைக் கரைக்க நான் சித்தமாயிருக்கையில் இன்னும் கிணற்றடித் தவளையாகக் காலங்கழிக்கும் மூடா . . ." என்று என்னை நிந்திக்கும் தோரணையுடன் அகன்று கிடக்கிறது. மின்னும் சுருட்டை மயிரைப் போன்ற அதன் சிற்றலைகள் சிலசமயம், என் பாப ஜன்மாவை எண்ணிக் கருணையுடன் கோபச் சிரிப்புச் சிரிக்கின்றன. நான் மட்டும் இந்த மிளகாய் நகைப்புக்கு அஞ் சாமல் இருபது வருஷமாகப் போராடி வருகிறேன். ஏனென்றால் இந்த இருபது வருஷமாக அதில் (ஓரிரண்டு முறைக்கு மேல்) என் உடம்பை நனைத்ததாக நினைவேயில்லை எனக்கு.

காசிவாசிக்கும் கங்கைக்கும் ஸ்னானப்ராப்திகூட இல்லை என்று சொல்லலாம். காச்மீரியும் கன்னிமுனையானும் கங்கையில் ஒரு முழுக்குப் போட்டு கோடி கல்பங்களில் கட்டிய பாப மூட்டைகளை எல்லாம் அவிழ்த்து உதிர்க்கும்போது, காசிவாசி மட்டும் ஸ்னானத்திற்கு வெந்நீர் அடுப்பைக் கண் கலங்க ஊதிக் கொண்டிருக்கிறான். தஞ்சைப் பெரிய கோயிலைப் பாருங்கள் – கருமை பாய்ந்த கோபுரமும், புல்முளைத்த பிரகாரமும், மூளி மூக்கு விக்ரகங்களும், கோயிலின் பழமையை நிலைநாட்டிக் கொண்டிருக்கின்றன. எந்தக் காலத்திலும் 'ஹோ' வென்று நிர்ஜனமாக அது மௌன யோகத்தில் ஆழ்ந்துகிடக்கிறது. இதனால் தஞ்சைவாசிக்கு கலையுணர்ச்சி, அழகுணர்ச்சி எல்லாம் கிடையாது, என்று சொல்ல முடியுமோ? 'எங்களுக்குப் புளித்து விட்டது' என்றுதான் அவர்கள் சொல்லுவார்கள்.

சரி, நான் என்ன செய்துவிட்டேன். புளித்துப் போகும்படியாக? புளித்துப் போகும்படி நான் பழகக்கூடவில்லையே. இந்த "மாமாக்"குளம் (மகாமகக்குளம்) புண்ய தீர்த்தம் என்பதனாலேயே நான் அதைக்கண்டு நடுங்குகிறேன். ஆந்திரம், வங்கம் மலையாளம் முதலிய சர்வதேச பாபங்கள் எல்லாம் அதில் கரைந்திருக்கின்றன அதோடு. அந்த யாத்ரிகர்களின் விசித்ர வேஷ்டி அழுக்குகளை யெல்லாம் இந்தத் தீர்த்தம் ஆட்கொண்டிருக்கிறது. புண்ய தீர்த்தத்திற்கு வேறு என்ன லக்ஷணம் வேண்டும்? இன்று என் துண்டு பாட்டியின் சிரத்தையால் ஒரு புனிதத்தன்மை யடைந்துவிட்டது. ஆனால் அதில் வீசும் வாசனையைப் புண்ய கந்தமென்று நினைத்துக்கொள்ளவோ, அந்தப் பழுப்பிலே புண்ய லக்ஷணத்தைக் கண்டுபிடிக்கவோ, இந்தப் பாப நெஞ்சு கொடுத்துவைக்கவில்லை.

ஆயிரக்கணக்கான மைல்களுக்கு அப்பாலிருந்துவரும் யாத்ரீகர்களை நினைத்தால் எனக்கு நம்பமுடியவில்லை. முக விகாரமில்லாமல் அவர்கள் முழுகுவதைப் பார்த்தால் என் கண்களை நம்ப முடியவில்லை. உடம்பைத் தேய்த்துத் தேய்த்து

அவர்கள் பாபத்தை வழித்து விடுவதைப் பார்த்தால் என்கண்களை நம்பமுடியவில்லை. மனுஷ்ய யத்தனத்தில் சாத்யமான கார்யமா இதெல்லாம்? திண்ணையில் உட்கார்ந்து பார்க்கும் எனக்கு, விழித்துக்கொண்டு பார்ப்பதாகவேயில்லை. தூக்கத்தில் கனவு காண்கிற மாதிரியிருக்கிறது. இதோடு ஒரு வருத்தம் எனக்கு. இவ்வளவு சகிப்புத்தன்மை நிறைந்தவர்கள் திகழும்போது நம் நாட்டுக்கு இன்னும் ஏன் சுதந்திரம் கிட்டவில்லை என்று. ஆனால் பெரியவர்களின் போக்கை யாரையா கண்டார்கள், அதற்குத்தான் இவர்கள் இங்கு பயிலுகிறார்களோ என்னமோ? 'பலானுமேயா: ப்ராபரம்பா' என்று காளிதாசன் எழுதிவிட்டுப் போயிருக்கிறானே!

எத்தனையோ குழந்தைகளையும் கிழங்களையும் ஏப்பம் விட்டிருக்கும் இதன் பாசிப் படிக்கட்டுகளோடு போராடி என் எழுபது வயது பாட்டி மட்டும் நீராடிவிட்டுத் துணிகளை "வெளுத்து"க் கொண்டுவந்து விடுகிறாள். ஆனால் இவள் சுவர்க்கலோகம் தேடுகிறாள். சுதந்திர பாரதத்திற்கும் இவளுக்கும் சம்பந்தமில்லை.

"இந்தக் குளத்தில் நீர் ஏன் குளிப்பதில்லை"? என்று பலர் என்னைக் கேட்கிறார்கள். இப்பொழுது நானே கேட்டுக் கொள்கிறேன். பதில் சொல்லக் கடமை உண்டு.

முதலாவதாக, அது புண்ய தீர்த்தமாக இருப்பதால்தான். புண்ய தீர்த்தத்தின் முக்ய லக்ஷணத்தைத்தான் முன்னமேயே சொல்லிவிட்டேனே. மேலும் இந்தக் குளத்திற்கு முன்னேற்றத்தில் நம்பிக்கை கிடையாது. முன்னேற்றத்திற்கு மாறுதல்தான் முக்யத் தேவை. ஆனால் இந்தக்குளம் மாறியதேயில்லை. அதாவது பழைய நீர் கழிந்து வெளிப்போகவும், புது நீர் புகவும் இதில் வழி கிடையாது இது கலப்பில்லாத ஒரு "ஸர்வபாப நிவாரண ஆஸவம்" என்று கூறவேண்டும். இது ஆஸவமாய் இல்லாமல் இங்கிலீஷ் மருந்தைப்போல இனித்தால், நானும் எந்த ஹைதர் காலத்திலேயோ புண்யவானாகியிருப்பேனே.

மேலும் எனக்கு ஸ்னானம் செய்ய என்ன அவசியம்? வாழ்க்கையில் ஒரே ஒரு முழுக்குப் போட்டுவிட்டு எந்தப் புண்யத்தை வாசனாரூபமாகவும் வர்ணரூபமாகவும் தம் உடையில் ஏற்றிக்கொள்கிறார்களோ இந்த யாத்ரீகர்கள், அந்த கந்தத்தை நான் தினந்தோறும் நுகர்கிறேன். அந்தப் பழுப்பை நாடோறும் தரிசிக்கிறேன். இந்தக் குறுகல் வீட்டுக் கோவணரேழியில் பாட்டியின் 'வெள்ளைப்' புடவை உலர்த்தப்பட்டிருக்கிறது. ரேழியைக் கடக்கும்போதெல்லாம் அந்தப் புண்ய கந்தம் என்னை ஆட்கொள்ளாமல் இருந்ததேயில்லை. இன்னும் வருஷத்திற்கொருமுறை இந்த புஷ்கரணியின் பாசிகள் ஜன்ம

நக்ஷத்திரத்தைக் கொண்டாடும் வழக்கமுண்டு. அவைகள் நான்கு மூலைகளிலும் ஒன்றுகூடி, சுமார் முன்னூறு கஜம் சுற்றுவட்டத்திலுள்ளவர்களின் வயிற்றைக் கலக்கும். அப்பொழு தெல்லாம் அந்தக் குளத்தைப் பார்த்து "ஏ, புண்ய தீர்த்தமே! என்போன்ற பாபிகளைப் பழிவாங்கும் எண்ணமா உனக்கு, அல்லது எங்கள் அலக்ஷ்யத்தைக்கூடப் பாராட்டாமல் தானே வந்து கரையேற்றும் எண்ணமா?' என்று நான் கேட்பது வழக்கம். ஆனால் அவைகளையே கரையேற்ற முனிஸிபல் வண்டிகள் ஒரு நாள் வந்துவிடும் வழக்கமும் உண்டு.

"நீ ஏன் ஸ்னானம் பண்றதில்லை இதில்? பழகப் பழகப் பாலும் புளிக்கும்பாளே, அது மாதிரி ஆயிட்டுதோ?" என்று மொச்சைக் கொட்டைச் சிரிப்புடன் கிராமத்திலிருந்து புரோஹிதத் திற்கு வரும் என் ஒன்றுவிட்ட அத்திம்பேர் கேட்டார்.

"பழகிப்பழகி உங்களுக்குப் புளியே இனிக்கிறபோது . . ." என்று நான் பதிலை முடிப்பதற்குள்,

"சேச்சே, அப்படியெல்லாம் சொல்லலாமோ, புண்ய தீர்த்த மில்லையா?" என்று மனஸ்தாபப்படுவார்.

"ஒவ்வொருத்தரும் ஒரு தினுசாப் புண்யம் சம்பாதிக்கறா" என்று நான் பேசாமலிருந்து விட்டேன்.

இந்தக்குளத்தைச் சுற்றிலும் பதினாறு அழகிய மண்டபங்கள். வெள்ளி முளைக்கு வேளையில் வட்டமிடும் நாரைக் கூட்டமும், உதிக்கும் சூரியன் உதிர்க்கும் இந்திர ஜாலங்களும், உச்சி வேளை யில் வெள்ளிப்பாளங்களை உலுக்கி இறைக்கும் கருநீரும் இருட்டியதும் எதிர்க்கரை மின்சார ஒளிநெளிந்து குலுங்குவதும் ரயிலுக்குப் போகும் வண்டி விளக்கின் மினுக்கொளி நீர்ப் பரப்பில் நீண்டு நீந்துவதும், மாலை மங்கலில் கோயில் மணியின் மகா நாதத்தில் இந்தப் புண்ய தீர்த்தம் பெறும் காம்பீர்யமும், இந்த மாறுதல்களுக்கிடையே மனதில் பெருகும் சாந்தமும் – எல்லாம் புண்யங்கள். இந்தத் திண்ணையில் உட்கார்ந்தபடியே எனக்குக் கிடைத்துவிட்டன. சொல்ல முடியாத இன்பம் ஒன்று இதைக் காணும்போதெல்லாம் நெஞ்சில் தோகை விரித்து ஆடுகிறது.

நான் ஸ்னானம் பண்ணவில்லை. என்னைப் போல பலபேர். ஆனால் இந்த நடுநிசியில் குளப்படியிலிருந்து 'டப் டப்' என்று வேஷ்டி தோய்க்கும் ஓசை கேட்கிறது. யாத்ரீகனா? இந்த நடுநிசியை ஸுலக்னமாக வைத்துக்கொண்டு ஒரு யாத்ரீகனும் குளத்திலிறங்கப் போவதில்லை பிசாசா? பிசாசுக்கு புண்ய தீர்த்தத்தில் என்ன வேலை? இது கும்பகோணம்வாசியாகத்தான் இருக்க வேண்டும். நடுநிசி, ஜலக்கஷ்டம், எல்லாம் இவனைக் கொண்டு இங்கு தள்ளியிருக்கின்றன. ஆனால் காவிரியும் அரசலும்

ஓடுகையில், இந்த லக்ஷ்ய புண்யதீர்த்தத்தில், பக்கத்துப் படிமீது, ஊன்றுகழியை அலம்பிவிட்டு தகர டப்பாவில் நீரைமொண்டு மொண்டு தன் அழுகிக்குறைந்த அங்கங்களை நனைக்கும் வியாதியஸ்தனைக் கூடக் கவனிக்காமல் இந்த ஊர் ஜனங்களே எவ்வளவோ பேர் ஸ்னானம் செய்கிறார்கள். இதைக் கண்ணுறும் போது ஒரு பழங்கதை நினைவுக்கு வருகிறது.

"பார்வதியும் பரமேச்வரனும் வானத்தில் செல்லுகையில் ஒருநாள் கங்கை வழியாகப் போனார்கள். பார்வதி கோடிக்கணக்கான மக்கள் நீராடுவதைப் பார்த்து, தன் வழக்கம்போலக் கேட்டாள். "நாதா இவ்வளவு ஜனங்கள் ஸ்னானம் செய்கிறார்களே, இவ்வளவு பேருக்கும் கங்காநதியின் பாவத்தன்மையில் பூர்ண நம்பிக்கையுண்டா?" என்று. "இரு சொல்லுகிறேன்" என்றார் பரமசிவன். உடனே கங்கைப் படித்துறையில் இரண்டு தொண்டு கிழங்கள் – புருஷனும் மனைவியும் – இறங்கினர். இறங்கின சுவடோடு ஆண் கிழம் கால்வழுக்கி ஆற்றோடு கலந்து இரண்டு வாய் தண்ணீரும் குடித்துவிட்டது. "ஐயோ ஐயோ, என்று கிழவி அலறினாள். பாதி முழுகுகிறவர்கள், தலையைப்பாதித் துவட்டிக்கொண்டிருந்தவர்கள் – இப்படியாக பலர், போகும் கிழவரை மீட்கப் போனார்கள். உடனே, "ஐயோ, ஜன்மாவில் ஒரு பாபம்கூடச் செய்யாதவர்கள்தான் அவரைத்தொடலாம்" என்று அலறினாள். அவ்வளவு பேரும் திடீரென்று நின்றுவிட்டார்கள். பாபமே இல்லாதவர்கள் என்று எப்படி மனதறிந்து பொய் சொல்வது என்று நினைத்தான் ஒவ்வொருவனும். கிழவன் போய்க்கொண்டே இருந்தான். கிழவி, இன்னும் பரிதாபமாகப் புலம்பினாள். யாரோ தெருவோடு போய்க் கொண்டிருந்தவன், புலம்பலைக்கேட்டு அங்குவந்தான். சூர்யோதயம் ஆகி நாலைந்து நாழியாகியும் பல்கூட தேய்க்கவில்லை. வாய் நிறையப் புகையிலை. எங்கேயோ தாசி வீட்டில் இரவைக் கழித்துவிட்டு வருகிறான். கண்கூச்சம் கூடத் தெளியவில்லை. "இந்தக்கூட்டத்தில் ஒரு பாபம் செய்யாதவன் கூட இல்லையா இந்தக்கிழவரைக் காப்பாற்ற" என்று கிழவி அலறினாள்; விட புருஷன் திடீரென்று ஒரு முழுக்குப் போட்டான்.

வேகமாக நீந்திப் போய்க் கிழவரை கர கரவென்று கரையில் இழுத்துப்போட்டுவிட்டான். முழுக்கில் பாபம் தொலைந்தது. கிழவரும் பிழைத்துவிட்டார் என்று அந்த விடனின் நம்பிக்கை. நாள் தவறாமல் கங்கையைக் கலக்கிக்கலக்கி நீராடும் கர்மிஷ்டர் களின் முகத்தில் ஈயாடவில்லை.

கிராம ஊழியன், 15 அக்டோபர் 1943,
எழுத்தாளன், சிறப்புமலர் 1978

கச்சேரி

நர்மதையின் யாத்திரை

"ஆயிரக்கணக்கான கோபிகைகள் பங்கிட்டுக்கொள்கிறார்கள் கண்ணனை – அழகு செல்வத்தை. நீ இங்கு வருந்தி ஏன் ஏங்குகிறாய்? அங்குசென்று பங்கைப் பெற்றுக்கொள்ளேன்" என்றான் வஸந்தன்.

ராதை கிளம்பிவிட்டாள் கண்ணனை அடைய. அபிஸரணம்தான். நடந்துதான் போகவேண்டும். எத்தனையோ தடைகள் வழியில். இருக்கட்டுமே? அதற்காகச் சோர்ந்துவிட முடியுமோ? பால் நிலவிலும், சிலம்பொலியிலும் யார்கண்ணிலும் படாமல்போவது அஸாத்தியம்தான். யார் கவனித்தா லென்ன? குடியா முழுகிப்போய்விடும்? ஆனால் நாணம் ஒன்றிருக்கிறதே. மெதுவாகப் போகிறாள் ராதை. அவள் லட்சியம் கண்ணன். இடையில் யார் இவளைக்கலைத்தோ, மயக்கியோ மனதை மாற்றமுடியும்? அவள் கண்ணனை அடைந்த பிறகுதான் சுய உணர்வு அடைவாள். அதுவரை அதிமானுஷமான சக்தி – காதல்தான் அவளை நடத்தும்.

இவளைப் போலத்தான் நர்மதையும்.

"ஆயிரக்கணக்கான நதிகள், சமுத்திர ராஜனைப் பங்கிட்டுக்கொள்கிறார்கள். நீயும் போயேன். உன் அழகிற்குச் சொல்லவா வேண்டும்?" என்று நர்மதையிடம் புகன்றான் வர்ஷதேவன்.

நர்மதை – புறப்பட்டுவிட்டாள். சமுத்திர ராஜனிடம் தீராக்காதல் கொண்டு. ஆனால் மலைமலையாக எத்தனை இடையூறுகள்!

தி. ஜானகிராமன்

மப்பும் மந்தாரமுமாக இருக்கிறது வானம். பெரிய பெரிய மேகங்கள் காற்றை மாலுமியாகக்கொண்டு கப்பல்கள்போல் சென்றுகொண்டிருக்கின்றன. நுரைக்கும் அலைகள்போல் பக்கவாட்டில் சிதறிக்கிடக்கும் மேகச்செதில்கள். இந்த பெரிய கப்பல்களிலிருந்து எதிர்க்காற்றால் பியக்கப்பெற்ற சின்னஞ்சிறு மேகங்கள், கப்பலில் பண்டங்களை ஏற்றிவிட்டுவரும் படகுகளைப் போல் அமைதியாகத் திரும்பிக்கொண்டிருக்கின்றன.

நர்மதை புறப்படும் இடத்திற்கு வந்தோம். எண்ணிறந்த பாறைகள். எண்ணிறந்த குன்றுகள். நர்மதை பயப்படுகிறாளா? வீரப் பெண்மணி. தன்னை அணையவரும் குன்றுகளை விலக்கித் தப்பித்துக்கொண்டு திடீரென்று ஒரு பள்ளத்தில் குதித்துவிட்டாள். அவள் இப்பொழுது ஒரு அருவி. அவளுடைய வெற்றி நாதம் அந்தக் கரைகாணாத அமைதியை அதிகப்படுத்துகிறது.

சூரியனுக்கு அவளைப் பிரிய மனமில்லை. பரஸ்திரீயிடம் மோகங்கொண்டு, ஆனால் அவள் கண்ணிற்கு அஞ்சி மறைவிடத்தி லிருந்து, பார்த்துப் பார்த்து தன் துராசையைத் தணிக்க முயலும் காமுகன்போல், குன்றுகளுக்கிடையே மறைந்து எட்டிஎட்டி அவளைப் பார்க்கிறான். வர்ஷதேவன் தந்த சந்தனத்தைப் பூசிக் கொண்டுபோகும் நர்மதையின் தேகத்தைப் பார்க்கிறான். தன் கிரணங்களை வீசி, அந்த யௌவனத்தின் தளதளப்பில் மேலும்மேலும் எழிலை இறைக்கிறான். ஆனால் மலைவாயில் விழுந்து உருளப்போகும் இந்த விருத்த சூரியனின் சோர்ந்த கைகளைக்கூட அவள் சகிக்கவில்லை. அவள் உடல் எரிகிறது. விறுவிறுவென்று பகீரதப் பிரயத்தனம் செய்து ஒரு சிறு மலையிடுக்கு வழியாக ஓடிவிடுகிறாள்.

இப்பொழுது நல்ல அகலமான இடம். எந்த துஷ்டனும் அவளைப் பார்க்க முடியாது. இரண்டு பக்கமும் வெள்ளை வெளேரென்று சலவைக் குன்றுகள். சூரியன் இந்தக் கோட்டை களைத் தாண்டிவர முடியாது. நர்மதை ஒரு பெருமூச்சு விடுகிறாள். குன்று, பாறைகளோடு புரிந்த போர், அந்த இடுக்கின் வழியாக அவள் உடலை ஒடுக்கி வெளிவந்த சிரமம் – எல்லாம் அவளை அயர்த்திவிட்டன. மெதுவாகச் செல்லுகிறாள். இரு பக்கமும் அவளைக் காக்கும் வெண்மலைகளிடம் அவளுக்கு பூர்ண நம்பிக்கை. அந்த வெண்ணிறமே சொல்லுகிறதே, அவர்களுடைய சுத்த ஹிருதயத்தை. அகத்தினழகு முகத்தில் தெரியாதா?

ஆனால் இன்னும் பெரும்பெரும் சோதனைகள் காத்திருக்கின்றன. அதோ! அவள்வழியைத் தடுத்துக்கொண்டு அசுரவர்க்கம் மாதிரி நிற்கும் பாறைகள். இந்த அபலையை என்னதான் செய்ய நினைத்திருக்கிறார்கள் அவர்கள்? அவள்

போர்க்கோலம் பூண்டுவிட்டாள். முட்டித்தள்ளுகிறாள் சில குன்றுகளை. தலையினால் மோதிமோதி எறிகிறாள். கதையால் அடியுண்டவனைப்போல் பாறைகள் அப்படியே சாய்ந்து மடிகின்றன. கிடுகிடுவென்ற யுத்தநாதம். குடைந்து குடைந்து அவள் எதிரிகளைக் கழித்துக்கொண்டே செல்கிறாள். என்ன சீறல். அவள்போடும் இரைச்சலில் நாங்கள் திடுக்குற்று செயலோய்ந்து நின்றோம். கத்திபோல எத்தனையோ கற்கள் அவள் மேனியைப் புண்படுத்திக்கொண்டிருக்கின்றன. ஆனால் அவள் இதையெல்லாம் சட்டை செய்யவில்லை. அவளுக்குப்போதுமான யுத்தாப்பியாசம் கிடைத்துவிட்டது. எதையும் வீழ்த்திப்போகும் சக்தியை அவள் பெற்றுவிட்டாள். இப்பொழுது அவள் பேச்சிலும் நடையிலும் புதிய வீரம். இதுமாதிரிப் போர்க்களங்களையே வழியாகக்கொண்டு நூற்றுக்கணக்கான க்ரோசங்களை அவள் கடந்துவிட்டாள்.

இந்த சமவெளியில் அவளுடைய வேகமெங்கே? ஓகோ, காதலனை நெருங்கிவிட்டாள். நாணமும் கூச்சமும் அவள் வேகத்தை தணித்துவிட்டன. சமுத்திரராஜனுக்கு அலை அலையாக மாலைகள் தொடுத்துக்கொண்டு செல்கிறாள். கிலேசம், தவம், லஜ்ஜை எல்லாம் அவளுடைய வேகத்தைக் குறைத்துவிட்டன. உடல்குன்றிவிட்டது.

சமுத்திரராஜனை அடைந்துவிட்டாள். அந்த அலைமாலைகள் அவன் கழுத்தில் விழுகின்றன. மாலைகளை அவன் கழுத்தில் போடும் போது, “ஆர்ய அரசனை வெறுங்கை யோடு பார்க்கக்கூடாது என்று பல புஷ்பங்களைக் கொண்டு செல்கிறார்கள் குடிகள். அப்படித்தான் நானும் வருகிறேன். கம்பீரமாகப் பாடும் அலைகள், உயர்ந்த ரத்னங்கள், செல்வங்கள் எல்லாம் உன்னிடம் இருக்கின்றன. என்னாலியன்றதைத் தருகிறேன். இந்த மாலைகளை – இந்த தங்க மணல்களை– ஏற்றுக்கொள்ள வேண்டும்” என்று சொல்லி, மாலையைக் கழுத்தில்போட்டு அவனுடன் கலந்துவிட்டாள்.

***கிராம ஊழியன்*, 15 அக்டோபர் 1943**

ஜயத்தின் பயம்

புளியந்தோப்பில் கரிச்சான் கூவிக் கொண்டிருந்தது. மாடி உள்ளில் அதே இனிமை யுடன் ஒரு வடக்கிந்திய மெட்டை தொண்டைக்குள் இழுத்துக்கொண்டிருந்தாள் ஜயம். முத்து வெளிச்சத் துடன் சுவரில் மாட்டியிருந்த பெட்ரூம் விளக்கு பெரிய நிழலையும் இருட்டையும் அறைமுழுவதும் எறிந்திருந்தது.

"இன்னும் தூங்கலையா நீ?" என்று கேட்டான் ராகவன்.

"இல்லை."

"ஏன்?"

"தூக்கம் வரவில்லையே."

"மூன்று மணிக்கு எழுந்திருக்கணுமே."

"நான் தூங்கப் போவதில்லை. எனக்குப் பயமா யிருக்கிறது."

"என்ன பயம் நான் இருக்கும்போது?"

"நீங்கள் இருப்பீர்கள் என்று என்ன நிச்சயம். பெட்டி படுக்கைகளை எடுத்துக்கொண்டு நீங்கள் பாட்டுக்குப் போய்விட்டால்?"

அந்த வார்த்தைகள் சுருக்கென்று அவன் உள்ளத்தில் தைத்தன.

போன வருஷத்து தீபாவளி அலகபாத்தில் நடந்தது. தலை தீபாவளிக்கு நாலைந்து நாள்

முந்தியே வருமாறு, மாமனாரிடமிருந்து கடிதம் வந்திருந்தது. மதராஸிலிருந்து ராகவன் புறப்பட்டுப் போனான். 'உஹ¬ஹ¬' வென்று குளிர்தாங்காமல் நடுங்கிக்கொண்டே டாங்காவிலிருந்து இறங்கினான். "தொளதொள"வென்று ஒரு வெள்ளைப் பைஜாமா, ஒரு வெள்ளைச் சட்டைமேலே மயிர்க்கருப்பாக ஒரு கம்பளிக் கோட்டு, காலில் பஞ்சாப் ஜோடு இத்தனையும் அலகபாத் குளிர் லக்ஷ்யம் செய்யவில்லை. மூன்றாவது நாள் மதராஸில் இருந்துவிட்டு அதே லேசான உடுப்போடு வந்து விட்டால்? ராகவனுடைய காலெல்லாம் வலைவலையாகக் கோடு விழுந்து வெடித்துப்போய் எரிச்சல் தாங்காமல், ஒருசெருப்பை வெகு சிரமத்துடன் கழட்டிஎறிந்தான்.

"நான் கழட்டக்கூடாதா"? என்று கொஞ்சிக்கொண்டே இன்னொரு செருப்பைப் கழட்டினாள் ஐயம். செருப்பைத் தொடும்போது, அவளுக்கு அதனோடேயே ஐக்யமாகி விடுவது போல் இருந்தது.

"இந்தக் குளிரில் இவ்வளவு தூரத்தைக்கூட கவனிக்காமல் எனக்காக நீங்கள்" என்று சொல்லும்போதே அவளுக்கு நெஞ் சடைத்துவிட்டது.

ராகவனும் தலையைத்தான் ஆட்டினான். அவனுக்கும் பேச முடியவில்லை. மெதுவாக அவள் தலையைத் தொட்டான். அவள் சிலிர்த்துப்போய் கண்ணைத் துடைத்துக்கொண்டாள். கர்வத்தால் அவள் ஹிருதயம் வெடித்துவிடும்போல் தோன்றிற்று.

அன்று மத்தியானம் சாப்பாடாயிற்று. ராணுவ உத்தியோகஸ்த ராக இருந்த சுந்தரமய்யர் ஒன்பது மணிக்கே ஆபீஸிற்குப் போய் விட்டார். குளிர் உடலைக்குத்திக் கொண்டிருந்தது. இருக்கிற கம்பளிச்சட்டையெல்லாம் வாரிப்போட்டுக்கொண்டு ராகவன் கூடத்துக் கட்டிலில் படுத்துக்கொண்டான். மூன்று நான்குநாள் பிரயாணத்தில் தேகம் அலுங்கிக்கிடந்தது. ஆனால் தூக்கம் மட்டும் வரவில்லை. "இதென்னவேலை, நான் ஊருக்குப்போனபிறகு வேலையைப் பார்த்துக்கொண்டாலென்ன" என்று கசாலிலிருந்த ஐயத்தை மனதுக்குள் குறைகூறிக்கொண்டிருந்தான்.

பிரயாணத்தின்போது சிரமப்பட்டதாகவே அவனுக்குத் தோன்றவில்லை. டில்லி எக்ஸ்பிரஸில் சிப்பாய் வண்டியைத் தவிர வேறு வண்டி ஏது? ஏதோ ஒன்றில் ஏறி உட்கார்ந்துகொண்டான். வண்டிக்குள் ஏறும் வரையில் உயிர் அவனிடம் இல்லை. பத்மவியூகத்தில் அபிமன்யு பட்டபாடு பட்டுவிட்டான். சிப்பாய் களின் பாட்டு. அஸப்பியப்பேச்சு. வடக்கித்திச் சிப்பாயின் புரியாத கூச்சல் – இன்னும் எவ்வளவோ, சகிக்க முடிந்தால்தானே

இருந்தாலும் அதையெல்லாம் அவன் வெறுக்கவில்லை. நாகபுரி ஹோட்டலில் குடலைக் குமட்டிய நெய், தூங்க முடியாமல் நிற்கமுடியாமல், உட்காரமுடியாமல் ரயிலில் நசுங்கினது. – எல்லாம் அந்தப் பிரேம யாத்திரையின் முக்கிய அம்சங்களாக அவனுடைய ஹ்ருதயத்தில் இணைந்திருந்தன.

"என்ன குளிர் தாங்க முடியவில்லையா?" என்று கேட்டுக் கொண்டே வந்தாள் ஜயம்.

"எப்படித் தாங்கமுடியும்? இந்த 'வாயில்' ரவிக்கை 'வாயில்' புடவைகளுடன் மட்டும் நீங்கள் எப்படியிருக்கிறீர்கள்?"

"பழகிப்போயிடுத்து."

"ஏ, அப்பா, நல்ல குளிர்டாப்பா!"

"இப்பொழுது தெரிந்ததா? ஜயத்தைப்பார்க்க வேண்டு மென்றால் சுலபமாகப் பார்த்துவிட முடியாது. குளிரில் நடுங்க வேண்டும். ரயிலில் இடிபடவேண்டும்."

ராகவன் சிரித்துவிட்டான். ஒன்றும் பதில்சொல்லத் தோன்ற வில்லை.

"சரி, காலை இப்படிக்கொடுங்கள். கடுகெண்ணெய் தடவி விடுகிறேன். காலையில் வெடிப்பெல்லாம் மாறி, வழவழவென்று ஆகிவிடும்" என்று ராகவனின் கால் போர்வையை எடுத்துவிட்டு அவள் எண்ணெய் தடவ ஆரம்பித்தாள்.

"மாமனாராத்திலே இருக்கிற மாதிரி என்று சொல்லு கிறார்களே, அப்படி ஒன்றும் இங்கு இருக்கிறதாகத் தோன்ற வில்லை. உங்களுக்குமாட்டுப் பெண் புக்ககத்திலிருக்கிற மாதிரி இருக்கிறது இல்லையா?" என்று ஜயம் கிண்டினாள்.

"உனக்கு ஏன் அப்படித்தோன்றுகிறது" என்று சிரித்துக் கொண்டே கேட்டான் ராகவன்.

"இந்தக் குளிர் – இந்த டிபன் உடுப்பி லாட்ஜிலே சாப்பிடு கிறவர்களுக்கு இதெல்லாம் ஒருபெரிதாகத் தோன்றுமா என்ன?"

அப்பொழுது செல்லம்மாள் ஒரு பெட்டியை எடுத்து வந்து அதிலுள்ள சாமான்களைக் கீழே ஒவ்வொன்றாக எடுத்து வைத்தாள். தங்கச் சங்கிலியுடன் ஒரு கைக் கெடியாரம். ட்வீட் ஸூட்டும் கோட்டும், ஜரிகை வேஷ்டி. பெயர் செதுக்கிய மோதிரம் எல்லாம் புதுமையின் விசேஷ ஒளியுடன் மின்னிக்கொண்டிருந்தன.

'பணம் செலவழிக்கிறதுதான் மிச்சம். ஒன்றும் நேராகச்செய்ய முடிகிறதில்லை. ஒன்றுக்கு ஏழுவிலை விற்றால் என்ன செய்கிறது?" என்றாள் செல்லம்மாள்.

இது மரியாதைக்காகச் சொன்ன பேச்சு. ஏனென்றால் தங்கள் நிலைமைக்கு மீறியே அவர்கள் தீபாவளிச் செலவு செய்திருந் தார்கள். எல்லாம் தங்கள் ஒரே பெண்ணை உத்தேசித்துதான். இது ராகவனுக்கும் தெரிந்திருந்தது. பார்த்ததும் பார்க்காதது போலவும் எல்லா சீர்களையும் பார்த்தான். அவன் நினைவு கல்யாண நாட்களை நோக்கி ஓடிற்று.

"ரொம்ப அதிகமான செலவுதான் இது" என்று சொல்லி விட்டு "ஆமாம் இப்பொழுதெல்லாம் இவ்வளவு செய்கிறீர்கள். கல்யாணத்தில் மட்டும் ஏன் நல்ல பெயர் வாங்கிக்கொள்ள வில்லை?" என்று பழைய சமாசாரத்தை தன்னையறியாமல் கிளறிவிட்டான்.

"ஒருமாத லீவில் என்னசெய்ய முடியும். இங்கிருந்து ஊருக்கு வருவதற்கே நான்கு நாட்கள் ஆகிவிட்டன. கல்யாணமென்றால் ஆள் மாகாணம் எல்லாம் வேண்டாமா? ஒரு வசதியுமில்லாமல் போய்விட்டது" என்று போர்த்தினாள் செல்லம்மாள்.

"நெய்யில்லாத தித்திப்பு பட்சணம் – என் சிநேகிதர்கள் கூட பரிகாசம் செய்ய ஆரம்பித்துவிட்டார்கள். அன்றைக்கு மைலாப்பூரில் ராமதாஸ் அய்யரைக் கண்டேன். ஐஸ்காபிக் கல்யாணம், அரிசி உப்புமாக் கல்யாணம் என்றெல்லாம் பீனாப்பழம்" கட்டியிழுத்துவிட்டார். டிரஸ்ஸுக்கு நூறு ரூபாய் தனியாகத் தருவதாகச் சொல்லிவிட்டு 'கம்'மென்று வாய்திறக்கா மல் இருந்துவிட்டீர்களே என்று பாலு மாமாவுக்குக் கோபம். அதெல்லாம் கிடக்கட்டும், அல்ப சங்கதிகள், சம்பந்திகள் இறங்கியிருக்கிற வீட்டில் அழகாக இரண்டு பெட்ரோமாக்ஸ் விளக்குகளாவது வைக்க ஏற்பாடு செய்யவேண்டாமா? என் சிநேகிதர்களுக்கு ரொம்ப குறையாக இருந்தது" என்று ராகவன் சற்று தாங்கலுடன் சொன்னான்.

"சிநேகிதர்களுக்குக் கல்யாணமா? நமக்குக் கல்யாணமா" என்று பதட்டத்துடன் குறுக்கிட்டாள் ஜயம்.

"பேசாமல் இருடீ நீ" என்றாள் செல்லம்மாள்.

"பேசாமல் இருக்கிறது என்ன? விலைக்கு வாங்கிவிட்டார்களோ நம்மை, எதுவேண்டுமானாலும் கேட்பதற்கு?"

"அப்பொழுது கூட்டமே கூட்டியிருக்க வேண்டாமே. கொட்டு மேளம் எதற்கு? பேசாமல் மோதிரம் மாற்றிக்கொண்டிருக்கலாமே புருஷனும் பெண்டாட்டியும்" என்று ஆத்திரத்தை அடக்கிக் கொண்டு இரைந்தான் ராகவன்.

“எங்களுக்கு அவ்வளவுதான் செய்ய முடியும். உங்கள் சொந்தக் காரர்கள் கல்யாணத்திற்குச் சொந்தக்காரில் வருகிறவர்களா யிருந்தால் எங்களுக்கு என்ன? எத்தனை பேருக்கு இழுத்துப் போட்டுண்டு செய்ய முடியும்?”

“எங்களுக்கு” – அதற்கென்ன அர்த்தம் என்று மனதிற்குள் கேட்டுக்கொண்டான் ராகவன்.

ஸ்வாதீனத்தில் யோஜனையில்லாமல் ஜயம் கொட்டி விட்டாள்.

“நீ வாயைப்பொத்திக்கொண்டு இருக்கமாட்டே உன்னை யார் கேட்டார்கள் இதெல்லாம்? தப்பை எடுத்துச்சொன்னால் ஒப்புக்கொள்ளத்தானே வேணும்” என்று அவளை அடக்கிவிட்டு “காபி ஆறிப்போய்விடுமே” என்றாள் மாப்பிள்ளையிடம் செல்லம்மாள்.

“இப்பொழுது காபி வேண்டாம்” என்று முகத்தைச் சிணுங்கிக்கொண்டான் ராகவன்.

“பிறகு ரொம்ப ஆறிப் போயிடுமே!”

“பரவாயில்லை சற்றுக்கழித்து ஆகட்டும். குளிர் தாங்கவில்லை கொஞ்சம் வெயிலில் சுற்றிவிட்டு வருகிறேன்.” என்று ராகவன் வெளியே எழுந்துபோனான். போனவன் போனவன்தான். மூன்று நான்கு ஐந்து ஏழுமணி ஆகி இருட்டிவிட்டது. திரும்பவில்லை.

இரவு ஏழு மணிக்கு அயர்ந்துபோய் ஆபீசிலிருந்து திரும்பி வந்தார் சுந்தரமய்யர். இரண்டு மூன்று பத்திரிகைகளை மேஜையில் போட்டுக்கொண்டே “என்ன மாப்பிள்ளை, சினிமாப் பத்திரிகை உங்களுக்குப் பிடிக்குமா”? என்று ஹாலுக்கு ஓரமாயுள்ள அறைப் பக்கம் போனார். மாப்பிள்ளையைக் காணவில்லை.

“ஜயம், எங்கே உன் ஆத்துக்காரர்?” என்று கேட்டார்.

ஜயமும் செல்லம்மாளும் மௌனமாக நின்றார்கள். சற்றுக் கழித்து மத்தியானம் நடந்த சம்பாஷணையை விளக்கி “மாப்பிள்ளைக்கு கோபமோ என்னமோ, அப்பொழுது போனவர் வரவில்லை. இந்த வாய்த்துடுக்கை ஒரு நாளைக்குக் கட்டி வைத்தாலென்ன, பெண்ணைப்பாரு பெண்ணை, சனியன்” என்று கவலையும் கோபமும் பொங்கப் பேசினாள் செல்லம்மாள்.

சுந்தரமய்யருக்குத் தூக்கி வாரிப்போட்டது. “ஜயம் எங்களை உபத்திரவப்படுத்த வேண்டும் என்ற எண்ணமா உனக்கு” என்று ஒடுங்கிப்போய் கேட்டார்.

“இல்லேப்பா என்னைப்பெற்றுவிட்டு நீங்கள் ஊர் அவமானத்தையெல்லாம் வாங்கிக் கட்டிக்கொள்ள வேண்டி யிருக்கே என்று தாங்காமல் பேசிவிட்டேன்” என்றாள் ஜயம்.

“அவமானம் என்ன அவமானம். மனசு இவ்வளவு துர்பலமாக இருக்கலாமோ? உனக்குத் தாங்கலேன்னா பிறருக்கு நீ பேசுகிறது தாங்கமுடியுமா என்று யோசித்துப் பார்க்கவேண்டாமோ” என்றார் சுந்தரமய்யர்.

ஜயம் பதில் பேசவில்லை. உள்ளேபோய் விம்மி விம்மி அழத் தொடங்கிவிட்டாள்.

அலகபாத் முழுவதும் தேடிவிட்டார் சுந்தரமய்யர். பட்டணத் திற்குத் திரும்பிப் போயிருப்பான் என்று நிச்சயமாகப் பட்டுவிட்டது அவருக்கு. பெரிய தலைதீபாவளித் திட்டங்கள் நின்றுவிட்டன. காமாசோமான்னு இரண்டு பக்ஷணத்தைப்பண்ணி வைத்தார்கள் தீபாவளிக்கு விசேஷ பக்ஷணங்கள் செய்யவந்திருந்த லாலா திரும்பிப் போய்விட்டான்.

தீபாவளிக்கு முதல் நாள் இரவு அந்தத் தெருவே கந்தர்வலோகமாக இருந்தது. எங்கு திரும்பினாலும் தீபங்கள். மத்தாப்புகள். எதிர் வீட்டு வாசலில் மத்தாப்பிற்குப் பின்னால் ஒரு குழந்தையின் மலர்முகம் சிரித்துக் கொண்டிருந்தது. பக்கத்தில் தம்பியை இடுப்பில் வைத்துக்கொண்டு பதினாறு வயதுள்ள ஒரு பெண் மத்தாப்பு விட்டுக்காட்டிக்கொண்டிருந்தாள். அந்த சௌந்தர்யவாதியின் முகத்தைச் சுற்றி மத்தாப்பூ மௌனமாக ஜ்வலித்துக்கொண்டு பூப்பூவாக இறைத்துக்கொண்டிருந்தது. சற்று தூரத்தில் ஒரு வாலிபன் இந்தக்காக்ஷியை கவிதையை ரஸிப்பதைப்போல ரஸித்துக்கொண்டிருந்தான்.

ராகவனுக்கு இருப்பாகஇருக்கவில்லை அவன் தங்கி இருந்த “சந்து ஹோட்டலில் இவ்வளவு கோபம் வந்தால் மீதி நாட்களை எப்படிக்கடத்துவது? இவ்வளவு பலவீனம் கூடவா நம்மிடத்தில் இருக்கிறது? நம் கக்ஷியை நாம் தாங்கிப்பேசினோம். சொந்தத் தாய் தகப்பனாரை – கொஞ்ச நாள் கழித்து பிரியப்போகும் தாய் தகப்பனார்களைத் தாங்கிப் பேசும் உரிமைகூட ஒரு பெண்ணிற்கு இருக்கக்கூடாதா? நான் மட்டும் என் கக்ஷியை, பிள்ளைவீட்டுக் கக்ஷியை ஆத்திரத்துடன் தாங்கிப்பேசினேனே. ஏன்? ஊருக்குப்போனால் என்ன சொல்வது? தீபாவளி நடந்த தென்றா? நடக்கவில்லையென்றா? அப்படியானால் யாரைக் குற்றம் சொல்கிறது? இன்னும் உலகமறியாத சிறுமி ஜயத்தையா?”

ராகவனுக்குப் பொறுக்கவில்லை. மத்தாப்பின் ஜ்வலிப்பு, எதிர் வீட்டுத் தம்பதிகளின் மகிழ்ச்சி, ஹோட்டல்காரனின் உபசாரம் –

எல்லாம் பரிகாசமாகத்தோன்றின விறுவிறுவென்று உள்ளேபோய் "ஜீ, கணக்கு என்ன ஆயிற்று" என்று ஹோட்டல்காரனிடம் சீக்கிரமாகக் கணக்கைத் தீர்த்துவிட்டு வெளியே வந்தான் மனதிலிருந்த வேகத்தில் வழிகண்டுபிடிப்பதும் ஒரு கஷ்டமா, அலுப்பா?

"அப்பா" என்று கத்திவிட்டாள் ஜயம்.

"என்ன மாப்பிள்ளே, எங்கே?"

"பனாரஸ் போயிருந்தேன். ஹிந்து காலேஜைப் பார்க்க" என்றான் ராகவன்.

"இப்பொழுது ஏது வண்டி?"

"மத்தியானமே வந்துவிட்டேன். நேரே இந்த ஊர் கலாசாலையைப் பார்க்கச் சென்றேன். நாழியாய்விட்டது." என்றான்.

சுந்தரமய்யர் பேச்சை வளர்த்தவில்லை. சாப்பிட்டு விட்டு எழுந்திருந்தவுடன் ஜலம் எடுத்துக்கொண்டே "கோபமா என் மேல்?" என்று வாடிவதங்கியிருந்த ஜயம் கேட்டாள். முழுக்கச் கேட்க முடியவில்லை. 'குபு குபு'வென்று கண்ணீர் வந்துவிட்டது.

'ஊஹூம்' என்று தலையசைத்துவிட்டுக் கூடத்திற்கு வந்தான் ராகவன்.

லாலா கடையிலிருந்தே பக்ஷணங்கள் வந்துவிட்டன.

OOO

"என்ன பேசல்லே, போன வருஷம் மாதிரி நீங்கள் செய்து விட்டால்? எனக்கு பயமாயிருக்கிறது" என்றாள் ஜயம். "சத்தம் போடாமல்பேசேன்" என்று ராகவன் அவள் வாயை அன்புடன் பொத்தினான்.

"மாப்பிள்ளே, நாழியாச்சே எழுந்திருக்கலாமே?" என்று கீழேயிருந்து குரல் வந்தது.

***கிராம ஊழியன்*, நவம்பர் 1943**

வித்தியாசம்

தம்பதிகள் இருவரும் ஏகாந்தமாக முதற்காதலின் இன்பத்தைப் பருகிக்கொண்டிருந்தார்கள். அவனுக்கு அவளுடைய பேச்செல்லம் மனுஷ்யப் பேச்சாகவே தோன்றவில்லை. அவனும் அவள் கண்ணுக்கு சாதாரண மனிதன் மாதிரியே தோன்றவில்லை. வேறு ஒருவருக்கும் தெரியாத, எட்டாத ஒரு லோகத்திற்குப் போய் தங்களுக்காவே தனியாக சிருஷ்டிக்கப்பட்ட சுகத்தை அனுபவிப்பது போலிருந்தது அவர்களுக்கு. காற்றுக்கூடக்கேட்க முடியாத அவளுடைய ரகஸ்யப் பேச்சு ஒவ்வொன்றும் மௌனம் நிறைந்த ஆகாச வெளியில் உதிக்கும் நக்ஷத்திரம் போல் அவனுக்குத் தோன்றிற்று. சொல், ஸ்பர்சம் இந்த இன்பத்தில் அவர்கள் கரையேற மனமில்லாமல் திளைத்துக் கொண்டிருந்தார்கள்.

"மியாவ்"

மனைவிக்குத் தூக்கிவாரிப் போட்டது.

இப்பொழுது அவன் எழுந்து உட்கார்ந்து விட்டான்.

"பூனைக்கா இவ்வளவு பயம்?" என்று பரிகாசம் செய்தான். அவன் வாய் மூடுவதற்குள்,

"கிராவ்" என்று கரகரப்பான ஓசை கேட்டது.

"அது பெண் பூனை. இது கடாப் பூனை" என்று அவன் தெளிவுபடுத்தினான்.

"மேலே விழுந்துவிடப் போகிறதுகளே."

“எப்படி விழும் பலகை மச்சு இருக்கிறபோது, பயப்படாதே.”

“மீவ்”

“கிராவ்”

“மியா—வ்”

“கிரா—வ்”

“மீவ்—கிராவ் – மி... – க் – யா. கிரா—ய்வ், மியாவ், கிராவ், மிய்க்கிராவ்”

“அட, சனியன்கள்.”

“சனியன்கள் என்று சொல்லாதே.”

“தூக்கத்தைக் கெடுக்கிறதுகளே.”

“நாம் தூங்கவில்லையே இப்பொழுது.”

“மீவ் – கிராவ் – மியா – வ், கிரா – வ்.”

“சண்டை ஓயக்கணோமே!”

“சண்டையா எங்கே?”

“இங்கேதான்.”

“இதுவா சண்டை யார் சொன்னார்கள் உனக்கு?”

“யார் சொல்லணும்? நான்தான் சொல்லுகிறேன்.”

“நீ சொல்லுகிறது எல்லாம் சரியாக இராது.”

“பின்னே இது சண்டை இல்லையா?”

“இல்லை.”

“பின்னே என்ன?”

“உனக்குத் தெரியவில்லையா?”

“தெரிந்ததைத்தான் சொல்லிவிட்டேனே. சண்டை இல்லாவிட்டால் இது என்ன?”

“காதல்.”

“காதலா?”

“ஆமாம். காதல் தான்.”

“காதலாவது. அதற்கு இவ்வளவு சத்தமும் சண்டையும் அவசியமா என்ன?”

"அவசியம் தான்."

"ஏன்?"

"அதுதான் நமக்கும் பூனைக்கும் வித்தியாசம்."

❍❍❍

அவர்களுக்குமேலே அந்தக் கட்டிலுக்குமேலே பலகை மச்சுப் போட்டிருந்தது. சாம்பலும் பிசுக்கும் பூத்த புளிப்பானை, மாங்கொட்டை நார்த்தங்காய்ச் சட்டிகள், துணிபோட்டு வாயைக்கட்டி இருந்த விபூதிப்பானை, அங்கம் அங்கமாகப் பிரித்து வைத்திருந்த வெண்கலக் குத்து விளக்கு – இந்த மலைப் பிரதேசத்தில் காதல்ப்போர் நடந்துகொண்டிருந்தது,

"மீவ்"

"கிரா – வ்"

"மீவ் – ஏன் வந்து பிசாசு மாதிரி மேலே விழறே?"

"கிராவ் – நீ எனக்கு இணங்கமாட்டாயே?"

"மீவ் – மியாவ் காட்டுமிராண்டி!"

"கிராவ் – அடிமையே – வெறும் பொம்மானாட்டி என்னை எதிர்த்து நிற்கிறாயே, முடியுமா?"

"மீவ் – மியா – வ், தொலை அப்பால்."

"கிராவ் – அட மேலே விழுந்து பிடுங்கிவிட்டாயே. ரத்தம் பெருகுகிறது. சண்டி முரண்டால் காடு கொள்ளாது என்று இந்த வீட்டு மனுஷ்யர்கள் பேசிக் கொள்ளுகிறார்கள். இதுதான் அர்த்தம் போலிருக்கு, அதற்கு பெண் ஆத்திரம், பேயாட்டம்"

பெண் பூனைக்கு நெஞ்சு இளகிவிட்டது. கிட்டே வந்தது.

"ரொம்பக்காயம் பட்டுவிட்டதோ பாவம்."

"அதெல்லாம் அப்படி ஒன்றுமில்லை. போனால் போகிறது. நானும் பார்க்கிறேன் இந்தப் பூனை ஜாதியே இப்படித்தான் இருக்கிறது. மற்ற சமயங்களில் எல்லாம் சரியாக இருக்கிறது. இந்தக்காதல் என்று வந்துவிட்டால் காயமும் ரகளையுமாய்ப் போய்விடுகிறது. போன வருஷம் இப்படித்தான். வேலூரில் ஒரு பெண்ணைப் பார்த்தேன். ரொம்ப அழகு. சின்ன மீசை. கருப்பும் வெள்ளையுமாக உன்னைப்போலவே இருப்பாள். வால்தொங்குகிறதே தனி அழகு. முதலில் பார்த்தேன். ரொம்ப ஆசையாகப் பார்த்தாள். கிட்டப் போனேன். இப்படித்தான் ரத்த விளாறாகப் போய்விட்டது."

கடாப் பூனை பேசி முடிப்பதற்குள் "டப் டப்" பென்று பெரிய சத்தமாகக் கேட்டது. இரண்டும் ஒரு முறை துள்ளிவிழுந்தன.

"சற்று இரு. கேட்போம்" "டப் டப் டப், சூ சூ சூ."

"பலகையை யாரோ கழிகொண்டு தட்டுகிறார்கள். இரு அந்த ஒட்டை வழியாகப் பார்க்கிறேன்"

கடாப் பூனை எட்டிப் பார்த்தது.

"அப்பா ஒய்ந்ததுடாப்பா" என்றாள் மனுஷ்யஸ்திரீ கீழே இருந்து.

"ஓய்ந்ததா, சற்றுக்கழித்து ஆரம்பித்துவிடும்" இது புருஷனின் பதில்.

"சரி நீங்கள் வாருங்கள். அது போனால் போகிறது" என்று அழைத்தாள் பெண்.

"என்ன அவசரம்டாப்பா?" என்று கடாப் பூனை ஒட்டை வழியாகக் கிண்டலுக்கு ஆரம்பித்தது.

பெண் பூனை:– என்ன அங்கே.

க.பூனை:– அங்கும் இதுதான்.

பெ.பூனை:– என்ன?

க.பூ:– காதல்தான்.

பெ.பூ:– சற்று பாரேன், நானும் பார்க்கிறேன்.

க.பூ:– அங்கே ஒரு இடுக்கு இருக்கு.

பெ.பூ:– இதுதான் காதலா?

க.பூ:– பின்னே என்ன? நம்மைப்போலச் சண்டை போட வில்லை என்று பார்க்கிறாயாக்கும்? உன் மாதிரி காட்டுமிராண்டி என்று புருஷனை வைகிறாளா? அவள்?

பெ.பூ:– உன் மாதிரி, நீ வெறும் பொம்மனாட்டி – என்னை எதிர்த்து நிற்கிறாயே என்று சொல்லிக்கொண்டு அவன் விழ வில்லையே.

க.பூ:– எப்படியோ. சண்டையில்லை.

பெ.பூ:– அதுதான் எனக்கு ஆச்சரியமாயிருக்கிறது.

கடாப் பூனை:– ஆச்சரியமென்ன? அதுதான் நமக்கும் மனுஷ்யனுக்கும் வித்யாசம்.

மச்சுக்குக் கீழே.

புருஷன்:– திரும்பு, அந்த மல்லிகைப்பூ . . . . ஹம் – அப்பாடா, என்ன வாசனை!– கல்யாண வாசனை அடிக்கிறது – அப்பாடா, பரவசமா அடிக்கிறது.

மனைவி:– எனக்கும் ஒன்றுமே சொல்ல முடியவில்லேயே –ம். சிலிர்த்துப் போகிறதே.

புருஷன்:– உன் கை ஏன் இப்படி பூமாதிரி மிருதுவாக இருக்கிறது?

ம:– நான் அழகாக இருக்கிறேனா?

பு:– நீயா அழகாக இருக்கிறேனா என்று கேட்கிறாய்? நீயே பார்த்துக்கொள்ளேன் அந்தக் கண்ணாடியில். விளக்கை பெரிது பண்ணட்டுமா?

ம:– வேண்டாம், வேண்டாம், ஐயையோ வேண்டாமே.

பு:– சரி.

ம:– இதுதான் விஷமத்துக்கு ஆரம்பித்து வருகிறது.

பு:– விஷமம் என்ன, நீயே உன் அழகைப் பார்த்துக் கொள்ளலாமென்று நினைத்தேன்.

ம:– உங்களை சொல்லத்தானே சொன்னேன்.

பு:– அழகா இல்லாவிட்டால் தேவகோட்டைக்கு நான் பெண் பார்க்க வந்து, உன் அப்பா ரயில் சார்ஜ் கொடுக்கமாட்டேனென்று தகறாறு பண்ணி பேசின பேச்சுதவறி, நிச்சயமாகாதுபோல் இருக்கிற நிலைமையில் நான் உன்னைத்தான் கல்யாணம் செய்துகொள்ளப் போகிறேன் என்று ஏன் பிடிவாதமாக சொல்லவேண்டும்?

ம:– எனக்கும் கல்யாணம் நின்று போய்விடுமோ? என்று பயம்தான். ஆனால், ஆனால் ஸ்வாமி உங்களை எனக்கு என்று வைத்திருக்கும்போது எப்படி நடக்காமலிருக்கும்?

பு:– நானும் பிடிவாதமாய்த்தான் இருந்தேன்.

ம:– நான் எங்கேயோ தேவகோட்டையிலே ஒரு மூலையிலே கிடந்தேன். நீங்கள் இந்த ஊரில் இந்த சந்தில் இருக்கிறீர்கள். நாம் எப்படி சேர்ந்தோம் முன்னே பின்னே பார்த்துக்கொண்டதே இல்லை. அப்பா அம்மாவாகப் பார்த்து பண்ணிவைத்ததுதானே. ஒரு மாசம் முன்னாடி தனியாகத் திரிந்துகொண்டிருந்தேன். இப்பொழுது ஏன் இவ்வளவு லயித்துக்கிடக்கிறோம்? நீங்கள்

தி. ஜானகிராமன்

இவ்வளவு அன்பைக் கொட்டுகிறீர்களே, நான் அவ்வளவு அழகாகவா இருக்கிறேன்?

பு:— பின்னே வேறே யார் இந்த உலகத்திலே அழகாக இருக்கிறார்கள்?

ம:— நீங்கள் எத்தனையோ பெண்களைப் பார்த்துவிட்டு வேண்டாம் வேண்டாம் என்று சொல்லிவிட்டீர்களாமே. அவர்களை எல்லாம்விடவா நான் அழகாக இருக்கிறேன்?

பு:— அவர்களெல்லாம் அழகாக இருந்தாலென்ன? எனக்காக நீ இருக்கிறபோது எப்படி அதெல்லாம் அழகாகத்தோன்றும்? இனிமேல் ஒரு திரிலோகசுந்தரி வந்தால்கூட அங்கே மனது போகாது.

ம:—நானும் நினைத்து நினைத்துப் பார்க்கிறேன். முன்னே பின்னே பார்க்காமல், எப்படி ஒரு மாசத்துக்குள்ளே இப்படி லயித்துப்போய் மெய் மறந்து கிடக்கிறோம் என்று. ஒன்றுமே இல்லை. அதை நினைத்தால் சிலிர்த்துப்போகிறது.

மச்சின் மேல்

க:— கேட்டாயா பேச்சை?

பெ:— 'ம்'.

க.பூ:— எனக்கும் என் ஞாபகமே வருகிறது. என் கதை உனக்குத் தெரியாதே. ரொம்ப ஸ்வாரஸ்யமாக இருக்கும். போன மாதம் வரையில் — இரண்டு மூன்று வருஷமாக வேலூரிலிருந்தேன். போலீஸ் துரை ஹென்ரி போர்ட்டர் வீட்டில் என்னை வளர்த்து வந்தார்கள். அவருக்கு நான்கு குழந்தைகள். நான் ஐந்தாவது குழந்தையைப்போல. நான்காவது குழந்தை — விக்டோரியாவுக்கு என்னைக்கண்டால் வேண்டியிருக்காது.

பெ.பூ:— ஏன்?

க.பூ:— ஏன் என்றால் என்மேல் அவ்வளவு உயிர். என்னை விட்டு ஒரு நிமிஷங்கூட பிரிந்திருக்கமாட்டாள். பாலும் சாதமும் மாமிசமும் கணக்கு வழக்கே கிடையாது. இப்படி மூன்று வருஷம் ஆயிற்று. அப்புறம் எனக்கு வேலூர்வாசம் முடிந்து போய்விட்டது. உன்னை வந்து பார்த்து உன்னோடு சேரவேண்டுமென்று இருக்கும்போது வேலூர் வாசம் எப்படி நிலைக்கும்?

பெ.பூ:— வேலூரை விட்டு இத்தனை தூரம் தஞ்சாவூருக்கு வருவானேன்?

க.பூ:— ஹென்ரி போர்ட்டர்க்கு மூன்றாவது குழந்தை ஜான் போர்ட்டர் என்று ஒரு பயல். ஒன்பது வயதிருக்கும். அவனுக்கு என்னைக் கண்டால் வேப்பங்காயாக இருக்கும் போர்ட்டர் அந்தப் பயல் சவாரி செய்வதற்காக உள்ளூர் வண்ணானிடமிருந்து ஒரு கழுதைக்குட்டி வாங்கிக்கொடுத்திருந்தார். அழுக்குச் சுமக்கிற கழுதைக்கு துரை வீட்டுபிள்ளையைத் தூக்கினவுடன் திமிர் ஏறிவிட்டது. போர்ட்டரின் சலுகையை வைத்துக்கொண்டு எல்லாரிடமும் செல்லம் கொஞ்சும். பயிற்சிக்கு வந்த ஸப் – இன்ஸ்பெக்டர்களின் குதிரைகள் நாலுகால் பாய்ச்சலில் ஓடி வரும்போது, குறுக்கேபோய் மூக்கைத் துருத்திக்கொண்டு 'உம்' என்று நிற்கும் இது. குதிரைகள், சப் இன்ஸ்பெக்டர்கள் எல்லோருக்கும் ஆத்திரம். 'பத்மாஷ்' என்று ஒரு போக்கிரிக் குதிரை. அதனிடம்போய், பெரியமனுஷ்யர்களைக் காக்காய் பிடிக்கிறவன் மாதிரி, இந்தக்கழுதை அதன் வாலைப்போய் மூந்து பார்த்திருக்கிறது. அவ்வளவுதான். 'பத்மாஷ்' விண்ணென்று விட்டது ஒரு உதை. கழுதைக்குட்டியின் வெள்ளி மூக்கு சிவப்பு மூக்காகிவிட்டது. வலி தாங்காமல் அது அப்பால் ஓடி வந்துவிட்டது. எனக்குப் பரிதாபமாக இருந்தது. அதனருகில் போய், 'உனக்கேன் இந்த வம்பு' போக்கிரிகளோடு சங்காத்தமே எப்பொழுதும் ஆபத்து, பேசமாலிருக்கப்படாதோ நீ?' என்று கேட்டேன். யார் மேலேயோ கோபம் எங்கேயோ காண்பித்தானாமே, அதுமாதிரி கழுதைக்கு நான் கேட்டது தாங்கவில்லை:

பின்னங்காலால் ஒரு உதைவிட்டது. என் முதுகில் நல்ல அடி. இந்தக்கிறுக்கனிடம் போய் இரக்கம் காட்டினோமே என்று வருத்தப்பட்டுக்கொண்டே நான் ஓடி விட்டேன். இதை எல்லாவற்றையும் கழுதைச்சவாரி ஜான்பயல் பார்த்துக்கொண் டிருந்தான் போலிருக்கிறது, விழுந்து விழுந்து சிரித்தான். எனக்கு மானம் போய்விட்டது. உடனே நேராக, துரையின் காம்ப் கிளார்க் கண்ணுசாமி வீட்டிற்கு ஓடிவந்துவிட்டேன். ஒரு மாதம் அவர் வீட்டிலேயே இருந்தேன். அவருக்கு இங்கு மாற்றலானதும் என்னையும் இங்கே அழைத்துவந்துவிட்டார். இந்தத் தெருக்கோடி வீட்டில்தான் ஜாகை அவருக்கு. இன்று காலை வரையில் உன்னைப்பார்த்ததே இல்லை நான். இன்று தான் முதன் முதலாகச் சந்தித்திருக்கிறேன். அதற்குள்ளேயே இவ்வளவு கட்டுண்டு போய்விட்டது மனசு. ஆ! முன்னே பின்னே பார்க்காதவளிடம் என்னமா இவ்வளவு பாசம் வந்தது என்று நினைத்து நினைத்துப்பார்க்கிறேன். ஆச்சரியமாக இருக்கிறது. மனுஷ்யர்களும் நாமும் ஒன்றாகத்தானிருக்கிறோம்.

பெண் பூனை:— அதுதான் காட்டுமிராண்டி மாதிரி மேலே வந்து விழுந்தாயாக்கும் மனிதனும் நாமும் ஒன்று என்கிறாயே. மனுஷனுக்கு இரண்டு மூன்று புருஷர்கள் இருக்கிறார்களோ?

கடாப் பூனை:– நான் என்னமோ இது வரையில் காதலே கொண்டதில்லை.

பெ.பூ:– யாரோ அழகாக ஒரு பூனையோடு சண்டை போட்டேன் என்று சற்று முன்னாடி சொன்னாயே.

க.பூ:– ஆனால் நான் காதலிக்கவில்லையே.

பெ.பூ:– பொய் சொல்லுகிறாய் என்று முகம் சொல்லுகிறதே. சரி, போ, நீ காதலே கொண்டதில்லையா!

க.பூ:– இதுதான் முதல் தடவை.

பெ.பூ:– அப்படியானால் உனக்கு இப்பொழுது தான் வயது வந்திருக்கிறது என்று நினைக்கிறேன். உன்னைவிட நான் பெரியவள், தெரியுமா? எனக்கு முன்னாடியே ஐந்தாறு குட்டிகள் உண்டு.

க.பூ:– ஹா.

பெ.பூ:– என்ன பிரமித்துவிட்டாய்?

க.பூ:– ஐந்தாறு குட்டிகளுண்டா? சரி, நீ எப்படி இருந்தா லென்ன? என் மனசு உன்னிடம் போய்விட்டது. இனிமேல் வேறு எங்கும்போகாது. நாம் மனிதன் மாதிரி இருக்க வேண்டும்

பெ.பூ:– மனிதன் மாதிரி இருக்க முடியுமா? ஒரு நாளும் முடியாது.

க.பூ:– எல்லாம் இருக்கலாம், மனமிருந்தால் உண்டு. எல்லாப் பூனைகளிடமும் இதைச் சொல்ல வேண்டும். ஒரு பூனைக்கு ஒரு பூனைதான் ஜோடி. அப்புறம், இரண்டு பூனைக்கு இது மாதிரி ஒரு மச்சு தேடிக்கொள்ளவேண்டும். அப்பொழுது தான் மனசுக்கு ஸந்துஷ்டி, நிம்மதி எல்லாம் கிடைக்கும்.

பெ.பூ:– நீ இப்படித்தான் சொல்லிக்கொண்டிருப்பாய். அப்புறம் எவளாவது மீசையை நீட்டிக்கொண்டு, கண்களை மூடித்திறந்துகொண்டு, வந்தால் இந்த வைராக்யமெல்லாம் பறந்து போய்விடும்.

க.பூ:– உன்னைப்பார்த்த பிறகா?

ooo

நான்கு மாதம் கழித்து . . . . கீழே . . . . . . மானிட தம்பிகள்.

மனைவி:– ஏன் இத்தனை நாழி இன்றைக்கு?

புருஷன்:– ஏன்னா பள்ளிக்கூடத்தில் வேலை இருந்தது. வாத்யார்கள் மீட்டிங்.

ம:— பத்துமணி வரையிலா மீட்டிங் நடந்தது?

பு:— ஆமாம்.

ம:— நேற்று?

பு:— நேற்றுப் பையன்களெல்லாம் டீபார்ட்டி கொடுத்தார்கள்.

ம:— முந்தாநாள்?

பு:— உன் தலை!

ம:— ஒரு மாசமாக இப்படித்தான் ராத்திரி பத்து மணிக்குப் பிறகுதான் வருகிறீர்கள்.

பு:— ஏன், உனக்குப் பசித்ததானால், சாப்பிட்டுவிடேன் எனக்காகக் காத்திருக்க வேண்டாம்.

ம:— ஆமாம், உடனே இப்படித்தான் பேசத்தெரியும்.

பு:— பின்னே என்ன? வேலை இருந்தால் நாழியாகிறது வருகிறதற்கு . . . தினம் இப்படி வருகிறாயே என்று வாசலில் நுழைகிறதற்கு முன்னால் மனுஷனைப் பிடுங்கித்தின்றால்?

ம:— சரின்னா, நான் ஒன்றும் சொல்லவில்லை. மூஞ்சி யெல்லாம் இப்படி வாடிவதங்கி வருகிறேளே எத்தனை நாழி பட்டினி கிடப்பேள் என்று சொன்னேன்.

பு:— சரி சரி போ.

ம:— சரி, சட்டையைக் கழற்றிவிட்டு காலை அலம்பிக் கொள்ளுங்கள். யாரோ சாயங்காலம் உங்களைத் தேடிக்கொண்டு வந்தார்கள்.

பு:— யாரு? பேர் கேட்டு வைத்துக்கொண்டாயா? புருஷாளைக் கண்டவுடன் வாசலுக்குள் ஓடி ஒளிந்துகொண்டு விட்டாயா?

ம:— வந்தது புருஷர் இல்லை. பொம்மனாட்டி.

பு:— பொம்மனாட்டியா?

ம:— ஆமாம். ஸரஸ்வதியாம்.

பு:— சரஸ்வதியா? யாரது? எதுக்காகவாம்?

ம:— ட்யூஷன் வைத்துக்கொள்ள வேண்டுமாம்.

பு:— அது யார், ஸரஸ்வதியா?

ம:— டி.ஸி. ஸரஸ்வதியாம்?

பு:— கல்யாணமய்யர் பெண்ணோ? டி.ஸி. என்று சொல்லு கிறாயே விலாசம் கொடுத்தாளா?

ம:— ராஜகோபால் ஸ்வாமி தெருவாம்.

பு:— ஓகோ, சிதம்பரய்யர் பெண் தான். சரி சுருக்க இலையைப் போடு. சாப்பிட்டு விட்டுப்போய்ப்பார்த்து விட்டுவருகிறேன்.

ம:— ரொம்ப நாழியாகிவிட்டதே. காலமே போகப்படாதா?

பு:— சரி, ஆரம்பிக்கும்போதே அஸ்து சொல்லு. ஒரு காரியத்தை நினைக்க வேண்டியதுதான் உடனே அதற்கு ஒரு ஆக்ஷேபம்.

ம:— சரி, பேஷ் பேஷாகப் பார்த்துவிட்டு வாருங்கள்.

மச்சின் மேல்

கடா பூனை:— என்ன ஆயிற்று?

பெ.பூ:— நாம் அப்பொழுது சண்டை போட்டோம். இப்பொழுது காதலுக்குப் பிறகு அவர்கள் சண்டை போடு கிறார்கள். புருஷன் குஸ்திக்கு ஆரம்பித்துவிட்டான். சிள்ளு புள்ளுன்று விழுகிறான்.

கீழே

புருஷன்:— வந்தவர்கள் சொன்னதை முழுக்கச் சொன்னால் தேவலை, அந்தப்பெண் இங்கே காலையில் வருகிறேன் என்று சொல்லிவிட்டுப் போனாளாமே. ஏன் அதைச்சொல்லலில்லை?

மனைவி:— சொல்லலாம் என்றுதான் நினைத்தேன். வாயைத் திறக்கிறதற்கு முன்னாடிதான் அஸ்து சொல்லுகிறேன், அபசகுனமாகக் குறுக்கே நிற்கிறேன் என்று ஆரம்பித்து விடுகிறீர்களே?

பு:— சரிசரி போ. போன காரியம் ஆய்விட்டது.

ம:— என்ன?

பு:—முப்பது ரூபாய் மாதம். வாரம் நான்குநாள். கணக்குமட்டும் சொல்லிக்கொடுக்க வேண்டியது.

ம:— அந்தப் பெண்ணுக்கா?

பு:— ஆமாம்.

ம:— என்ன வாசிக்கிறாள்?

பு:— ஸ்கூல் பைனல்.

○○○

இன்னும் ஆறுமாதம் கழித்து காம்ப் கிளார்க் வீட்டிற்குப் பெண்பூனை போயிற்று.

பெண் பூனை:– இங்கே வா.

கடா பூனை:– என்ன அவ்வளவு அவசரம்?

பெ.பூ:– வாயேன்.

க.பூ:– எங்கே?

பெ.பூ:– என் வீட்டுக்கு.

க.பூ:– என் வீட்டுக்கா? இதென்ன புதுப்பேச்சு? 'நம்வீட்டுக்கு' என்று சொல்லக்கூடாதா?

பெ.பூ:– அப்படித்தான் சொல்லுவேன் நீ வா.

க.பூ:– விஷயம் என்ன?

பெ.பூ:– நீயே பார்த்துக்கொள்.

○○○

மனைவி:– நீங்கள் ட்யூஷன்தானே சொல்லிக் கொடுக்கிறீர்கள் அந்த ஸரஸ்வதிக்கு.

பு:– ஏன்?

ம:– கேட்டேன்.

பு:– ஆமாம், ஏன்?

ம:– கணக்குத்தானே?

பு:– இதென்ன விசாரம் உனக்கு இப்பொழுது?

ம:– வேறே ஒன்றும் சொல்லித்தரவில்லையா?

பு:– இல்லை.

ம:– கடிதாசு எழுதக் கற்றுக்கொடுத்திருக்கிறீர்கள் போலிருக்கிறதே!

பு:– ஏன் இந்த சந்தேகம்?

ம:– இதனால்தான்,

என்று சொல்லி ஒரு கடிதத்தை நீட்டினாள் மனைவி. "அப்பா ஊரில் இல்லை. அம்மா ஒன்பது மணிக்கு கோவிலுக்குப் போகிறாள். நான் ஒண்டியாக இருக்கிறேன். துணைக்கு ஒருவருமில்லை. தயவுசெய்து வரவேண்டும். கட்டாயம் வரவேண்டும்."

என்று பென்ஸிலால் எழுதி இருந்தது. புருஷன் முகம் வெளுத்து விட்டது. சமாளித்துக் கொள்ள பிரம்மப் பிரயத்தனம் செய்தான்.

ம:– கோயிலுக்கு இருட்டில் போகிறவன் பெண்ணையும் இழுத்துக்கொண்டு போகக்கூடாதா? துணைக்கு ட்யூஷன் வாத்தியார் இல்லாமல் சரிப்படவில்லையாக்கும்?

பு:– சீ, இடம் தெரியாமல் பேசாதே.

ம:– இடந்தான் தெரிந்து கிடக்கிறதே!

பு:– துணைக்குக் கூப்பிட்டால் என்ன தப்பு?

ம:– அதிலே ஒன்றும் தப்பில்லை. வாத்தியாரோடு போட்டோ எடுத்துக்கொள்கிறதும் தப்பில்லை.

பு:– வருஷா வருஷம் எல்லாக் குழந்தைகளும் வாத்தியாரோடு போட்டோ எடுத்துக்கொள்வது வழக்கம்தானே.

ம:– இந்தப் பதினெட்டு வயதுக்குழந்தையும் ட்யூஷன் வாத்தியார் தோள்மேல் கைபோட்டுக்கொண்டு போட்டோ எடுத்துக்கொள்கிறது வழக்கம்தான் போலிருக்கிறது.

பு:– சீ, சீ, அல்பமே பேசாதே. உன்னை யார் என் பெட்டியைத் திறக்கச் சொன்னா?

ம:– பெட்டியை வேறு திறக்க வேண்டுமா? மேஜைமேல்தான் 'ஆக்ஸ்போர்ட்' டிக்ஷனரியில் இருந்தது.

பு:– அது உன் கண்ணில் விழுந்ததே. உன் கண்ணில் தோஷம் தானே படும்.

ம:– வேறே என்ன இருக்கிறது அங்கே?

பு:– சீ வாயே மூடு

ம:– வாயே மூடிண்டுதான் இருக்கனும்.

பு:– என்ன மேலே மேலே பதில் பேசுகிறாய்?

உடனே மூர்க்கத்தனமாகப் பாய்ந்து கன்னத்தில் ஓங்கி ஒரு அறைவிட்டான். கன்னத்தைப் பிடித்துக்கொண்டே அப்படியே துவண்டு கீழே விழுந்தாள் அவள்.

மேலே துண்டைப்போட்டுக்கொண்டு, செருப்பையும் மாட்டிக்கொண்டு அவன் வேகமாக வெளியே போனான்.

ooo

பெண் பூனை:– என்ன, கேட்டியா? மனிதன் மாதிரி இருக்க வேண்டுமென்று சொன்னாயே." கடாப் பூனை மௌனம் சாதித்தது.

"இவன் யார்"? என்று கேட்டுக்கொண்டே அங்கு இன்னொரு கடாப்பூனை வந்து சேர்ந்தது. நல்ல வளர்த்தி. முதல் கடாப் பூனைப்போல் ஒன்றரை மடங்கு பெரிதாக இருந்தது. கண் ரத்தம் கக்கிற்று.

"இவன் யார்"? என்று பெரிய கடாப்பூனை கேட்டது.

"இதுவா? போனவருஷம் வேறு காதலே கொண்டதில்லை என்று பொய் சொல்லிற்று என்று சொல்லவில்லை நான் – அதுதான் இது. வேலூர்ப்பூனை. என்னைத்தவிர வேறு ஒருத்தியிடமும் மனசைத்திருப்பமாட்டேன் என்று சபதம் பண்ணிற்றே, அந்த ஏகப்பத்தினி விரதர்", என்று ஏளனமாகச் சொல்லிவிட்டு, சிரித்துக்கொண்டே பெண்பூனை பெரிய பூனையுடன் ஓடிவிட்டது. போகும்போது "நானும் மனுஷன் மாதிரியேதான் செய்கிறேன்" என்று வேலூர்ப் பூனையைப் பார்த்துக் கத்திவிட்டுப் போயிற்று.

வேலூர்ப்பூனை, கொதிக்கிற பாலில் நாக்கை வைத்தாற்போல் அவமானத்தில் துடித்துக்கொண்டே திரும்பியது.

கிராமஊழியன், ஆண்டுமலர் 1944

பணக்காரன்

தண்டு மூன்று மோட்டார்கள் வாங்கி விட்டான். சின்ன 'சைஸு'க்கு ஒரு பேபி ஆஸ்டின், பெரிதாக ஒரு பி. 8 போர்ட் மோட்டார். உபயோகத் துக்கு ஒரு பழைய செவர்லட்.

எந்தக் காரில் போனாலும் தனியாகப் போவது கிடையாது. வண்டி பிதுங்கப் பிதுங்க ஏழெட்டு நண்பர்கள் உட்கார்ந்திருப்பார்கள். சில நாளைக்கு ஒரு மோட்டார் பற்றாமல், பழைய செவர்லட்டிலும் நாலைந்து நண்பர்களை ஏறிக் கொள்ளச் சொல்லுவான். பத்தில் எட்டில் மூன்று கார்களும் தண்டு கோஷ்டியாரை ஏற்றிக்கொண்டு ஒன்றன்பின் ஒன்றாகப் போய் ஆர்யபவன் வாசலில் வந்து நிற்கும். சகாக்களுக்கும் 'டிபன்' – தண்டுவின் செலவில். பத்து கிளாஸ் பாதம்கீர் குடிப்பவனுக்கு ஐந்து ரூபாய் என்று போட்டிவைப்பான் தண்டு. பந்தயத்தில் குறைந்த பக்ஷம் நாலுபேராவது கெலித்துவிடுவார்கள். அதற்காக அல்பத்தனமாக ஐந்து ரூபாயைப் பிரித்துக் கொடுத்துவிட மாட்டான் தண்டு.

"டேய், இது பள்ளிக்கூடத்து வியாசப் போட்டி யில்லை. பத்திரிகைப் 'பஸல்' இல்லை. பரிசை 'பிராக்கட்' செய்து கொடுக்க. இந்த நாலு பேருக்கும், அஞ்சு, பத்து, பதினஞ்சு, இருபது – சரிதானா.

"சபாஷ்!"

"வாஹ்!"

"காபிடல்!"

கடைசி மூன்று வார்த்தைகளும் நண்பர்களின் ஆமோதம்.

சரி, செலவு என்ன ஆயிற்று தண்டு வீட்டைவிட்டு கிளம்பியது முதல்? பதினெட்டு பேருக்கும் டிபன் முப்பத்து ஆறு ருபாய். பீடா, புகையிலை, சிகரட், குண்டு கிருஷ்ணமாச் சாரிக்குப் பட்டணம் பொடி – இதெல்லாம் மூன்று ரூபாய். பிறகு 'கடப்பா எக்ஸ்பிரஸ்' ஸ்டண்ட் படம் பார்த்ததற்கு டிக்கட், கிரஷ் உட்பட நாற்பது ரூபாய். ஆக, சினிமா பாதி முடிவதற்குள் எண்பது ரூபாய் தீர்ந்துவிட்டது.

○○○

விருத்தாந்தத்தை முடித்து "ரொம்ப குஷிப் பேர்வழியில்லையா தண்டு! இப்படி யாருக்கு மனசு வரும்?" என்று தண்டு கோஷ்டி யின் முக்ய நபரான நன்னாச்சு கேட்டான் என்னை.

"அவனுக்கு ஏது இவ்வளவு பணம்?" என்று கேட்டேன். தண்டு மூன்று மாசத்திற்கு முன் எங்களைப்போல் இருந்தவன் தான்.

"ஏதோ? அப்படிக்கேளு. நீ பி.ஏ. பாஸ் பண்ணிவிட்டு வேலைக்கு மனு போட்டிண்டிருக்கே. நான் நூறு காபி மனு 'டைப்'பே அடிச்சு வச்சிண்டிருக்கேன். இன்னும் நமக்குப் பதில் வந்தபாடில்லை. அதிர்ஷ்டம் வேண்டாமா? அது தண்டுக்குத் தான். ஸெகண்ட் பாரம் குண்டு அடிச்சுப்பிட்டு பன்னிரண்டு வருஷமாத் தண்டச்சோறு தின்னுண்டு திரிஞ்சிண்டிருந்தான் தண்டு. திடீர்னு மதுரையில் யாரோ அவனுக்கு தூரத்து உறவாம். செத்துப் போனாளாம். தூங்கிண்டிருந்தவனை எழுப்பிண்டு போய், ரயிலில் ஏற்றி 'நீதாண்டாப்பா' வார்சு என்று ஒண்ணரை லக்ஷம் ரொக்கமாகக் கொடுத்தார்கள். இப்ப பய மன்னன் மாதிரி ஆள்றான். மூணுகார். பொண்டாட்டி உடம்புலே பதினாயிரத்துக்கு நகை. பசுபதி உடையார் ராஜாங்கம்னு ஒரு தாசி வச்சிண்டிருந்தார். ரகுநாதய்யர் செல்லமணின்னு ஒரு தாசியை வச்சிண்டிருந்தார். இந்த ரண்டு பேரையும் வசப்படுத்திவிட்டான் தண்டு. இவன் கார்வாரைப் பார்த்து, எத்தனை தேவடியாள் 'குட் வில்'லை இவங்கிட்ட மாத்திக்கத் துடிச்சிண்டிருக்கா தெரியுமோ?"

"நீயும் அதிர்ஷ்டக்காரன்தான். தண்டு உனக்கு ரொம்ப 'சம்'மாமே?"

"சம்மா? இரண்டு பேரும் ஒரே 'லைப்'னுதான்னு வச்சுகோயேன். நீ ஏன் வரமாட்டேங்கறே அங்கே?"

"எங்கே?"

"தண்டுவாத்துக்கு."

"எனக்கு அவனைத் தெரியாதே?"

"உன்னோடு படிக்கலை அவன்?"

"மூணாம் கிளாஸ் வரையில் என்னோடு படிச்சான். அப்புறம் வேறே வேறே ஸெக்ஷன்லெ போட்டுட்டா. அதோட விட்டுப்போச்சு."

"பரவாயில்லை. என்னோட வாயேன். மறுபடியும் ஞாபகப் படுத்தி வைக்கிறேன்."

"அங்கே என்ன வேலை எனக்கு?"

"சும்மா குஷியாய் இருக்கறது."

"ஆமாம்."

"அதான். சுத்தக் கிணத்துத் தவளைகள் நீங்கள்? என்ன சங்கோசம் இது? உலகம் தெரியவாண்டாமோ?"

"எனக்குத் தலையை வலிக்கிறது."

"அப்ப என்னிக்கு வரே?"

"பார்க்கலாமே."

"அப்ப நான் வரட்டுமா? மணி நாலு பத்தாகிவிட்டதே. நாலு மணிக்கே வந்துவிடச் சொன்னான் தண்டு. நான் வரேன்.

○○○

மறு நாளைக்கு நானும் என் சகாக்களும் ஆர்யபவனில் டிபன் சாப்பிட்டுக்கொண்டிருந்தோம். என்ன டிபன்! பட்டணம் பகோடா. அரைகப் காபி. காபியை ஆற்றிக்கொண்டிருக்கும்போது ஒரே சிரிப்பும் இரைச்சலுமாகக் கேட்டது. வந்துவிட்டான் தண்டு. கூடப் பெரிய பரிவாரம். எண்ணினேன். பன்னிரண்டு பேர்கள் இருந்தார்கள். தடதடவென்று நாற்காலிகள் இழுபட்டன. சரசரவென்று செருப்புகள். பட்பட்டென்று 'பூட்'டுகள்.

"வாங்கோண்ணா."

"என்ன சங்கரா என்ன இன்னிக்கி?"

"கொண்டுவரேன். என்னன்னு கேக்கலாமாண்ணா?" என்றான் சங்கரன் – ஸர்வர்.

"யார்ராது. நீயா?" என்றான் நன்னாச்சு.

"தண்டு, நம்ப ராமனைத் தெரியாது உனக்கு."

"ஓ தெரியுமே. நாங்கதான் மூணாம் கிளாஸிலே சேர்ந்து வாசிச்சோமே. சங்கரா, அவா பில்லையும் சேர்த்துப் போட்டுடு நம்மோட."

"சரீண்ணா."

நானும் என் சகாக்களும் தண்டு கோஷ்டியோடு இரண்டாம் முறை டிபன் சாப்பிட்டோம். வெளியில் வரும்போது ஐந்தரை மணியாய் விட்டது. நாலரை மணிக்கு உள்ளே நுழைந்த ஞாபகம்.

நாற்பது ரூபாயை எடுத்து வீசினான் தண்டு.

"கடைக்கு எவ்வளவுடா, நன்னாச்சு?"

"முப்பத்து ஒரு ரூபாய், அரையணா."

"சரி மீதி. சில்லரையை வாங்கி வச்சுக்கோ. நான் நாயர் கடையில் பீடா கட்டச்சொல்றேன்.

"நான் வரட்டுமா சார்?" என்றேன் நான்.

"என்னப்பா? சினிமாக்குப் போறோம்."

"சேர்ந்து போகலாமே."

"இல்லை . . . இன்னொரு நாளைக்கு –"

"ஏன்? ஜோலியிருக்கா?"

"ஆமாம்?"

"சும்மா வாப்பா."

" . . ."

"சும்மா வா."

"பீடாப் போடு, புகையிலே போடுவாயா?"

"ம்ஹூம்."

"சிகரெட்?"

"வாண்டாம்."

"பீடா."

"போட்டுக்கறோம்."

"இந்தாடா சில்லரை தண்டு" என்று நன்னாச்சுவும் நண்பர்களும் வந்தார்கள்.

"இந்த சில்லரை கொடுக்காட்டா குறஞ்சு போயிடுவேனோ? ஏண்டா கூஸ்?"

"இல்லேடா" என்று சிரித்துக்கொண்டே கடியாரப் பையில் சில்லரையைப் போட்டுக்கொண்டான் நன்னாச்சு.

◯◯◯

நாலுநாள் கழித்து நன்னாச்சு வந்தான்.

"பாத்தியா? தண்டு எப்படி?"

"ஏ அப்பா, நீ அப்புறம் அந்த சில்லரையைத் திருப்பிக் கொடுக்கலையே?"

"நேத்திக்கிக் கொடுத்தானே அதையா?"

"நேத்திக்கா! நேத்திக்கி வேறெயா? சரிதான் இதுலெ மாசம் உனக்கு எவ்வளவு கிடைக்கும்."

"போடா முட்டாள். நீ ரொம்ப சாது"

◯◯◯

அன்று சாயங்காலம் ஐந்து மணியிருக்கும். காந்தி பார்க் வாசலில் நின்று கொண்டிருந்தேன்.

எனக்கு முன்னால் வந்து தண்டுவின் ஆஸ்டின் கார் நின்றது.

"என்னப்பா ராமன்?"

"என்ன சேதி?"

"கார்லே ஏறிக் கொள்ளேன்."

"எங்கே?"

"ஏறிக்கொள்ளென்றால்!"

"எங்கேப்பா?"

"வா தஞ்சாவூர் போயிட்டு வருவோம்."

"தஞ்சாவூருக்கா? எதுக்கு?"

"சோடா சாப்பிட்டு விட்டு வருவோம்" கும்பகோணத்திலிருந்து தஞ்சாவூருக்கு சோடாக் குடிக்கவாம்! ஏறிக் கொண்டேன். சோடாக் குடித்துவிட்டு வந்தோம்.

◯◯◯

இதன் மத்தியில் எனக்கு டில்லியில் குமாஸ்தா வேலை கிடைத்து விட்டது. அறுபது ரூபாயில் பனிரண்டு ரூபாய் வாடகைக்குப் போய்விட்டது. சாப்பாடு ஒடுக்கி முப்பத்தெட்டு ரூபாய். ஒரு டிபனுக்கு ஆறனா! கும்பகோணத்தில் ஆறணாக்கு ஒரு டிபன்

சாப்பிட்டு விட்டு "வீர்யமாலா" பார்த்துவிட்டு, ஒரு வடையமும் போட்டுக்கொண்டு வந்துவிடலாம். இப்பொழுது ஒரு தண்டு இருந்தால், அறுபது ரூபாயை அப்படியே 'முளையடித்த டிபாஸிட்டி'ல் போட்டுவிடலாம்.

நன்னாச்சு அதிர்ஷ்டக்காரன்தான்.

ஊருக்கு எப்பொழுது போய் அம்மா கையால் வற்றல் குழம்பு சாப்பிடப் போகிறோம் என்றாகிவிட்டது. எல்லாம் ஆறு மாதத்திற்குள், ஹோட்டலில் சாப்பிட்டுவிட்டு, ஹோட்டல் காரனை வைதுகொண்டே வந்தோம். ஊரிலிருந்து கடிதம் வந்திருந்தது. தங்கைக்குக் கலியாணமாம், உடனே புறப்பட்டு வரும்படி. செலவுக்குப் பணமும் அனுப்பிருந்தார் அப்பா.

புறப்பட்டாய் விட்டது. நாலு நாள் கும்பகோணம் வந்தாய் விட்டது. வண்டி பேசிக்கொண்டே சாமானைக் கொண்டு வைத்தேன்.

"ஆறு அணா கொடுய்யா" என்றான் வண்டிக்காரன். கள் நாற்றம் குப்பிட்டது. மூக்கைப் பிடித்துக் கொண்டு ஏறினேன்.

ஏறினவுடன் "என்னப்பா ராமனா?"

"யார்றா அது?"

"நான்தான்பா தண்டு."

"தண்டுவா."

"தண்டுதான்."

"என்னடாது? இதென்ன உத்யோகம்?"

"எல்லாம் போயிட்டுது. இப்ப வண்டி வச்சு ஓட்றேன்" இன்னிக்கி வண்டிக்காரப் பய வரலை. நானே ஓட்றேன்"

"என்னமாப் போச்சு?"

"நீ தான் பாத்திருக்கியே."

"ம் பூணல் எங்கே?"

"பூணல் எதுக்கு? இப்ப நீ எங்க இருக்கே?"

சந்திரோதயம், ஜனவரி 1946

நரை

மாடி அறையில் வாசித்துக்கொண்டிருந்த சின்னசாமிக்கு அவளைப் பார்க்க வேண்டும் போலிருந்தது, விளக்கைக்கூட சிறிது பண்ணாமல் கீழே இறங்கி வந்தான். கூடத்தில் அவள் இல்லை. வாசல் குறட்டில் உட்கார்ந்து சுப்பலட்சுமியுடன் பேசிக்கொண்டிருந்தாள். சுப்பலட்சுமி அவளுக்குத் தாய்வழியில் தூரத்து உறவு. சப்தஸ்தானப் பல்லக்குப் பார்க்க வந்திருந்தாள். நாட்டுப் புறத்தைச் சேர்ந்தவள். சாண் பிள்ளையானாலும் ஆண் பிள்ளைகள் முன்னால் நின்ற கொண்டே பேசுகிறவள். சம்பந்தி வீட்டு உறவு நாணத்தை இன்னும் நெளிய வைத்தது. ஆகவே சின்னசாமி வாசல் பக்கமும் போகாமல் தனத்தையும் கூப்பிடாமல் வரட்டும் என்று கூடத்தில் இருந்த சாய்வு நாற்காலியில் சாய்ந்துகொண்டான். பேச்சு நடுக் கட்டத்தை அடைந்திருந்தது.

"விலை?"

"இரண்டாயிரத்துக்குமேல் ஆயிடிச்சி. குறைச்ச லாக வாங்கலாம். இது நீல ஜாதி. அதான் விலை கூடி போச்சி."

"இந்த தோடே இவ்வளவு ஆச்சின்னா களுத்து அட்டிகை என்ன ஆகியிருக்குமோ. பளபளன்னு வீசிக் கொட்டுதே."

"வைரம் அவ்வளவு ஒஸ்தி இல்லே. எல்லாமாக ஆயிரம் ரூபா ஆயிடிச்சி."

"சங்கிலி பத்து பவுனுக்கு மேல் இருக்கும் போல் இருக்கே."

கச்சேரி

"பனிரண்டு பவுன்."

"கல்யாணம் கார்த்திகைன்னா எடுத்துப்போட்டுக்கப் பொட்டியிலே இன்னும் எதாச்சிம் வச்சிருப்பே."

"இருக்கு, ஒட்டியாணம் ஒண்ணு இருவது பவுனிலே! களுத்து அட்டிகை மாதிரியே கல் வச்ச வளையல் இரண்டு ஜோடி இருக்கு."

"என்னமோ ஆத்தா, பொறந்த இடம் சுமாரா இருந்தாலும் பூந்த இடம் நல்லா அமஞ்சிடிச்சி; அவரும் தங்க கம்பீன்னுதான் எல்லாரும் சொல்லிக்கிறாங்க."

"உரக்கக் கூட பேசமாட்டாங்க அத்தே. ஊரிலே ஒரு பகை கிடையாது. என்னையும் சீ நாயே அப்படி இப்படின்னு ஒரு சொல்லு அதிந்து சொல்லி இருக்கமாட்டாங்க."

"அதைச் சொல்லு ஆத்தா. நகை நட்டு எல்லாம் கிடக்கட்டும் ஒரு பக்கம்."

"நீ பத்து நாளாச்சும் இருந்து பாக்கணும் அத்தை அவங்களை. எப்பபாத்தாலும் வேடிக்கையா பேசிட்டே இருப்பாங்க. அவுங்க பேசுரதை கேட்டா விலாவெல்லாம் இளுத்துக்கிடும்."

"என்னமோ ஆத்தா, எல்லாம் நல்லாவே அமைஞ்சு போச்சு, கட்டி கொடுத்து ஏளு எட்டு வருசம் ஆச்சேன்னு எல்லாரும் கவலைப்பட்டுகிட்டே இருந்தாங்க. இப்ப சாமி அதையும் குறைக்கலே. எத்தினை மாசம்?

"ஏளு மாசம். இன்னம் ஒரு வாரத்திலே ஆத்தாவும் அய்யாவும் அளச்சிப்போக வரேன்னு எளுதி இருக்காங்க."

"என்னமோ போ. ஒண்ணும் குறைவு வராது உனக்கு."

"நீ என்னா அத்தே. மனிசங்களுக்கு ஒரு குறைகூட இருக்காதுன்னு நினைச்சிட்டியா?"

"மேனி முளுக்க பூரிப்பு, பூவாட்டம் புருசன், வயித்திலே பூச்சி இன்னும் என்னாத்தா வேணும்."

"இஞ்சயும் ஒரு நரை இருக்கத்தான் இருக்கு."

"நரையா?"

"கருகருன்னு மயிர் இருந்தாலும் கண்ணுக்கத் தெரியாத ஒரு நரை மயிர் இருக்குன்னு சொல்றேன். நல்ல வேளையா நீ வரயிலே ஊருக்குப் போயிருக்கு."

"யாரு, மாமியாளா?"

“பின்னே யாராயிருப்பாங்க.”

சின்னசாமி நிமிர்ந்து உட்கார்ந்தான்.

“ஏன் அவுங்களுக்கு என்ன?”

“மாமியாள்ளாம் எப்படி இருப்பாங்க? மருமவளை ஏமாத்தறதும் மவளுக்கு வாரிக்கட்றதும்தான் அவங்க மணியம்.”

“ம்... இங்கயும் அப்படித்தான் இருக்கா?”

“மகா சின்ன புத்தி. இம்மாம் சொத்துக்கு இவ்வளவு அல்பத்தனம் உதவாது.”

சின்னசாமி மூச்சு தடைப்பட்டு பேச்சில் வயித்தான்.

“ஊருக்குப் போயிருந்தப்போ என் கை காசு போட்டு ஒரு அலுமினிய டவரா வாங்கியாந்திருந்தேன். நீளமா கைப்பிடி வச்சிருக்கும், மூணரை ரூபாய் விலை ஆச்சு. நான் ரொம்ப ஆசையா அதை வச்சிகிட்டு இருந்தேன்னு அதுக்கு தெரிஞ்சு போச்சு. போன மாசம் சின்னவ வந்து இருந்தா. வண்டை வத்தல் எடுத்துக் குடுக்கிறேன்னு அதுலே கட்டி குடுத்துட்டா மவராசி. வத்தல் குடுக்கிறதுக்குப் பிடிவச்ச டவராதானா கிடைச்சது! நான் ஆசையா வச்சுட்டிருந்தேன்ல அது பொறுக்கலே ஆத்தாளுக்கு. அட அல்பமேன்னு நினைச்சுக்கிட்டேன்.”

“சை” என்று உள்ளே சின்ன சாமி வெறுத்துக் கொண்டான். குடம்பாலில் அரணை விழுந்து செத்துவிட்டாற்போல் இருந்தது. அவனுக்கு: உடல் தாங்காத ஒரு கோபத்தில் மார்பு விம்மிற்று; கரகரவென்று அவளை இழுத்து வந்து மிதித்து நசுக்கிவிடலாம் போல அவன் காலும் கையும் துடித்தன. அளவுக்கு மீறிய தைரியத்துடன் இந்த மிருக வெறியை எப்படியோ சமாளித்துக் கொண்டு உட்கார்ந்திருந்தான். இருளும், புகையும் எழுந்து உள்ளத்தை அடைத்துகொண்டிருந்தன.

“அதைத் திருப்பி கொடுக்கலே அவ?”

“திரும்பி வர வேண்டாம்ட்டுதானே இவ என் பாத்திரத்தை கொடுத்திருக்கா.”

“அடிபாவி” என்று மெதுவாக கத்தினான் சின்னசாமி. இனி மேல் அங்கு இருந்தால் உடல் பேயாட்டம் கண்டுவிடும். வெந்து பொசுக்கும் கோபத் தீயிலிருந்து தப்பித்துக்கொள்வதற்காகச் சரசர வென்று மாடிக்கு ஏறிப்போனான். மொட்டை மாடியில் கிடந்த கட்டிலில் விழுந்து தலைமாட்டு மெத்தைச் சுருட்டின் மீது கைகளைப் போட்டு மல்லாந்து படுத்துவிட்டான்.

"ஆத்தாளா அல்பம்! ஆத்தாளுக்கா சின்னபுத்தி! காதாலே கேட்கமுடிய வில்லையே. இவ்வளவு அபாண்டமாக இவளா, இந்த தனமா, என்னுடைய தனமா பேசுகிறாள்! ஆத்தாள். அல்பமென்று இவளுக்கா தோன்றிற்று? வால்டவரா இவள் வாங்கினாளாம்! ஆத்தாள் அதை எடுத்து கொடுத்தால் என்ன? என்ன குறைந்து போய்விடும்? இவள் ஆசையோடு வைத்திருந்தது ஆத்தாளுக்கு பொறுக்க வில்லையாம். மனசில் புகுந்து பார்த்தது போல் பேசுகிறாள். ஆத்தாள் அப்படியா இருக்கும்? ஆத்தாளின் பெரும் போக்கு ஊர் அறிந்த செய்தி ஆயிற்றே. இந்த எண்ணம் எல்லாம் ஆத்தாளுக்குத் தோன்றுமா என்ன? கல்யாணமாகி இவள் வந்து புகுந்து ஏழு வருஷம் ஆயிற்று. எழுபது அரிக்கன் கிளாஸ் ஆவது உடைத்து இருப்பாள். ஒரே ஒரு முறை நான் கோபித்துக்கொண்டேன். அப்போதுகூட ஆத்தாள் "சரிதான் போடா, கண்ணாடி உடஞ்சது போதும். மனசை வேற உடைக்க வேண்டாம்" என்று கடுமையாகவே பேசிற்று என்னை. அந்த ஆத்தாளுக்கா இவள் ஆசைவைத்திருந்தது பொறுக்கவில்லை! அலுமினியப் பாத்திரத்திற்கு இந்த பேச்சுப் பேசுகிறாளே இவள். சின்ன புத்தி யாருக்கு? ஆயிரம் வேலிப் பண்ணையில் பிறந்தது போலப் பேசுகிறாள். புகுந்த வீட்டு மனிதர்கள் எல்லாம் சிங்கம் புலிகள். பிறந்த வீடு தர்ம ராஜா அரண்மனை. பொண்டுகள் வர்க்கத்தில் முக்கால் வாசிப்பேர் இப்படித்தான் பேசுவார்கள் போல் இருக்கிறது. பரிசம் கட்டப் போனபோது இவள் அப்பனும் அவன் மாமனாரும் பழுக்காத் தட்டில் இரண்டு சீப்பு பூவம்பழம் வாங்கி வைத்திருந்தார்கள். தஞ்சாவூரில் மலைப்பழம் கிடைக்க வில்லையாம். இந்த கர்ணமகா ராஜன் மகள் ஆத்தாளுக்கு அல்பப் பட்டம் கட்டி விட்டாள். குழந்தை பிறந்து, பெயர் வைத்ததற்கு ஐந்துரூபாய்க்குக் கூட வழியில்லை என்று விழுப்புரத்துச் சகலை வருத்தப்பட்டார். அவருக்கு வேஷ்டி வாங்கவா காசில்லை? இவளைப் பெற்ற குபேரனுக்கு அதுகூட அதிகமாய்ப் போய் விட்டது. ஆத்தாளுக்குச் சின்ன புத்தியாம். இந்த எண்ணம் ஏன் தோன்றிற்று இவளுக்கு? கேடு காலத்திற்கா? ஆத்தாள் காதில் விழுந்தால் அது என்ன துடிதுடிக்கும்? அது வருத்தப்பட்டால் இவளுக்கு நல்ல காலம் ஏது? இவள் வாழ்வையே பொசுக்கிவிடும் அது மனசு புண்ணானால்! ஆத்தாளுக்குச் சின்ன புத்தியாம். இவளுக்கு ஏன் இந்தப் புத்தி வந்தது!"

அவனுக்குக் குமுறல் அடங்கவில்லை. ஆத்தாளை நினைத்து நினைத்துக் கண் முன் நிறுத்தினான். ஆத்தாள் கபடும் லோபமும் பிறந்த ஊரிலேயே பிறந்தவள் இல்லை. அந்த மாதிரிசாது இனிமேல் படைக்கப்பட்டால்தான் உண்டு.

கோபம், தாங்க முடியாத துயரமாகப் பரிணமித்தது. துக்கக் கட்டி தொண்டையை அடைக்க, கண்ணில் நிறைந்து வந்த நீரைத் துடைத்து விட்டுக் கொண்டான். விம்மலில் பாதிச் சுமை இறங்கியதும் வாயைத் திறந்து ஒரு பெருமூச்சு விட்டான்.

காற்று குளுகுளுத்து வீசிற்று. வடக்கில் பாதி வானத்தை அடைத்து கொண்டு சப்த ரிஷிநக்ஷத்திரம் சாசுவதமான கேள்விக் குறியைப் பரப்பிப் படுத்து இருந்தது.

"இவளுக்கு எப்படி, ஏன் இந்த எண்ணம் உதித்தது? போய் இரைந்தால் மன்னிப்புக் கேட்டுக் கொள்வாள். மன்னிக்கிறோம். ஆனாலும் இந்த எண்ணம் தோன்றிய ஹ்ருதயம் எவ்வளவு நெடி நிறைந்து இருக்க வேண்டும்!"

"சாப்பிட வாங்க" என்று குரல் கேட்டபொழுது பசிக்க விலலை என்று பதில் அளித்து விட்டான் அவன்.

○○○

பெரிய மகள் வீட்டிற்குப் போயிருந்த ஆத்தாளும் சப்த ஸ்தானம் பார்க்க சமயத்திற்கு வந்துவிட்டது. தலைக்குமேல் வேலை கிடைக்கிறது என்று சுப்பலட்சுமி மறுநாளே புறப்பட்டுப் போய்விட்டாள். அன்று சாயங்காலம் ஆத்தாள் கோவிலுக்குப் போயிருந்தபொழுது சின்னசாமி சொன்னான்.

"தனம், உன்கிட்ட ஒரு சின்ன விஷயம் பேசணும்."

"என்ன?"

"ஒண்ணும் இல்லை. ஆத்தா கோவில்லேருந்து வந்ததும் அவங்க காலிலே விழுந்து, 'அம்மா எனக்குத்தான் சின்னபுத்தி வந்திரிச்சு. உங்களுக்கு இல்லை; என்னை மன்னிச்சிட்டேன்னு சொல்லுங்க. நான் நல்லா இருக்கணும்னு வாக்கு கொடுங்கோ'ன்னு கேட்டுக்கணும்."

தனத்திற்குச் சுரீர் என்றது. திருதிரு வென்று விழித்தாள்.

"அப்படி கேட்டுகிட்டு ஆத்தா மன்னிச்சாத்தான் உன் வாழ்வு நல்ல வாழ்வா இருக்கும்."

"எனக்கு ஒண்ணுமே விளங்கலியே, எதுக்காகக் காலிலே விளுவரது? எதுக்காக மன்னிப்புக் கேட்கிறது?"

"ஒண்ணுமே விளங்கிலியா? மாத்தூருக்கு ஒரு கடுதாசி எளுதிப் போட்டு சுப்பலட்சுமி அக்காவை வரச் சொல்லலாமா? எல்லாம் விளங்கச் சொல்வாங்க."

மலைப் பாம்பு நெருங்கி நெருங்கி வருவது போல் இருந்தது அவளுக்கு தப்பித்துக்கொள்ள வழி இல்லாமல் தவித்தாள். அவளுடைய வேதனையைக் கண்டு மடக்கிவிட்ட வெற்றியில் வெறிகொண்டு நிதானத்தை இழக்காமல் அவன் மகிழ்ந்து கொண்டிருந்தான்.

"ஒட்டுக் கேட்டீங்களாக்கும்."

"ஒட்டுக் கேட்கலை. மாடியிலே வாசிச்சு கிட்டே இருந்தேன், திடீர்னு உன்னை பார்க்கணும்போல ஆசையா இருந்திச்சி. கீழே இறங்கி வந்தேன். நீ வாசல் திண்ணையிலே உக்கார்ந்து சுப்பலட்சுமி யாத்தாவோட இதெல்லாம் சொல்லிகிட்டிருந்தே. என்காதில் விளுந்துச்சி. ஒட்டு கேட்கிறதுக்குத் தேவையே இல்லை. உரக்கத் தெம்போடுதான் நீ பேசிகிட்டு இருந்தே."

"நல்லாத்தான் சொல்வாங்க. நான் கைகாசு போட்டு வாங்கியாந்ததை உங்க தங்கச்சிக்கு எடுத்துக் கொடுத்தாங்களே உங்க ஆத்தா."

"எங்க ஆத்தாவா? உனக்கு ஆத்தாள் இல்லையா?"

"..."

"ஏன், ஆத்தாவுக்கு எடுத்து கொடுக்க உரிமை இல்லையா?"

"என் பண்டத்தை ஏன் எடுத்துக் கொடுக்கணும்? வேறே பாத்திரங்களே இல்லியா?"

"அப்ப இங்கே இருக்கிறது எல்லாம் உன்னதுன்னு சொல்லு."

"..."

"மருமவளை ஏமாத்திவிட்டு மவளுக்கு கொடுக்கிறதுதான் மாமியார்ங்க மணியம்ன்னு சொன்னியே உங்க அண்ணியை ஏச்சி உனக்கு என்ன வாரி கொடுத்துட்டா உங்க ஆத்தா?"

"எங்க ஊட்டிலே அந்த மாதிரி எல்லாம் செய்ய மாட்டாங்க."

"அப்ப எங்க ஆத்தா தான் பொல்லாதவங்கன்னு சொல்லு."

"..."

"கல்யாணம் நிச்சயம் பண்ண வந்தப்ப உங்க வீட்டிலே இரண்டு சீப்புப்பூவம்பழம் வாங்கி வச்சிருந்தாங்க. உங்க தஞ்சாவூரிலே மலைப்பளம் கிடைக்கலியாம்."

"அப்பா பொய் சொல்லமாட்டாங்க; இருந்திச்சின்னா ஆரஞ்சீ ஆப்பிளாவே வாங்கியார தயங்க மாட்டாங்க."

"அப்படியா."

"ஆமாம்."

"சரி போவுது. ஆத்தா வர நேரம் ஆச்சு. நீ என்னா செய்யப் போறே? கால்லே விழுந்திறீயா?"

"அவங்களுக்கு ஒண்ணுமே தெரியாத இருக்கிறப்போ நீங்க ஏன் கல்லை சரிச்சு விடறிங்க?"

"தெரியாம இருக்கிறது வேறே சங்கதி; தெரிஞ்சு, செஞ்சது தப்புன்னு நீயும் உணர்ந்து அவங்களும் மன்னிச்சாதான் நல்லது."

"நான் ஒண்ணும் பொய்யா சொல்லிடலியே?"

"அப்போ ஆத்தா வேணும்னே உன்னை ஏச்சிபிட்டாங்கன்னு சொல்லு."

"ஆமாம்."

"ஏச்சதாகவே வச்சுக்குவம். ஏச்சாத்தான் என்ன? அலுமினியத்லே என்ன குடிமுளிவிப்போச்சு?"

"இப்ப சின்னதா இருக்கு. நாளைக்கு பெரிசா வளரும்."

"ஓ."

"_____"

"சரி நான் கடசியா சொல்லிடறேன். நீ சொன்னது தப்புன்னு எனக்குத்தோணுது. ஆத்தாகிட்ட மன்னிப்பு கேட்டுக்கிட்டுதான் ஆகணும்."

"சும்மாவானும் எதுக்காகக் கேக்கிறது."

"அப்படின்னா முடியாதா?"

"ம்ஹ்ம்."

"அப்பசரி; அதான் ஒரு வார்த்தை கேட்டுடனும்னு நினைச்சேன்" என்று எழுந்து வாசலில் போய்விட்டான் சின்னசாமி.

○○○

தனத்தை அழைத்து போக ஆத்தாவும் ஐயாவும் வந்திருந்தார்கள்.

மூட்டை எல்லாம் கட்டியானதும் சின்னசாமி தனத்தை மாடிக்குக் கூப்பிட்டான்.

"தனம், வண்டிக்கு சொல்லி அனுப்பியாயிடிச்சு. அது வாரத்துக்குள்ள நான் போட்ட தோடு, அட்டிகை,

கைவளையல்கள், பட்டுப்புடவைகள் ஜாடாவையும் இந்த மேஜை மேல் கயட்டிவச்சிடனும்."

அயர்ந்துவிட்டாள் அவள்.

"எதுக்காகவாம்? நான் முடியாது."

"முடியாதுன்னா காரியம் வேறு மாதிரியாக நடக்கும்."

"என்ன நடக்கும்?"

"அது அப்ப தெரியும்... சரி நீ எடுத்து வைக்கிறியா இல்லையா?"

அவன் இரையவோ, கூச்சல் போடவோ இல்லை. மெதுவாக, நிதானமாகத்தான் பேசினான். சாவை மறைத்து நிற்கும் மரண மடு மாதிரி இருந்தது அந்த நிதானம். தனத்தின் உள்ளம் நடுங்கிற்று.

"இனிமே அதெல்லாம் சொல்லலை" என்று அழுதான்.

"அதெல்லாம் சரி; நீ கயட்டி வைக்கிறியா இல்லையா?"

"நான் ஆத்தா கிட்டே மன்னிப்புக் கேட்டுக்கறேன்."

"வேண்டாம்."

"ஏன்?"

"வெள்ளம் தாண்டி போயிடிச்சி. இனிமே தடுக்கறத்துக்கு இல்லே. கயட்டிவை."

அழுதுகொண்டே அவள் எல்லாவற்றையும் கழற்றி வைத்தாள். நீலம் வீசும் காதணிகள், மூக்கு பொட்டுகள், அட்டிகை, புடைவைகள் எல்லாம் மேஜைக்கு வந்துவிட்டன.

வண்டி வாசலில் வந்து நின்ற பொழுது அவளுடைய பிறந்த வீட்டுச் சிவப்புத் தோடும் வெள்ளை மூக்குத்தியும் இரண்டு மூங்கில் கைவளையுமாக ஒரு நூல் புடைவை கட்டிக்கொண்டு நின்றாள்.

ஆத்தாளை வணங்குகையில், "ஏன் ஆத்தா நகை எல்லாம் போட்டுகிட்டு போனா என்ன?" என்று கேட்டாள் ஆத்தாள்.

"நான்தான் அம்மா இதுகளே போதும்னேன். ரயில் கரி வைரங்களுக்கு ஆகாது" என்று அவசரமாகக் குறுக்கிட்டான் அவன்.

"அதுவும் சரிதான்" என்று அவன் மாமனாரும் ஒப்புக் கொண்டார்.

வண்டி போய்விட்டது. சின்னசாமி அண்டத்திற்கே கேள்வி போட்டிருந்த சப்தரிஷி நக்ஷத்திரத்தைப் பார்த்துக்கொண்டு கட்டிலில் விழுந்து கிடந்தான்.

'ஆத்தாளை அபாண்டமாகச் சொல்லிவிட்டுப் போய் விட்டாள். மன்னிப்பு கேட்கவில்லை அவள். ஐந்தடி மனிதக் கட்டைக்கு ஏன் இந்த அகம்பாவம்?'

பதில் சொல்லாமல் வானத்தில் அந்தக் கேள்விக் குறி தொங்கிற்று.

நாலைந்து மாதம் கழித்து அவள் குழந்தையுடன் திரும்பி வரும் பொழுது?

○○○

இரண்டு மாதம் கழித்துத் தஞ்சாவூரிலிருந்து தந்தி வந்தது: 'ஆண் குழந்தை பெற்று தாயும் குழந்தையும் சேர்ந்து இந்த உலகத்தையே விட்டுப் போய்விட்டார்கள்' என்று.

ஆத்தாள் பொறி கலங்கி, செய்தி புரியாமல் சற்று நேரம் வெறித்துப் பார்த்துக்கொண்டே உட்கார்ந்திருந்தாள். பிறகு வாய்விட்டுக் கதறினாள்.

சின்னசாமி வருத்தப்படவில்லை. "அதை மன்னிச்சிடும்மா" என்று அழுகை ஓய்ந்த பிறகு கேட்டுக்கொள்ள வேண்டுமெனக் காத்திருந்தான்.

தேனீ, சித்திரை 1948

ஆனைக்குப்பம்

ஆசிரியர் சண்டஹாசனிடமிருந்து வந்துள்ள கடிதத்தின் ஒரு பகுதி இது. "... நீர் எழுதியுள்ள 'சாப்பாடு' என்ற கட்டுரையைப் படித்தோம். பதினாறு பக்கப் பத்திரிகையில் பதினைந்து பக்கம் விளம்பரங்களைப் போட்டு ஒரு பக்கத்தில் கவிதை, கட்டுரை, அரசியல் சினிமா விமர்சனம் முதலிய எல்லாம் செய்துவிடுவார் என்று நாம் பத்திரிகை நடத்தும் வகையைப் பற்றி எழுதியிருக்கிறீர். அது நையாண்டியோ, யதார்த்தமோ, எதுவாயிருந்தாலும் ஒன்று மட்டும் சொல்ல விரும்புகிறேன். நீர் பிழைக்கத் தெரியாதவர். உமக்குப் பத்திரிகை நடத்துவது போவது ஒன்றும் தெரியாது. தென்னை மார்க் தொன்னை, பெருச்சாளி மார்க் பெருங்காயம், கூவம் மார்க் அத்தர் இன்னும் மற்ற சாமான்களை விற்பனை செய்யும் முதலாளிகள் தயவால்தான் பத்திரிகைகள் பிழைத்து நிற்கின்றனவே தவிர, உம் எழுத்தின் மகிமையால் அல்ல. மேற்படி முதலாளிகள் நமக்களிக்கும் விளம்பரங்களை நிறுத்திவிட்டால் ஒரு பத்திக்கு அரை ரூபாய் வீதம் நீர் தட்டிக்கொண்டு போகும் சன்மானத்தைக் கோட்டை விட்டுவிட்டுப் புறக்கையை நக்க வேண்டியதுதான்.... அது சரி நம் கடிதத்தின் முக்கிய விஷயம் இதுவல்ல அடிப்படைத் தத்துவமாக சாப்பாட்டில் நமக்கு உள்ள பக்திபூர்வமான மோகத்தை நீர் பாராட்டியுள்ளதற்கு மிகவும் நன்றி. ஒரே ஒரு சந்தேகம் நாம் பத்திரிகை நடத்தும் வகை பற்றிக் கூறிவிட்டு "இந்த ஆனைக்குப்பத்தான் வேலையை விட..." என்று குறிப்பிட்டுள்ளீர். ஆனைக்குப்பத்தான் என்பவர் யார் என்பதை

தி. ஜானகிராமன்

விவரமாகத் தெரிவிக்கவேண்டும். யாருக்கும் புரியாத ஒரு வார்த்தையைப் போட்டு, விளக்கமும் கொடாமல் போகும் உம் போன்றவர்களைக் கண்டு நமக்கு உண்மையாகவே பரிதாபமா யிருக்கிறது. பாதகமில்லை "ஆனைக்குப்பத்தானை" விளக்கிச் சொல்லும்..."

இப்போதுதான் எனக்கு ஞாபகம் வருகிறது. தஞ்சாவூர் ஜில்லாவில் பிறந்தாலும் ஆசிரியர் சண்டஹாசன் வேறு ஏதோ ஜில்லாவில் வளர்ந்தார் என்று. தஞ்சாவூர் ஜில்லாக்காரர்களுக்கு "ஆனைக்குப்பத்தானை"த் தெரியாமல் இராது. தெரியாதவர்களும் இருக்கலாம். போன தலைமுறைக்காரர்கள் எல்லோருக்கும் நிச்சயமாய்த் தெரியும். தற்போதைய தலைமுறையில் பலருக்குத் தெரியாமலிருக்கவும் நியாயமுண்டு. காரணம், உயிர்ப் பரிணாமத் தின் போக்கில் அடியோடு அழிந்து மறைந்துவிட்ட ஜீவராசிகளைப் போல, ஆனைக்குப்பத்தான்களும் மறைந்துவிட்டதுதான்.

ஆனைக்குப்பம் மிக மிகச் சிறிய பட்டிக்காடு. ஆனால் அதன் கீர்த்தியோ ஆனையைப் போன்றது. விரலை மடக்கி எண்ணி விடக் கூடிய ஒரு சில ஆசாமிகள் ஊரின் புகழை உலகம் எங்கும் வாரியிறைத்துவிட்டார்கள். அந்த ஒரு சில ஆசாமிகளுக்குத் தான் ஆனைக்குப்பத்தான் என்ற பெயரும் தகும். வேறு யாரையும், அவர்கள் ஆனைக்குப்பத்திலேயே பிறந்து வளர்ந்து மாண்டிருந்தாலும், அந்தப் பெயரைச் சொல்லி யழைத்தால் முழுவதுமே நார்த்தையிலையைப் பொடி செய்துவிட்டு, வேப்பிலைக் கட்டி என்று பெண்பிள்ளைகள் அழைப்பதற்குச் சமானமாகத்தான் ஆகும். ஆதலால் நாம் ஆனைக்குப்பத்தான் என்று சொன்னால் அது அந்த ஒரு சிலரைத்தான் குறிக்கிறது. இப்போது ஆனைக்குப்பத்தில் வாழ்பவர்கள் அந்தப் பெருமை தங்களைச் சார்கிறது என்று ஆத்ம திருப்தியோ அகங்காரமோ அடையத் தேவையில்லை.

ஆனைக் குப்பத்தான்களுக்கு இரண்டே அலுவல்கள்தான் வாழ்க்கையில். அவையாவன: (1). சாப்பாடு. (2). கூப்பாடு. சாப்பாடு கிடைக்காவிட்டால் கூப்பாடு என்று ரத்னச்சுருக்கமாகச் சொல்லிவிடலாமானாலும் விளக்கிச் சொல்லுமாறு கோரியுள்ள சண்டஹாசனின் வேட்கையைத் தீர்ப்பது கடமை. விளக்கியே சொல்லி விடுகிறேன்.

ஆனைக் குப்பத்தான்கள் போஜனப்பிரியர்கள். ஆனால் ஆசையிருந்தும் செயலில்லாத அல்பப் பசிக்காரர்களோ, சபலக் காரர்களோ அல்ல. பின்னே என்ன? சாம்பார் சாதம் இரண்டு தடவையும், மோர்க் குழம்பு சாதம் இரண்டு தடவையும், ரசம், புளி, தேங்காய், சர்க்கரை சாதங்கள் ஒவ்வொன்றையும்

இரண்டிரண்டு தடவைக்குக் குறையாமலும் சாப்பிடமாட்டார்கள் என்று மந்தமாக, விறுவிறுப்பில்லாமல் சொல்வதற்குப் பதிலாக அவர்களைப் பற்றிய உண்மை வரலாறு ஒன்றையே சொல்லி விடுகிறேன்.

அந்தக் காலத்தில் மன்னார்குடி ஹனுமந்தராயர்ஹோட்டல் சாம்பாருக்கு மிஞ்சிய சாம்பார் உலகத்திலேயே கிடையாது. சாப்பாடு இரண்டரையணாதான் என்றாலும் ஹனுமந்த ராயர் வாரி வாரித்தான் கொட்டுவார். பொதுவாக ராயர்களே பெரிய அன்னதாதாக்கள் தானே. ஹனுமந்தராயருக்குக் கரண்டி, சட்டுவம் இதெல்லாம் தெரியாது. சாம்பாரைக் கோகர்ணத்தின் மூக்கைச் சாய்த்து ஊற்றுவாரே தவிர, கரண்டியால் மொண்டு மொண்டு பசியைப் பதம் பார்க்க மாட்டார். மற்ற ஹோட்டல் காரர்களைப்போல் நெய் வார்க்க ஒரு குறும்பை வாங்குவதும், சோற்று தட்டை டமடமவென்று தட்டுவதும், பரிமாறுவதில் சங்கோசமும் அவரிடம் கிடையா. ஆகக்கூடி, படுதாராளம் என்றுதான் சொல்ல வேண்டும். “இன்னும் கொஞ்சம்” என்ற வார்த்தைகளை அவர் கேட்டதேயில்லை.

இருபது வருஷம் இப்படி மானமாகக் காலத்தை ஒட்டிவிட்ட ராயரின் ஹோட்டலுக்கு ஒரு நாள் இரண்டு ஆனைக் குப்பத்தார்கள் வந்துசேர்ந்தார்கள். கச்சலான ஆசாமிகள் தாம். முதலில் போட்ட சாதத்தை ஆளுக்கு ஒரு கோகர்ண சாம்பார் ஊற்றிக்கொண்டு உள்ளே தள்ளிவிட்டார்கள். இரண்டாம் முறை சாதம் பரிமாறிவிட்டு ரஸம் கொண்டு வந்தபோது, அவர்கள் “சாம்பார்” என்கவே ராயருக்குத் தூக்கி வாரிப் போட்டது. ஆனால் அது தன் கைமணத்திற்கு சர்டிபிகேட் என்று சமாதானம் செய்துகொண்டு சாம்பார் கொண்டுவந்து ஊற்றினார். கோகர்ணம் நிமிரவில்லை. போதும் என்ற சப்தமும் கேட்கவில்லை. நாற்று முளைத்த வயலைப்போல இருந்தது இலையில் சில பருக்கைகள்தான் வெளியே தென்பட்டன. இன்னொரு கோகர்ணம் கொண்டுவந்தார், இரண்டாவது ஆளுக்கு. ஆனால் முதல் ஆள் “அண்ணா, இன்னும் கொஞ்சம் சாம்பார்” என்றான். ராயருக்குப் பொறுக்கவில்லை. “அட, பஞ்ச மகா பாதகா என்று மனதிற்குள் குமுறிகொண்டே அப்படியே கோகர்ணத்தை இலையில் கவிழ்த்துவிட்டார். அதோடு நில்லாமல் உள்ளே போய் ஒரு பெரிய கோகர்ணத்தில் சாம்பார் மொண்டு வந்து இரண்டாவது ஆசாமியின் பக்கத்தில் வைத்துவிட்டுப் போய்விட்டார். ரசமும் மோரும் இதே திட்டத்தில்தான் நடந்தன.

கையலம்பிவிட்டு அவர்கள் வெளியே கிளம்பியபோது “ஸ்வாமி, தயவுசெய்து இப்படி உட்காரணும்” என்று ராயர் கூப்பிட்டார்.

"தாங்கள் எந்த ஊரோ!"

"ஆனைக் குப்பம்"

"ஆனைக்குப்பமா? அடடா அப்பவே தெரியாமல் போச்சே."

"என்ன விசேஷம்! உட்காரச் சொன்னேளே."

"ஒண்ணுமில்லை. எனக்கு வயசு அறுபதாகப் போகிறது.

இரண்டு பெண்பிள்ளைகள் கல்யாணத்திற்கு இருக்கின்றன. ரொம்ப சம்சாரி. இந்தாருங்கோ, இதைப் பிடியுங்கோ" என்றார். ஆச்சரியத்தோடு அவர்கள் தட்டிலிருந்த வெற்றிலைப் பாக்கையும் ஐந்து ஐந்து ரூபாய் பணத்தையும் பார்த்தார்கள்.

"என்னத்துக்கு ஸ்வாமி?"

"பிடியுங்கோ, சொல்றேன், நான் சம்சாரி. இனிமேல் நீங்கள் மன்னார்குடிக்கு வந்தாலும், அடியேன் ஹோட்டலுக்கு வராமல் இருக்கணும். நான் மேலே என்ன சொல்ல இருக்கு?" என்று கைகூப்பி நின்றார் ராயர்.

"அடடே" என்று அவர்கள் பதில் சொல்ல வாயெடுப்பதற்குள் வாசல் கதவை மடார் என்று சாத்திக்கொண்டு உள்ளே போய் விட்டார்.

முதல் ஆனைக் குப்பத்தான் இரண்டாவது ஆனைக்குப்பத் தானைப் பார்த்துக் கண்ணைச் சிமிட்டினான். ரூபாயை எக்கில் செருகிக்கொண்டு இருவரும் தெருவில் இறங்கிப் போனார்கள்.

"பஞ்ச மகாபாதகர்கள்... மூஞ்சியிலேயே முழிக்கக் கூடாது" என்று உள்ளே முணு முணுத்தார் ராயர். எல்லை மீறிக் கொட்டிக் கொள்வது பஞ்சமகா பாதகங்களில் ஒன்று என்று தர்ம நூல்கள் கோஷிக்கின்றன.

ஆனைக் குப்பத்தான் சாப்பாட்டுக்கு இந்தக் கதை போதாதா?

சரி, ஆனைக் குப்பத்தான் கூப்பாடு என்றால் என்ன?

கல்யாணங்களில் பூரி கொடுப்பது என்று ஒரு வழக்கமுண்டு. சாப்பிடுகிற பூரி இல்லை. காசு, தாலி கட்டிய பிறகு ஒரு வெள்ளிக் கிண்ணத்தில் வழிய வழியச் சில்லரைகளைப் போட்டு வாசல் படிக்கு வருவார் கல்யாண நிர்வாகிகளில் ஒருவர். வெளியே போகிறவர்களுக்கு ஆளுக்கு ஒரு அணா இரண்டணா என்று அவர் உசிதப்படி கொடுத்துக்கொண்டிருப்பார். பெரிய இடத்துக்

கல்யாணங்களில் ஒன்று அரை ரூபாய் என்று கொஞ்சம் பெரிய பிடியாக இருக்கும்.

இதோ பாருங்கள்.

பெரிய இடத்துக்கல்யாணம். ஐம்பது அறுபதினாயிரக் கணக்கில் வரதக்ஷிணை, ஆயிரக்கணக்கில் சாப்பாடு. உள்ளே முகூர்த்தம் நடந்துகொண்டிருக்கிறது. கல்யாணக்காரரின் வலது கண்ணாக விளங்கும் ஒன்றரைக்கண் குப்பு மொட்டை பெரிய சந்தனப் பேலாவில் சில்லரை எடுத்து வாசல் படியில் வந்து நிற்கிறான்.

நெருக்கடி சமாளிக்க முடியவில்லை. கிழக் கைகள், குழந்தைக் கைகள், மோட்டாக் கைகள், சொறிக் கைகள், நடுங்குகிற கைகள் என்று நூற்றுக் கணக்கான கைகள் நீள்கின்றன. ஒரு மாதிரியாக எல்லோரையும் வரிசை பண்ணி குப்புமொட்டை பூரி வழங்குகிறான். அரை அரை ரூபாயாக பாதிக் கூட்டம் கலைந்துவிட்டது.

அதோ ஒரு ஆசாமி. அழுக்கு வேஷ்டி. விஷமச்சிரிப்பு. செம்பட்டைத் தலை யாரோ கங் காளிப் பயல் என்று கால் ரூபாயை வைக்கிறான் குப்பு மொட்டை.

“ஸ்வாமி, நான் மட்டும் துரதிர்ஷ்டசாலியா?” என்று கேள்வி பிறக்கிறது.

ஒரு முறைப்பு முறைத்துவிட்டு இன்னொரு இரண்டணாவை வைக்கிறான் குப்பு மொட்டை.

“ஒரு காலணாவையும் போட்டு டுங்களேன்” என்று கெஞ்சு கிறான் ஆசாமி. யாராவது செத்துப் போய்விட்டால் அவர்களை ஸ்னானம் செய்து கரையேற்ற புரோகிதர்களை அழைத்து ஆறே காலணா கொடுப்பது வழக்கம். காரணமில்லாத ஒரு கணக்கு. யுகயுகமான சம்பிரதாயம்.

குப்பு மொட்டைக்குத் தூக்கிவாரிப் போடுகிறது.

“ஹாம், என்ன சொன்னே?” என்று ஆசாமி தலையில் ஒரு குட்டு வைக்கிறான். குட்டு என்னமோ சாதாரணக் குட்டுதான். ஆனால் குட்டுப்பட்ட ஆசாமி ஆடினான், கலங்கினான், மொடேர் என்று மல்லாந்து கீழே விழுந்துவிட்டான்.

“ஐயையோ. போயிட்டியா பாவி” என்று ஒரு அலறல்.

அவன் தோழன் ஓடி வருகிறான். பார்க்கிறான். நுரை வழிகிறது வாயிலிருந்து. மூக்கில் கை வைக்கிறான். தீர்ந்துவிட்டது. மேல் சவுக்கத்தை எடுத்து உச்சந்தலை உள்ளங்கை கால் எல்லாம்

மறையப் போர்த்துகிறான். சந்தேகத்தோடு ஒருமுறை உலுக்கு கிறான். பயனில்லை. உடல் கட்டையாகக் கிடக்கிறது.

"ஐயையோ, கல்யாணும்னு வந்தேனே. இப்படி ஆயிடுத்தேடா. உயிரை விட்டுட்டயேடா, பாவி, நான் உன்னை விட்டுட்டு எப்படிடா இருப்பேன்? ஏய், கல்யாணம்னு வந்தோமேடா, இப்படி முடியும்னு நான் சொப்பனத்தில்கூட நெனைக்கலியே. ஐயையோ, பொணந் தின்னிக் கழுகுகள்ளாம் கல்லுமாதிரி இருக்கச்சே, நீ தான் அகப்பட்டியாடா. இந்த இழவுக்கு நான் தாண்டா கொடுத்துவைக்கலே நான் தான் பாவி, பாவி, பாவி, பாவி" என்று 'பாவி'க்கு ஒரு போடுவீதம் ணங்குணங்கென்று மார்பில் அடித்துக்கொண்டான். முகத்தில் அடித்துக்கொண்டான். மண்டையில் போட்டுக்கொண்டான். மயிரைப் பிய்த்து கொண்டான். உடலின் மேல் விழுந்து புரண்டு அழுதான். கண்ணில் தாரை தாரையாக நீர் பெருகுகிறது.

குப்பு மொட்டை இருந்த இடம் தெரியவில்லை. உடலை சுற்றி ஒரே கூட்டம். தோழனுடைய புலம்பல் நெஞ்சை பிளக்கிறது.

"பாவம், பசி, குட்டுத் தாங்காமல் உயிர் போய்விட்டது."

"என்ன வேளையில் புறப்பட்டு வந்தானோ?"

"அட, ரண்டு காசு கேட்டான்னா, இப்படியா குட்டுரது அவருக்கு வலது கையோல்லியோ, அந்தத் திமிரு, அல்பப் பயல்."

இப்படிக் கூடியிருந்தவர்கள் விதவிதமாக அங்கலாய்க் கிறார்கள்.

"ஐயா, பேசிண்டுருக்கறேளே. மேலே ஆகவேண்டிய காரியத் துக்கு எதாவது செய்யுங்கோ, ஐயா, மட்டை. மூங்கில், சட்டி யெல்லாம் வாங்கணுமே, கல்யாண வீட்டிலே இழவு புறப்பட்டு விட்டதே. இப்படியே இருக்கப்படாதுய்யா" என்று தோழன் தேம்புகிறான்

எல்லா முகமும் செத்து கல்யாணக்காரர் முகத்தில் ஈயாட வில்லை. இந்த அபசகுனத்தைப் பார்த்து அவர் உள்ளம் கலங்கி அமுங்கிவிட்டது. அவருடைய அத்தான் கிழவர் "நீர் எந்த ஊர் ஐயா?" என்று கேட்கிறார்; "ஆனைக் குப்பம்" என்று பதில் வரவே, "அப்படியா?" என்று ஆச்சரியப்படுகிறார்.

கல்யாணக்காரரைத் தனியாக உள்ளே அழைத்துப் போய் "ஏய் கிட்டப்பா, பத்து ரூபாய் கொடுத்தால் போன உசிர் வந்துடும், என்ன சொல்றே?" என்கிறார்.

"என்ன அத்தான் சொல்றே? புரியலியே?"

"என்ன புரியலே, அவன் ஆனைக்குப்பத்தான். 'ஔதாக் கட்டி'க்காகச் செத்துப் போய் இருக்கான். பத்து ரூபாய் வந்தால் தான் பிழச்சிக்குவன் அவன் தொழில் இது"

"அப்படியா, அடப்பாவிகளா அத்தான், அந்தப் பேச்சு மட்டும் இனிமே நடக்காது. கம்பத்திலே கட்டி வச்சு உரிக்கிறேனோ இல்லியா பாருங்கோ, ரத்தம் பீறிட்டு அடிக்கணும் ரண்டு பசங்களுக்கும்."

"ஏய் கிட்டப்பா, நான் சொல்றதைக் கேளு. இது மாதிரி ஆயிரம் கம்பத்திலே நின்னு குடங்குடமாக ரத்தம் சிந்தி யிருக்கான் அவன்கள். பேசாம ரூபாயைக் கொடுத்துடு. இல்லா விட்டால் சமாசாரம் ஊர் ஊரா எட்டி இன்னும் நாலு ஆனைக்குப்பத்தான் வந்து ஒப்பாரி பாடுவன். வருஷம் நூறு ஆனாலும் சரி, யானையைவிட்டு ஓட்டினாலும் சரி, அவன் எழுந்திருக்கமாட்டான். நீ என்ன சம்பந்திகளை வச்சுண்டு நாலு நாள் கல்யாணம் பண்ணப்போறியா, இல்லை இவங்களோட குஸ்திக்கு நிக்கப் போறியா, சீக்கிரம் தொலைச்சு அனுப்பிவிடு. இல்லையோ, கொஞ்ச நேரத்துக்கெல்லாம் பெரிய ஒப்பாரி வைக்க ஆரம்பிச்சுடுவன்."

கல்யாணக்காரருக்கு ஒன்றும் புரியவில்லை. கோபம், வருத்தம், வியப்பு இப்படி ஒரு மனிதர்களா என்று. அத்தானோ அவசரமாக எந்த யோசனையும் சொல்லமாட்டார். வயதானவர், அனுபவஸ்தர்.

பத்து ரூபாய் தோழனிடம் கொடுக்கப்பட்டது.

உடல் அசைந்தது.

"ஸ்வாமி, என்னமோன்னு நெனச்சு புலம்பிவிட்டேன். நல்ல வேளையா உசிர் இருக்கு என்று சமாதானம் சொல்லுகிறான் தோழன்.

போர்வையை நீக்கி, ஒன்றும் புரியாததுபோல் விழித்து விட்டு, சோம்பல் முறித்துவிட்டுச் செத்தவன் எழுந்தான். அவனை ஜாக்கிரதையாய்ப் பிடித்து அழைத்துக்கொண்டு போகிறான் தோழன். எல்லோருக்கும் ஒரே பாய்ச்சலாகப் பாய்ந்து அவன் கழுத்தைத் திருகிப்போட்டுவிடலாமா என்று துடிக்கிறது. ஆனால் தொட்டால் வந்தது மோசம். இரண்டாம் தடவை செத்துப் போனால் பிழைக்க நூறு ரூபாய் செலவாகும். செலவானாலும் புலம்பலை யார் கேட்கிறது?

அவர்கள் போன பிறகு ஆனைக் குப்பத்தான் கதையே தான் பேச்சா இருக்கிறது.

“உடல் அசங்கித்தா பாரு வாயில் நுரைவேறு ...”

“அவன் புலம்பினதைக் கேட்டியாடா? நம்ம மங்களம் பாட்டி அது மாதிரி அழணும்னா ஏழு ஜன்மம் ஆனைக்குப்பத்திலெ பொறந்து வரணும்” இப்படிப் பல விமர்சனங்கள்.

ooo

இந்த ஆனைக்குப்பத்து வீரர்கள் இப்போது இல்லை. நாகரிகப் பேயின் ஆட்டத்தில் அந்தப் பூண்டே மறைந்துவிட்டது. இந்த மஹத்தான ஆனைக் குப்பத்தான் பண்பாட்டை நாம் காணக் கொடுத்துவைக்கவில்லை. அதிர்ஷ்டம் அவ்வளவுதான்.

***தேனீ*, வைகாசி 1948**

தூக்கம்

நள்ளிரவு கடந்து வெகு நேரமிருக்கும் போல் தோன்றிற்று. அப்படி ஊர் அடங்கிக் கிடந்தது. இருளின் மடியில் முகத்தை ஆழப் புதைத்து கிராமம் தூங்குவது போல் ஒரு தோற்றம், தூங்காமலே கண்ணை மூடிப் படுத்திருந்த மருதமுத்துவின் மனதில் வந்து ஒரு கணம் நின்று போயிற்று. திண்ணையில் படுத்திருந்தான் அவன். வழக்கம் போல், திண்ணையை அடைத்திருந்த கீற்று நிரைசலைக் காற்றுக்காக ஒரு மூங்கில் குச்சியால் முட்டுக் கொடுத்துத் தூக்கி வைத்துவிட்டுப் படுத்துக்கொண் டிருந்தான் – என்னவோ கவலையில்லாமல் உறங்கப் போகிறவன் மாதிரி. ஆனால் தூக்கம் எப்படி வரும்? கடவுளுக்கே அடுக்காத அநியாயம் நடந்துவிட்ட போது! தம்பி தூங்கிக்கொண்டுதானிருப்பான். அவனுக்குக் காரியம் கைகூடிவிட்டது. நினைத்தபடி நடந்துவிட்டது. இருக்கிற வெள்ளைப் பொடியை, வாசனை அடிக்கிற அந்தச் சீமை வெள்ளைப் பொடியை எல்லாம் அவள் முகத்தில் காப்புச் சாத்துவதுபோல் சாத்திவிட்டு, நினைப்பு கை கூடின சந்தோஷத்துடன் குலாவிவிட்டுத்தான் தூங்கிக் கொண்டிருப்பான்.

வயிறு கொதிக்கக் கொதிக்க, சத்ய நியாயத்திற்கு விரோதமாகத் தீர்ப்புச் சொல்லை விட்டுப்போன பஞ்சாயத்தார்களும் தூங்கிக்கொண்டுதான் இருப்பான்கள்.

நிரைசல் ஹோ வென்று திறந்துதான் கிடந்தது. காற்று மட்டும்தான் வீசவில்லை. வானம் முழுவதும்,

ஒரு மேகத் துகள்கூட இல்லாது தெளிந்து கருத்துக் பரந்திருந்த வானம் முழுவதும் நக்ஷத்திரமாகக் கொட்டிக் கிடந்தது. அதனால் கும்மிருட்டு என்று சொல்ல முடியாத ஒரு முக்கால் இருட்டு எங்கு பார்த்தாலும் சூழ்ந்திருந்தது. எதிர்ச்சாரி கொல்லைப் பக்கங்களில் ஓங்கி நின்ற தென்னைமரங்களும், வாசலில் கிடந்த கட்டை வண்டியும் கண்ணுக்கு நன்றாகவே தெரிந்தன.

ஊர் முழுவதும் தூங்குகிறது. எதிர்வீட்டுத் திண்ணையிலிருந்து பசுபதியின் குறட்டை கேட்கிறது. தவளைகள் கொரகொரக்கின்றன. சுவர்க்கோழி மௌனத்தில் கோடு இழுக்கிறது.

பத்து வயல் கடைக்கப்பால் உள்ள சேரியில் தூங்கும் உலகத்தையே தான் தான் காப்பாற்றுவது போல ஒரு நாய் குரைத்துக்கொண்டிருக்கிறது. எங்கேயோ, நாலைந்து ஊருக்கப்பா லிருந்து தப்புக் கொட்டு வருகிறது. சாவோ, சாமி பூசையோ, கல்யாணமோ தெரியவில்லை. இவற்றைத் தவிர வேறு சப்தமே இல்லை.

ஊர் முழுவதும் தூங்குகிறது. காற்று தூங்குகிறது. மரம் தூங்குகிறது. நுகத்தடி தரையைக் குத்த, வாசலில் கிடக்கும் கட்டை வண்டிகூட தூங்குகிறது போல் அவனுக்குத் தோன்றிற்று, அவன் ஒருவன்தான் தூங்கவில்லை. மனம் விழித்துக்கொண்டு, எந்த நியாயத்திற்கும் கட்டுப்படாமல் பாதகம் பண்ணிவிட்டு சொஸ்தமாகத் தூங்கும் உலகத்தைக் கண்டு எரிந்து வெம்பிற்று.

அண்ணன், தம்பி, சிநேகிதன் இந்த மாதி உறவெல்லாம் உண்மைதானா? மாத்தூர் திரௌபதையம்மன் கோயிலில் பாரதம் சொன்ன பூசாரி சொன்னான்: "சூரியன் மலைவாயிலே விளுந்திட்டான். பாண்டவர்களும், துரியோதனாதிகளும் யுத்தத்தை உடனே நிறுத்திட்டாங்க. ராத்திரி சண்டை போடக் கூடாது. விடிஞ்சு எளுந்திரிச்சுதான்" என்று. இந்த ராத்திரி சமாதானம் போலத்தான் இந்த ரத்த பாசமும், மனித பாசமும் இருக்கும் போல் தோன்றுகிறது.

தம்பி ஆறு ஏழு மாதம் முன்னெல்லாம் ஒழுங்காகத்தான் இருந்தான். கொடவாசல் இங்கிலீஷ் பள்ளிக்கூடத்தில் எட்டு வருஷம் வாசித்தவன்தான். இருந்தாலும் வரம்பு மீறினவன் இல்லை. கிழித்த கோடு தாண்டமாட்டான். அப்பேர்ப்பட்டவனை ஒரு சிறுகுட்டி தலைகுப்புற கவிழ்த்துவிட்டாளே. அண்ணன் கிழித்த கோட்டை சாணிபோட்டு மெழுகிவிட்டாள், ஒண்ட வந்தவள்.

தம்பியும் அவனும் சேர்ந்துதான் வயலைப் பார்க்கப் போவார்கள். அப்படிச் சேர்ந்து போகும்போதுதான் ஒரு நாளைக்கு இந்தப் பேச்சு நடந்தது. வரப்பில் நடந்து போகும்போது

காலடியில் காய்ந்து வறண்டு கிடந்த சாணத் தட்டைகளை மெனக் கட்டும் பெயர்த்து வயலில் போடுவான் மருதமுத்து. இந்தக் கையகலத் தட்டையா பிரமாதமாகக் கண்டு முதலை உயர்த்திவிடப் போகிறது? அது இல்லை. என்னமோ, பழக்கம். பழக்கம் என்றும் ஒரேயடியாகச் சொல்லிவிடவும் முடியாது வயலுக்கு வராத நாள்கிடையாது. தினம் நாலு சாணத் தட்டையைப் பெயர்த்துப் போட்டால் நாலு நாளில் கூடை எருவாகத்தானே ஆகும்! அது எப்படியாவது இருக்கட்டும். அன்று கைத்தடியை வரப்பில் சாத்திவிட்டு ஒரு தட்டையைப் பெயர்க்கும்போது, தம்பி சொன்னான்.

“அண்ணே, இதுக்கு ஏன் மெனக்கடணும்? இதுவா எருவை சாஸ்த்தியாய்ப் பெருக்கிடப்போவுது? எளுந்திருங்க. யார்னாச்சிம் பாத்தாக்கூட கவுரமாயிராது.”

பெயர்த்துக்கொண்டிருந்தவன் இதைக் கேட்டு சடக்கென்று திரும்பி, தம்பியின் முகத்தைப் பார்த்து, லேசாகச் சிரித்தான். தம்பியின் முகம் விழுந்திருந்தது. கொஞ்சம் வெறுப்பு, கொஞ்சம் பயம் இரண்டும் சேர்ந்து முகத்தை விகாரமாக்கி விட்டிருந்தன.

“என்னடா தம்பி, கவுரவத்தைப் பார்த்துக் கிட்டா இருந்தாங்க அப்பா? அப்படி இருந்திருந்தா மூணு மாவை முப்பதுமாவாப் பண்ணியிருக்க முடியாதுடா அவராலே. வரப்பிலே கிடக்கிற சாணி சும்மா கிடப்பானேன். வயல்லேதான் கெடக்கட்டுமே. இன்னொருத்தன் வயல்லெ இருக்கறதை எடுத்துப் போட்டுடலியே” என்று மருதமுத்து சொல்லி நிறுத்திவிட்டான்.

தம்பி பேசவில்லை.

இத்தனை நாளாக இல்லாத வார்த்தை ஏன் இப்போது வர வேண்டும் என்று மருத முத்துவுக்கு வியப்பாக இருந்தது. கௌரவம் இல்லையாம். இது அகௌரவம் என்று இவனுக்கு யார் சொல்லிக் கொடுத்தார்கள்? அமைதியாக இருந்த மனத்தில் ஒரு சிறு குழப்பம். அதைப்பற்றியே நினைத்துக்கொண்டிருந்தான் மருதமுத்து. தம்பிக்கு ஒரு மாதம் முன்னால் கல்யாணமானதையும் இந்த ‘அகௌரவ’த்தையும் அவனால் சேர்த்துப் பார்க்காமல் இருக்க முடியவில்லை... ஆனால் ஒரு பெண்ணுக்கு, பதினைந்து வயதுப் பெண்ணுக்கு கௌரவமும் அகௌரவமுமா தெரியும் கல்யாணத்திற்கும் இதற்கும் சம்பந்த மிராது. ஒரு பெண்ணைப்பற்றி அனாவசியமாக ஏன் தப்பாக நினைக்க வேண்டும்?... ஒன்றும் பெரிதாக நடந்துவிடவில்லை என்று அந்தச் சம்பவத்தைச் சிறிது சிறிதாக மறந்துவிட்டான் மருதமுத்து. ஸ்தம்பித்து நிற்கிற குட்டை நீர் சிறுகல் பட்டு ஒரு கணம் ஆடி அலைந்து மீண்டும் ஸ்தம்பித்துவிடுவதுபோல அவன் மனது பழைய நிம்மதியை அடைந்தது. புதிதாக வந்த பெண் நல்ல பெண்ணாகத்தான்

இருந்தாள். அண்ணி சொன்னதைத் தட்டுகிறதில்லை. வேலைக்கு முனகுவதில்லை.

ஆனால் நடக்கிற நடப்பைப் பார்த்தால் பழைய சந்தேகங்கள் மீண்டும் எழும்படியாகத்தான் இருந்தது. அன்று மாமியார் வீட்டுக்கு சுவாமிமலை போய்விட்டு வந்தான் தம்பி, அவளை அழைத்து வருவதற்காக. பஸ்ஸை விட்டு இறங்கியதும், ஊருக்கு ஒரு வண்டி வைத்துக்கொண்டு வந்தான் சத்தம் ஒன்றரை ரூபாய். இரண்டு மைல் நடந்து வந்துவிட முடியாதா? வலங்கை மானுக்கும் ஊருக்கும் வண்டியென்று குடும்பத்தில் எந்தக் காலத்திலாவது நடந்திருக்கிறதா? விவரம் தெரிந்த நாளாக அது மாதிரி சேதியே கேட்டதில்லை. . . சரி, புது மாப்பிள்ளை போகட்டும். ஆனால் இரண்டு மூன்று தடவை நடந்துவிட்டது. புது மாப்பிள்ளை சுவாமிமலைக்கு அடிக்கடி போய்விட்டு வர வேண்டியிருந்தது. வரும் போதெல்லாம் வலங்கைமானிலிருந்து வண்டியில்லாமல் வருவதில்லை. போகிறபோது நடைதான். வரும்போது மட்டும் என்ன வண்டி? ஊர் இந்த வறட்டுத்தனத்தைக் கண்டு சிரிக்கக் கூட ஆரம்பித்துவிட்டது. நிலைமைக்கு மீறி, வழக்கத்திற்கு மீறி செய்து ஊரார் நகைப்பைக் கட்டிக்கொள்வது அகௌரவம் இல்லை போலிருக்கிறது!

சுவாமிமலைக்குப் போய் வரப் பத்து ரூபாய் செலவாம். மாமனார் வீட்டுக்கு மாம்பழம் வாங்கிப்போனது சரி. வழியில் காப்பிச் செலவு மூன்று ரூபாயாம். காபிக்கும் நமக்கும் என்ன உறவு? நாலாணாவுக்கு யானை விற்றால் வாங்கிக் கட்டிப் போட்டு விடுகிறதா? மூன்று ரூபாய்க்கு சீமை எருப் போட்டால் மூன்று கலம் கூடுதலாகக் கண்டு முதல் செய்யலாம். மருதமுத்துக்கு என்ன செய்வதென்று புரியவில்லை. வாயைத் திறக்காமல் எல்லாவற்றையும் பொறுத்துக்கொண்டிருந்தான். தம்பி மூன்று நாள் வட்டம் வலங்கைமானுக்குப் போய் காப்பிக் கிளப்பில் காப்பி பலகாரம் எல்லாம் பண்ணிவிட்டு வந்தான். பழக்கம் நன்றாகப் பிடித்துக்கொண்டுவிட்டது போலிருக்கிறது. இப்பொழுது தினசரி வழக்கமாகிவிட்டது அது.

மாடத்தில் ஒரு நாள் சிவப்பாக, அழகாக ஒரு டப்பா இருப்பதைப் பார்த்து, மருத முத்து திறந்து பார்த்தான். இது வரையிலும் எந்தப் பூவிலும், எந்தக் கல்யாணத்திலும் காணாத வாசனையாக இருந்தது. சல்லடை மாதிரி ஓட்டைகள். உள்ளங் கையில் கொட்டினான். வெள்ளை வெளேரென்று மாவு. என்ன வாசனை! வாசனையைப் பார்த்தால் நாலைந்து ரூபாய்க்குக் குறையாது போலிருக்கிறது. அதை என்ன செய்வதென்று புரிய வில்லை. மறுநாள் சாயங்காலம், புதுப் பெண் மூஞ்சியைக் கழுவித் துடைத்து, மாடத்து டப்பாவை எடுத்து மாவை

மூஞ்சியில் பூசிக்கொண்டதைப் பார்த்தான். அதற்குப் பெயர் பூதர் மாவு என்று பின்னால் அவனுக்குத் தெரிந்தது.

மறுநாள் ரொம்ப சாமர்த்யத்துடன் கபட்டுத் தனத்துடன் கேட்டான். "தம்பி, மாடத்துலெ ஒரு சிகப்பு டப்பாவிலெ மாவு இருக்கு பாரு. ரொம்ப நல்லா இருக்கே. கமாய்க்குதே வாசம். என்னவிலை அது?"

"ரண்டு மூன்று ரூபா இருக்கும்."

"இருக்கும் கிறியே. உனக்குத் தெரியாதா?"

"சுவாமிமலையிலே வாங்கிக் குடுத்திருக்கிறாங்க. அடுத்த தடவை நான் வாங்கப் போறபோது தெரியுது, தானா."

"நீ வாங்கப் போறியா? அவ்வளவு விலை கொடுத்து இதெல் லாம் வாங்கத் தேவையா? நமக்குக் கட்டுமா? நாலுமா முளுக்க மஞ்சள் போட்டிருக்கமே. கடைக்குப் போயா அளகுவாங்கணும் நாம?"

"என்ன அண்ணே? இந்த ஊட்டிலே ஒரு சின்னக் காரியம்கூட நான் செஞ்சிக்க கூடாதா? காலையும் கையும் கட்டிப் போட்டுக்கிட்டு மூலையிலே கெடக்கணுமா? இல்லெ, வரப்புலே கெடக்கிற சாணித் தட்டையைப் பேத்துப் போட்டுக் கிட்டிருக்கணுமா?" என்று படபடவென்று தூக்கி எறிந்தான் தம்பி. அதோடு நிற்கவில்லை. திகைத்துப்போய் வாயடைத்து உட்கார்ந்திருந்தவனைப் பார்த்து மேலும் சொன்னான். "கயிஷ்டமாயிருந்தா என் பங்கைப் பிரிச்சுக் குடுத்திருங்க" என்று.

அதிர்ந்துவிட்டான் மருத முத்து. "என்ன நடந்துவிட்டது? எதற்காக இப்படிக் கத்துகிறான் இவன்?" என்று திகைத்தான். சாணித்தட்டை பெயர்க்கிறதைக் குத்திக் குத்திக் காட்டுகிறான்! என்னடா இது?...

'நம்ம பிசுகுதான். முளையிலே கிள்ளி எறிஞ்சிருக்கணும். முள்ளாலெ எடுக்கிறதை இன்று கோடாலி போடும்படியா வளரவிட்டது நம்ம தப்பு' என்று வருந்தினான்.

"என்னடா தம்பி? உனக்கு யார்ரா இதல்லாம் போதிச்சாங்க? மட்டு மரியாதை போயிடிச்சே! என்று வருத்தமும் வியப்பும் கலந்து சொன்னான்.

"ஒருத்தரும் போதிக்கலே எம்மாதிரி எல்லாரும் மரியாதையா இருந்தால்போதும்.

"சாணித் தட்டையைப் பேத்துக்கிட்டிருக்கணுமான்னு கேக்கிறியே. அதிலே என்ன தப்பு இருக்கு சொல்லேன் கேட்டுக் கிறேன்!"

“சும்மா இருங்க அண்ணே வாயைவாயைக் கிளப்பாதீங்க!”

“ச்சீ, நாயே, போ நாயே மரியாதை கெட்ட நாயே” என்று உள்ளே எழுந்து போய்விட்டான் மருதமுத்து.

“சும்மா கத்தாதிங்க. பங்கை பிரிச்சிட்டு கத்திகிட்டு கிடங்க; இப்ப ஒண்ணும் வாணாம்” என்று வாசலில் நின்றபடியே இறைந்துவிட்டுத் தெருவில் இறங்கிப்போனான் தம்பி.

“ஏய், பாத்தியாடி உன்கொளுந்தன் சொல்றத்தை! பங்கைப் பிரிச்சுக் குடுத்திடுணுமாம் இந்தப் பயலுக்கு, இஞ்ச இருக்கிற சொவம் பத்தலை. தனிக் குடித்தனம் வச்சு சோக்கு பண்ணணும் போலிருக்கு!”

மருத முத்துவின் பெண்ஜாதி பதில் சொல்லவில்லை. ஆண்பிள்ளை தவிசல்; போதாததற்கு ஓர்ப்படியாள் வேறு இருக்கிறாள்.

தம்பி மாறியே போய்விட்டான். பழைய தம்பி இல்லை. அன்று முதல் விறைப்பும் முறைப்பும் சகிக்கமுடியவில்லை; கேட்ட கேள்விக்கு மௌனம். பதில் சொன்னால், இடைவெட்டு அலக்ஷியம், தூக்கி எறிதல்; காபிக் கிளப்புச் சிலவு நஞ்சு போல ஏறிற்று. வாசனை சாமான்கள் மாடம் கொள்ளவில்லை. நாலுநாள் கழித்து பெண்டாட்டிக்கு ஒரு சீட்டிச் சேலை. கலியாணமா கார்த்திகையா ஒரு காரணமில்லாமல் எதற்குப் புடவை? கலியாணம் ஆகி ஆறு மாதம் ஆகாத பெண்ணுக்குப் புடவைக்கு என்ன பஞ்சம்? இவன் வாங்கிக் கொடுக்க இப்பொழுது என்ன முடை?

தலைமுறை தலைமுறையாகக் காணாத செலவுகள் குடும்பத்திற்கு வந்தன.

ஒரு மாசமாகப் பாகம் பிரிக்க அடிபோடுகிறான் தம்பி.

“உனக்கு என்னடா சுகத்துக்குக் குறைச்சல்? பாகம் பிரிக்கணும் பாகம் பிரிக்கணும்னு கூப்பாடு போட்டுக்கிட்டே இருக்கியே? நீ தாம் தாம்னு வாரி இறைச்சுக்கிட்டேயிருக்கணும். சொல்லப் போனா பாகம் பிரி; நீ தலைகீளெ நில்லு அந்தப் பேச்சு நடக்குதா பார்ப்பம்?” என்று ஒரு இரைச்சல் போட்டான் மருதமுத்து.

“நடக்காதா? நடக்குதா இல்லியா, பார்ப்பமே. எம்பேர் காளிமுத்துவா இருந்தா நடந்து தீராமயா போயிரும்?” என்று பதில் கொடுத்தான் தம்பி.

அவன் பண்ணுகிற செலவையும் அழிச்சாட்டியத்தையும் பார்க்கிறபோது, எப்படியாவது தொலையட்டும் என்று விட்டு

விடலாம் போல்தான் தோன்றிற்று. மூன்று நாள் நாலு நாள் என்று வீட்டில் சோறு தின்பதில்லை. ஐந்தா நாள் வந்து குழம்புக் கறியில்லை, அது இல்லை, விடியாமூஞ்சி வீடு என்று கத்துகிறது. அண்ணிக்கே சகிக்க முடியவில்லை. "அவரு போக்குப்படி விட்டுடுங்களேன்" என்று சொன்னாள். மருதமுத்துக்கு மனசு இடம் கொடுக்கவில்லை. "அவன் போக்குப்படி விட்டா அளிஞ்சி போயிடுவான். வாயை மூடிக்கிட்டுக் கிட நீ, பைத்யமே" என்று அவள் வாயை அடைத்துவிட்டான்.

இன்று – தூக்கம் வராமல் அவன் படுத்துப் புரள்கிறானே – இன்று இருட்டிச் சாப்பாடானதும் மணியக்காரரும், கணக்குப் பிள்ளையும் சின்னப்பிள்ளை நாராயண வன்னியும் வாசலில் வந்து கூப்பிட்டார்கள். மருத முத்து, "ஏன்" என்று கேட்டுக் கொண்டே வாசலுக்குப் போன போது, அவர்களோடு தம்பியும் நின்று கொண்டிருந்தான். மருதமுத்து இன்னதென்று தெரியாத ஒரு பயத்திலும் சந்தேகத்திலும் கிடந்து தடுமாறினான்.

"வாங்க உக்காருங்க, எங்கேங்க?" என்று கேட்கவும் கேட்டான்.

மூன்று பேரும் திண்ணையில் வந்து உட்கார்ந்தார்கள்.

"என்ன மருதமுத்து, காளி என்னமோ சொல்றானே?" என்று மணியக்காரர் கேட்டார்.

"என்ன?

"பிரிச்சுக்கிட்டுப் போகணுமாமில்லே."

"எதுக்காக?" ஊர் வரையில் செய்தி போய்விட்டதே என்று மருதமுத்துக்கு ஆத்திரம் பொங்கிற்று.

"எதுக்காக தம்பி?" என்று மணியக்காரர் கேள்வியைக் காளிமுத்துவிடம் திருப்பினார்.

"பிரிச்சுகிட்டுப்போனா தேவலாம்போலத் தோணுது எனக்கு."

"காரணம்?"

மருதமுத்து குறுக்கிட்டான்: "காரணமா? நான் சொல்றேங்க. பொழுது எப்பசாயும்னு காத்துக்கிட்டிருக்கான் அவென். சாஞ்ச வுடனே வலங்கிமானுக்குப் போயிடறான் காபி குடிக்க. தினசரி நாலணா செலவு ஆவுது. முப்பத்திக்கா ஏளரை ரூபா காபிக்கு நம்ம குடும்பம் தாங்குமான்னு கேக்குறேன். அவனுக்குப் புடிக்கலெ."

"அது எம்பளக்கங்க, இவரு எதுக்காக கேக்குறாரு. அது இல்லாட்டி எனக்கு தலை வலிக்குது."

"சரி அப்புறம்?"

"அப்புறம் என்னா? ஊட்டுக்கு ஏதாவது வாங்கியாந்தா அதுக்கு ஒரு மூஞ்சியை சுளுக்கறாரு."

"இதைப் பாருங்க அண்ணே மூஞ்சிக்கு அடிக்க என்னென்னமோ வாசனை டப்பாவெல்லாம் வாங்கியாறான். இடறி விழுந்தா மஞ்சக் காடு ஏரிலே ஏன் அதெல்லாம் வாங்கணும்னு கேட்டேன். தப்பா? ஊட்டுக்கு என்ன, கறியும் வாங்கிச் சாய்ச்சுக் கிட்டிருக்காரா இவரு?... நம்ம பொம்பிளை கள்ளாம் அளகுலெ கொறஞ்சா போய்டாங்க? நாலும் அஞ்சு கொடுத்தா அளகு வாங்கினாங்க அவங்க?"

"ஏன் தம்பி, இந்தச் செலவெல்லாம் நமக்கு அவசியம்தானா?" என்று சின்னப் பண்ணைக்காரர் கேட்டார்.

"அதெல்லாம் எதுக்குங்க செலவு பண்ணனும்னு நான் தனியாகப் போக விரும்பலே எனக்கு என்னமோ பிடிக்கலை."

"என்ன பிடிக்கலை?"

"சேந்து இருக்க."

ஆண்டவனே என்று கலங்கினான் மருதமுத்து. பிடிக்காமல் இருக்கும்படியாக அவனிடம் என்ன குறை இருக்கிறது சிறிது நேரம் குழம்பிவிட்டு "அவன் எப்படியானும் இருக்கட்டும். காபி குடிக்கட்டும் கள்ளே குடிக்கட்டும். என்ன தேவையானாலும் வாங்கிக்கிடட்டும். பிரிக்கிற பேச்சு வாணாம். ஏதோ ஒண்ணால வேலி ரண்டேதாக்கா அமஞ்சிருக்கு அப்பாரு பாடுபட்டதிலே கண்டு முதலும் நிறையக் குடுக்கற பூமாதேவி. அதைப் பிரிச்சுக் கொலை பண்ணவாணாம்" என்று கெஞ்சினான்.

யாரும் பேசவில்லை. தெரு நிசப்தமாக இருந்தது; மேலும் பேசினான் அவன்.

"இன்னொரு சேதியும் சொல்லிப்பிடறேன். அப்பாரு கண்ணை மூடும்போது இவனும் பக்கத்திலேதான் இருந்தான். என்ன சொன்னாரு கேளுங்க?"

பதில் இல்லை.

"கடைசி மூச்சு போறப்போ, எங்க ரண்டுபேரையும் கூப்பிட்டாரு. "கடாசியாக ஒரு சேதி சொல்லணும். ஆயிரம் வரட்டும். குடியே முளுகிப் போவட்டும். நிலத்தைப் பிரிக்கிற சேதி வச்சுக்காதிங்க. ஒங்க ரண்டுபேரையும்கூட அப்படி வளக்கலை. அப்படி கண்ணுக்கு கண்ணாய் வளத்து வச்சிருக்கேன். இவ்வளவு தான்" இன்னாரு. அப்பாலே கால் நாளிதான் மூச்சு இருந்திச்சு. நீங்க பஞ்சாயத்து பண்ண வந்திருக்கீங்க. உங்ககிட்ட சொல்லிப்

பிட்டேன். தர்மம், நியாயத்தைப் பார்த்துச் செய்யுங்க" என்று வேகத்தோடு முடித்தான் மருதமுத்து.

பஞ்சாயத்துக்கு வந்தவர்கள் ஒரு நிமிஷம் கலங்கிவிட்டார்கள். ரொம்ப இக்கட்டாகப் போய்விட்டது. சொல்வது தெரியாமல் வாய் அடைத்து, குனிந்து சூன்யத்தைப் பார்த்துக்கொண்டு உட்கார்ந்திருந்தனர்.

சற்றுக் கழித்து தம்பி சொன்னான். "செத்துப் போறவங்க சொல்லிட்டுப் போனாங்க; அவங்க நெனச்ச படியா நடக்கும்?" என்றான்.

"அட பாவி, பாவி! என்னா சொன்னே? எலே உனக்கு மனசாச்சி இருக்காடா, கிராதகப்பயலே. தெய்வம் இருக்கா? சத்யம் இருக்காடா உனக்கு? நெஞ்சு ரப்பு இவ்வளவு ஆகாதுடா, பாவி. அண்ணே, சும்மா உக்காந்திருக்களே. செத்துப் போனவரு சொன்னாருங்களேன். இப்படி பேசுறான். சும்மா இருக்கீங்களே; அவன்மென்னியைத் திருகிப்போடவாணாம்?" என்று கொதித்தான் மருத முத்து. பஞ்சாயத்துக்கு வந்திருக்கிற மூன்று பேரும் கிராமத்தில் முதல் நம்பர் அயோக்யர்கள் என்று அவனுக்குத் தெரியும்; பாபத்திற்குப் பயப்படாமல் வம்பும், புனைச் சுருட்டும் செய்கிறவர்கள் அவர்கள். நியாயம் கிடைக்காது. தன்னந் தனியாக விடப்பட்ட குழந்தை போலக் குமுறினான் அவன்.

"மருதமுத்து, எல்லாம் சரிதான். அவன் கட்டுப்பட்டாத்தானே? அப்படியிருக்கிறவனை என்ன செய்றது? உனக்கும் இவ்வளவு பிடிவாதம் வாணாமே. குப்பையைக் கழுத்தைப் பிடிச்சுத்தள்ளு" என்று கோபித்துக்கொள்வது போலவும் இரக்கப்படுவது போலவும் பேசினார்கள். வஞ்சனையே வடிவெடுத்தவர்கள்!

"சரி, நாளைக் காலையிலே வர்றோம். எப்படியாவது சண்டையில்லாம சிரிச்ச முகமா பிரிச்சிக்கிடுங்க. வேண்டாத பொண்டாட்டியோட எத்தினி நாள் வாள முடியும்?" என்று கோடு கிழித்துவிட்டு எழுந்தார்கள் பஞ்சாயத்தார்கள்.

மருதமுத்துக்குச் சோறு வேண்டியிருக்கவில்லை. கரைத்துக் குடித்துவிட்டுப் படுத்தான். தம்பிக்கு நல்ல பசி. சாப்பிட்டு உள்ளே படுத்துவிட்டான். அவனுக்கு என்ன? காரியம் கை கூடிவிட்டது. குலாவிக்கொண்டே படுத்துக்கிடப்பான்.

தர்மம், நியாயம் இதெல்லாம் கிடையாதா பூமியிலே? செத்தவர் வார்த்தைக்கு இவ்வளவு தானா மதிப்பு!

மருதமுத்து புரண்டு புரண்டு படுத்தான். மணியக்காரர் சொல்லைத் தட்ட முடியாது. தட்டிவிட்டால், ஊரில் கால் ஊன்றி வாழ்வது என்ற பேச்சே சாத்தியப்படாது.

நள்ளிரவு கடந்து வெகு நாபு பாகியிருக்கும் போலிருக்கிறது. நாய் குரைக்கிறது; எங்கேயோ, தவ ளை கத்துகிறது. சுவர்க் கோழி கத்துகிறது. எதிர் வீட்டுத் திண் ணையில் பசுபதி குறட்டை விடுகிறான் எந்தத் திண்ணையிலு ம் தூக்கத்தைத் தவிர வேறு ஒன்றுமில்லை. தம்பி தூங்குகிறான் ாற்று தூங்குகிறது. தென்னங் கீற்று தூங்குகிறது. நுகத்தடியைத் தட ரயில் குத்திப் படுத்திருக்கும் கட்டை வண்டியும் தூங்குகிறது.

நமக்கு மட்டும் தூக்கம் வராதா ான்ன என்று நினைத்தான் மருதமுத்து. பாயை விட்டு எழுந்து நட து கோட்டான் குளத்தைப் பார்க்க நடந்தான். சின்னப் பண் ணையார் திண்ணையில் கட்டிலில் படுத்து உறங்கிக்கொண்டிரு நார். பந்தலில் கட்டிலைப் போட்டு, ஒருக் களித்து சிறு குறட் ட விட்டு உறங்கினார் கணக்குப் பிள்ளை.

கோட்டான் குளத்து அரச மரமும் ரங்கிக் கொண்டிருந்தது. சற்றைக்கொருதரம், கண்ணாடி போல நின்ற குட்டை நீரை தவளையோ, மீனோ குதித்து, சிறு கல குக் கலக்கி ஓய்ந்தது.

குளத்தங்கரை மடத்திற்குள் நுழைந் ன் மருதமுத்து. ஊரில் பாபம் செய்தோ புண்ணியம் செய்தோ யார் செத்தாலும், எல்லாரையும் சகட்டு மேனிக்குக் கரை ற்றி விடும் கருமாதி மடம் அது. அவன் நிலைப்படி ஓரத்தில் குனிந்து எதையோ எடுத்துத் திண்ணையில் கிழித்துப்பார்த்தா . கரித் துண்டுதான். அதைக் கையில் எடுத்துக்கொண்டு உள் ர நுழைந்தான்.

நல்ல இருட்டு. கரி, துண்டால் எழு து ஒன்றின் மேல் ஒன்று சவாரி செய்துவிடாமல், தாரா ாக இடம்விட்டு விட்டு எழுதினான்.

“என் உசிரு இருக்கறவரைக்கும் எந்தப் யலும் நிலத்தெ பிரிக்க முடியாது. புதுக்களத்தி அம்மங்கூட பிரிச்சுக் குடுக்க முடியாது”

இதை எழுதின பிறகுதான் அவனால் நிம் தியாகத் தூங்க முடிந்தது.

மறுநாள் சாயங்காலம் மடத்திற்குள் நுழைந் ஒரு மாட்டுக் காரப் பயல் மருதமுத்து கழுத்தில் கயிறு இறுக்க கண் பிதுங்க, உத்தரத்திலிருந்து தொங்குவதைப் பார்த்து மிரண்டு போய்க் கூச்சல் போட்டான். மருத முத்து தூங்குகிற ன் என்று அவனுக்குத் தெரியவில்லை.

***தேனீ*, ஆடி (ஜூலை) 1948**

ராஜப்பா

நடுப்பகல் வர ஒரு நாளிகை தான் பாக்கி. அதற்குள் நான் சாப்பிட்டுவிட்டு, வெற்றிலையும் போட்டுக்கொண்டு திண்ணையில் வந்து உட்கார்ந்து விட்டேன். கிராமத்து மற்ற வீடுகளில் எல்லாம் சாப்பிட்டதாகத் தெரியவில்லை. வயலுக்குப் போய்விட்டுக் குண்டுப்பஞ்சாமி திரும்பி வந்து கொண்டிருந்தார். கணக்குப்பிள்ளை, கொஞ்சம் தெம்புள்ளவன், பண்ணை கிண்ணை என்று பிடுங்கல் வைத்துக்கொள்ளாமல், எல்லா நிலத்தையும் குத்தகைக்கு விட்டு சுகவாசம் பண்ணுகிறவன், பக்கத்துக் கிராமத்து மைனர்களோடு வம்பு தும்பெல்லாம் பேசிவிட்டுத் திரும்பிவந்தான். கோடி வீட்டிலிருந்து அழுக்கு வேஷ்டிப் பட்டா மணியம் ஹைதராபாத் விஷயமாக யாரோ செவிட்டுக்குத் தொண்டையைக் கிழித்துக்கொண் டிருந்தான். யார்யாரோ ஆற்றுக்குக் குளிக்கக் கிளம்பிக்கொண்டிருந்தார்கள். இன்னாரென்று தெரியவில்லை. ரிடயராகி நான் ஊரோடு வந்து ஒருவாரம்கூட ஆகவில்லை. இன்னும் பத்துநாள் போனால் ஒவ்வொருவராக நெருங்கிப் பழகித் தெரிந்துகொண்டுவிடலாம். பன்னிரண்டு மணிக்குக் கால்பொறிய நடந்து குளிக்கப் போகும் பிரகிருதிகள் மனிதர்கள்தானா என்று ஒரு சந்தேகம். இவ்வளவு நாழி வயிற்றைக் காயப்போட்டுக்கொண்டிருக் கிறார்களே என்று ஒரு பிரமிப்பு. நம்மால் தாங்காது என்று ஒரு ராஜ பாவம். இதெல்லாம் சேர்ந்து

பட்டிக்காட்டில் பொழுது போகா என்ற கவலையை ஓரளவுக்கு ஒதுக்கிவிட்டிருந்தது. கடையும் சி மாவும், கூட்டமும் சத்தமும், புஸ்தகமும் பத்திரிகையும் இல்லா மல் எப்படி இவர்களுக்குப் பொழுது போகிறது, என்ன செ றார்கள் இவர்கள், என்ன செய்துகொண்டிருப்பார்கள் என்ற ந்தனையில் என் பொழுது சற்று வேகமாகவே ஓடிக்கொண்டி ந்தது.

நான் சாப்பிட்டு வெற்றிலை யும் போட்டுக்கொண்டு, திண்ணைக்கு வந்து சிமிண்டுச் சா மணையின் சில்லிப்பிலும் சாய்ந்தாகிவிட்டது. ஒன்பது மணிக் சுடச்சுடத் தின்றுவிட்டு பஸ்ஸுக்கும் டிராமுக்கும் காத் ப் பழக்கமான வனுக்கு பன்னிரண்டு மணியே தாமதம்தான். பாம்மனாட்டிக்கு ஊர்ப் பழக்கம் நாலு நாளிலேயே பிடிபட ஆரம்பித்துவிட்டது. ஒரு மாதம் போனால் இன்னும் நாழியாகு மா என்னமோ! யாரோ ஒரு கிழவர் எருமை மாட்டை ஸ்நானத் ற்குப் போகச் சொல்லி பின் தொடர்ந்து போய்க்கொண்டிருந் ார். அவர் சென்றதும், எதிர்வீட்டுக்காரர், வயலிலிருந்து வ சேர்ந்தவர் உடம்பு வியர்த்து விறுவிறுக்க "அப்பாடா" என் வாசற்படிமீது வந்து நின்று, காலில் ஒட்டிக்கொண்டிருந்த சற்றை ஒரு தடவை பார்த்துவிட்டு, "ஒரு சொம்பில் தண்ண" என்று ஒரு சத்தம் போட்டார் உள்ளே பார்த்து. அடுத்த நாடியே "வராதோ, நான் குளத்தாங்கரைக்குப் போறேன்" எ று இறங்கி மேற்கே போய்விட்டார்.

ஒட்ட ஓட்டமாக உள்ளேயிருந்து ஒரு சம்பில் தண்ணீரை எடுத்துக்கொண்டு வந்தாள் அவர் மனைவி. தற்குள் மனுஷ்யன் நாலுவீடு தாண்டிவிட்டார்.

"ஏய், வாஞ்சி, மாமாவைக் கூப்பிடே ா" என்று என் வீட்டுக்குப் பக்கத்து வீட்டு வாசலைப்பார்த் க் கூப்பிட்டாள் அந்த அம்மாள்.

"மாமா, மாமா" என்று அடுத்த வீட்டிலிரு ஒரு கூப்பாடு. மனுஷ்யன் காதில் விழாததுபோல நடந்துசெ ண்டிருந்தார். அம்மாள் அவரை தெருக்கோடிவரை பார்த்து ிட்டு உள்ளே திரும்பினாள்.

"ஒரு சொம்பில் தண்ணி வராதோ, நான் குளத் ங்கரைக்குப் போறேன்." எவ்வளவு பொறுமை! தண்ணீர் வரு வவரையில் தாங்கவில்லை அவருக்கு. இத்தனைக்கும் தண்ணீ ஒரு கண நேரத்தில் வந்துவிட்டது.

அவர் பெயர் ராஜப்பா. எட்டுவேலி நிலம். இரண்டு பிள்ளைகள். மூத்தவனுக்கு எங்கேயோ, வடக்கே உத் யோகம்.

சின்னப்பிள்ளை மாமனார் வீட்டோடு இருக்கிறானாம். காரணம் தெரியவில்லை. ராஜப்பாவைப் பற்றி நான் விசாரித்துத் தெரிந்து கொண்டது இவ்வளவு தான்.

மேலே கண்ட காக்ஷியைப் பார்த்து, அவருக்கும் மனைவிக்கும் ஏதோ நெடுநாள் பட்ட மனஸ்தாபம் இருப்பதாகத் தோன்றிற்று. 'செம்பில் ஜலம்' என்று கேட்ட உத்தாக்ஷணத்தில், 'வராதோ, குளத்தாங்கரைக்குப் போறேன்' என்று அவர் நடையைக் கட்டுவானேன்?

அம்மாள் முகத்தையும் பார்த்தேன். ரொம்ப அடங்கிய ஸ்திரி என்றுதான் பட்டது. பரமார்த்தி என்று சொல்லுவார்களே அந்தமுகம்; கபடு இல்லாத, புருஷன் எப்படியிருந்தாலும் அவனே சரணம் என்று இருக்கிற முகம்.

பொழுது போக்கிற்கு நல்ல பிரச்சனை சிக்கிவிட்ட சந்தோஷத்தில் ஸ்வானுபூதியின் அடிப்படையில் அவர்களுடைய வாழ்க்கையைப் பற்றி, தகராறைப்பற்றிக் கற்பனைசெய்து பார்த்துக்கொண்டிருந்தேன்.

அடுத்த வீட்டிலிருந்து யாரோ பையன் எட்டிப்பார்த்தான். மெதுவாக "அந்த மாமாவைப் பார்த்தேளா?" என்று கேட்டான்.

"யாரை?"

"இப்ப ஜலம் கேட்டுவிட்டுப் போனாரே, அந்த மாமாவை"

"பார்த்தேன்."

"இதுதான் அவருக்கு வேலை. அந்த மாமி கூப்பிடச் சொன்னாள், கூப்பிட்டேன். காதிலே விழாததுபோல போனார். துர்வாசசு!"

அந்தப் பையன்தான் வாஞ்சிபோலிருக்கிறது. பன்னிரண்டு வயதுதான் இருக்கும். கிழவன்மாதிரி பேச்சு. இல்லாவிட்டால் படுசுட்டி துர்வாசசு என்று அவரை வர்ணிக்குமா?

பேச்சக் கேட்க நான் தயாராயிருப்பதை அறிந்துகொண்டு அருகில் வந்தான் அவன்.

"அவருக்குக் கோபம் வந்துதோ, தலைகால் தெரியாது. அரிவாள், உலக்கை, எது கையிலே அகப்பட்டாலும் அதாலே போட்டுடுவார். சொம்பிலே தண்ணி வராதோ, குளத்தாங் கரைக்குப் போறேன்." என்று அவரைப் போலவே தத்ரூபமாக முகத்தையும் புருவத்தையும் வைத்துக்கொண்டு சொல்லிக் காட்டினான் அவன்.

"உள்ளே போய்ப் பாருங்... ஆ, இப்படித்தான் பேசுவர். ஊஞ்சப் பலகையிலே உட்கார்ந்து 'தீர்த்தம்! வராதோ, சரி' என்று கொல்லைப் பக்கம் சாரை பாம்பு மாதிரி போயிடுவர். கிணத்துலேருந்து ஜலம் இழுத்து... குடிப்பர். எல்லாம் கை சொடுக்கறத்துக்குள்ள ஆயிடும். ...ந்த மாமி டம்ளர்லே ஜலம் எடுக்கறத்துக்குள்ளே ஆயிடும். ...த்தம்ன்னு கேட்டுப்பிட்டு, இம்மன்னா முடியறபோதே தீர்த்த... ரலைன்னு கோவிச்சிண்டு, கிணத்தங்கரைக்கு போயிட்டால்? இ... ருக்குத் தாகமாயிருக்குன்னு அந்த மாமிக்கு ஜோசியம் தெரியணு... தயாரா ஒரு ஏனத்திலே தண்ணியை வச்சுண்டு நிக்கணும். அ... ...பகூட குடிக்கமாட்டார். இவர்தான் கேட்டுட்டு 'வராதோன்...' போயிடறாரே. இவர் ஜலம் கேக்கறது குடிக்கறதுக்கா, கோ... ண்டு போறதுக்கான்னு தெரியலியே! ஒண்ணு செய்யலாம். ...ரு டம்ளரில் ஜலத்தை வைத்து, 'பா, பா'ன்னு கூப்பிட்டு காண்பிக்கலாம்."

பையன் இதே சுவட்டில் பேசிக்கொ... டுபோனான். நடுநடுவே நான் எப்படிக் கேட்கிறேன் என்று கவ... இத்துக்கொள்ளாமலும் இல்லை.

"'தீர்த்தம் – வராதோ', மூஞ்சி... ப் பாரு. தீர்த்தம் உடனே இவர் முன்னாடி வந்து நிக்கல... ம், சிடுமூஞ்சி. 'சதா துஹ்கி'ன்னு சொல்லுவா எங்கம்மா. இந்... மாதிரி சிடுசிடுன்னு கோச்சுக்கிண்டும் அழுதுண்டும் இருக்கற... கிட்ட லக்ஷ்மி தங்க மாட்டாளாம். ஆனா இவருக்கு மட்டும் தே... ர் போரா நெல்லும் வக்கலும் வரது. நெறைய ஆளுங்கள் இருக்கா... " என்று கடவுளின் நியாயத்தைக் கண்டு குறைப்பட்டுக்கொ... ...ான் பையன்.

"ஒரு நாள் ஜலம் கேட்டுது இது. அ... ௬ மாமிகொண்டு குடுத்தா. அதிலே எதோ தூசி மிதந்துதுன்னு ட... ரை நெத்தியைப் பார்க்க வீசிப்பிட்டுது நரசிம்மஸ்வாமி. கொட... ...ாடன்னு ரத்தம் கொட்டித்து மாமி நெத்திலேயிருந்து... வ... ட்டுது காலை அலம்பிண்டு... உடம்பைப் பாரு காட்ட... ...ன மாதிரி... நான் போறேன் மாமா, இன்னும் சாப்பிடலை ...ன்று எழுந்து போனான் பயல்.

ராஜப்பாவை நினைத்து ஆச்சரியப்படுவதா, இல்லை பையனை நினைத்து ஆச்சரியப்படுவதா என்று ...ரியவில்லை எனக்கு. வயசு பன்னிரண்டு. வெகண்டையோ, ... க்க முடிய வில்லை.

ராஜப்பா வீட்டுக்குள் நுழைந்துவிட்டார்.

மீண்டும் எட்டிப் பார்த்துக்கொண்டே செ... ன்னான் பையன். "உள்ளே போயிட்டுது, மடத்துயானை. கைய... காலும் பார்த்தேளா, குண்டு குண்டா, சமையக்காரன் மாதி... ".

கச்சேரி

"மெதுவாடா, காதிலே விழப்போறது."

"நீங்க சாப்பிட்டாச்சா, வெத்திலை போட்டுண்டிருக்கேளே"

"ஆச்சு".

"நீங்கள்ளாம் டவுன்லே இருந்தவா. எங்கப்பா இப்பதான் குளிக்கப் போயிருக்கார். எனக்குப் பசிக்கிறது. நான் சாப்பிடப் போறேன். சாப்பிட்டு வரேன்" என்று மேல்பேச்சுக்கு அச்சாரம் கொடுத்துவிட்டு போனான் வாஞ்சி. கோரமான, உடலை அயர்த்தும் வெயில் தூக்கமாக வந்தது எனக்கு.

கண்விழித்தபோது ஒட்டுத் திண்ணையில் வாஞ்சி உட்கார்ந்து ஏதோ படித்து கொண்டிருந்தான்.

"சாப்பிட்டு விட்டு வந்தேன். நீங்க அசந்து தூங்கிண்டிருந்தேள். எழுப்ப வாண்டாம்னு உக்காந்துட்டேன்" என்றான். பொழுது நன்றாகச் சாய்ந்துவிட்டது. வெகுநேரம் தூங்கிவிட்டேன்.

உள்ளே போய் காப்பி சாப்பிட்டுவிட்டுத் திரும்பிவந்தபோது, ராஜப்பாவின் மனைவி இடுப்பில் ஒரு குடமும் கையில் ஒரு குடமுமாக தெருவில் இறங்கிப் போனாள்.

வாஞ்சி ஆரம்பித்தான். "இந்த மாமி எங்கபோனா தெரியுமோ? மிளகாய்க் கொல்லைக்குத் தண்ணி இறைக்க."

"என்னது?"

"ஆமா மாமா. வீட்டிலே இருபது ஆள் இருக்கான், அவங்க இறைக்கப்படாதாம். மாமிதான் இறைக்கணும்னு நரசிம்ம ஸ்வாமி ஆக்கினை போட்டிருக்கு. சிவனேன்னு நூறு குடம் இழுத்துக் கொட்டிவிட்டு வரா மாமி."

"என்னடாம்பி, நிஜம் தானா?"

"வேணுமானாப் புறப்படுங்கோ. இப்படி வயல்பக்கம் போறாப்பலே பாத்துட்டு வருவம். ரகசியம் என்ன? ஊர் முழுக்க தெரிஞ்ச சேதிதான். யார் சொல்றது? மூணு மாசமா இப்படி நடக்குது. பக்கிரின்னு ஒரு ஆளு. அவனுக்கு மனசு கேக்கலை. ஒருநாள் தண்ணியிழுத்துக் கொடுத்தானாம் மாமிக்கு. இதுக்குத் தெரிந்துபோச்சு. ஒடனே சீட்டுக்கிழிச்சுடுத்து அவனுக்கு. அது மாத்திரமில்லை. மாமியைப் பிடிச்சு ஆயிரம் அவுசாரிக்கு இழுத்துப்பிடுத்து. ஒரு ஆள் அங்க போகப்படாது இப்ப"

"எதுக்காக பொண்டாட்டியைப் போகச் சொல்றார் அவர்."

"அவரைத்தான் கேட்கணும் மொங்கு மொங்குன்னு எத்தனை வருடம் இழுத்துக்கொட்ட முடியும் பொம்மானாட்டிகளுக்கு!"

பையன் சொல்றது உண்மை ா இல்லையா என்று தெரிய வில்லை. காது மூக்கு வைத்துச் சொன்னாலும், எலும்பாவது இருக்கத்தானே வேண்டும்.

பேசிக்கொண்டே யிருக்கும் ாது ராஜப்பா வாசலுக்கு வந்தார். வந்தவர் வாயிலிருந்த பு கையிலைச் சாறை பந்தல் காலடியில் உமிழ்ந்துவிட்டு பந்தலுக் ் கிடந்த சாய்வு நாற்காலி யில் உட்கார்ந்து 'எலே! சோனி!' என்று மேற்கே பார்த்து ஒரு சத்தம் போட்டார். உடனே மேற்கேயிருந்து மொழுமொழுவென்று ஐந்து வயசுப் பையன் ஒருவன் இடுப்பில் ன்னரை வயது குழந்தை ஒன்றை கீழே போட்டு விடுபவன் ால் தூக்கமாட்டாமல் தூக்கிக்கொண்டு, பந்தலுக்கு வந்தான். ட மூன்று வயதிருக்கும், ஒரு பெண் குழந்தையும் வந்தது. குழந் யை வாங்கிக்கொண்டு ராஜப்பா கொஞ்ச ஆரம்பித்தார். கண்ணு, மூக்கு, மக்கு, மண்டு, யமன், குண்டு ராஸ்கல் என்று பல செல்லப் பெயர்களால் அழைத்துவிட்டு அதன் முகத்திலும் கன் ாத்திலும் முத்தமிட்டு வயிற்றில் புர்ர் என்று ஏழெட்டு தடவை ூதிவிட்டு கடைசியில் அதன் இரண்டு கால்களையும் பிடித்து தலை கீழாக தொங்கவிட்டு கிலகிலவென்று கொஞ்சினார். "சார், சார் என்று நான் இந்தப் பயங்கர விளையாட்டைப் பார்த்து கத்தினேன். "குடல் ஏறி விடப்போகிறது சார் குழந்தைக்கு" என்று ன் வாய் பதறிற்று. நிதானமாக அவர் பதில் சொன்னார். "குட த்தமா? இதுக்கா? இந்த யமகுண்டுக்கா? இந்தக் குழந்தைக யார் தெரியுமோ இல்லியோ, கணக்கு பிள்ளை வைத்தியின் ந்ததிகள். யமனை விரட்டும். பிசாசைத் துரத்தும். கூழாங்கல்லை ஜீரணம்பண்ணும். கொம்பேறிக் குதிக்கும் . . . அசுரக் குஞ்சுகள்" என்று எனக்கு சமாதானம் சொன்னார்.

"அப்படியா! தேவலையே" என்று நான் மரியாதையாக ஆச்சரியப்பட்டுவிட்டுப் பேசாமல் இருந்துவிட்டேன். அவர் சொன்னதென்னவோ வாஸ்தவம்தான். இரண்டு காலையும் ஒரு கையில் கொடுத்துத் தலைகீழாக அரை நிமிஷம் தொங்கி உலுங்கினதற்காக அந்தக் குழந்தை அரண்டதாவோ, அதிர்ந்த தாகவோ தெரியவில்லை. சோனியும் அந்தப் பெண் குழந்தையும் இந்த 'வேடிக்கை'யைப் பார்த்துச் சிரித்தன.

குழந்தையைக் கையில் வைத்துக்கொண்டு சொன்னார் ராஜப்பா. "எலே, சோனி, செத்துப்போ, பார்ப்போம்" என்று. அவ்வளவுதான். சோனி யோஜனை பண்ணாமல் பந்தல் மணலில் மல்லாந்து படுத்து, கண்ணை மூடி, கட்டையோடு கட்டையாகப் படுத்துவிட்டான். உடல் இம்மிகூட அசையாமல், கண் பாதி மூடியிருக்க, அசல் சவம் மாதிரியே இருந்தது.

“அம்மாளு, உங்க ஆமடையான் செத்துப்போயிட்டா, என்ன பண்ணுவே சாமி” என்று அந்தப் பெண் குழந்தையைப் பார்த்து ராஜப்பா கேட்கவே, அது மார்பிலும் முகத்திலும் அடித்துக் கொண்டு அழத்தொடங்கிவிட்டது. சோனியின்மேல் சாய்ந்து உட்கார்ந்துகொண்டு புலம்பிற்று.

“போரும்” என்று அவர் சொன்னதும் குழந்தைகள் எழுந்து விட்டன. ராஜப்பா ஒரு வெற்றிலையை சுருட்டி, சீவலும் சேர்த்துக் கொடுத்தார். சோனி அதை வாங்கி வாயில் போட்டுக் கொண்டான். அம்மாளுவும் ஒரு தரத்திற்கு வெற்றிலை போட்டுக் கொண்டது.

“சரி, போங்கோ”

குழந்தைகள் சென்றுவிட்டன. அவரும் எழுந்து கிழக்கே போனார்.

நூதனமான விளையாட்டுத்தான்!

“அசடு வழியறது” என்றான் வாஞ்சி.

“அந்த குழந்தைகளைப் பாருங்களேன் மாமா. அவருக்குச் சரியா அதுகளும் ஆடறது.”

எனக்கு என்ன சொல்கிறதென்று புரியவில்லை. இதெல்லாம் என்ன விளையாட்டு? இவர் ஏன் இப்படி விளையாடுகிறார், அஸப்யமாக? எதிர் வீட்டில் நான் உட்கார்ந்திருக்கிறேன். அதைக்கூட லக்ஷ்யம் பண்ணாமல், கூச்சமின்றி, வெட்கமின்றி இப்படி விளையாடினால், அது தைரியமா, அசட்டுத்தனமா? இந்தப் போக்கே விசித்ரமாயிருந்தது.

○○○

ராஜப்பாவிற்கு அதிர்ஷடத்திற்கு குறைவு கிடையாது. அவர் நிலங்கள் எந்தப் பஞ்ச காலத்திலும் சோடை போகிறதில்லை. ஏராளமான ரொக்கம். வருஷத்திற்கு ஒருமுறை மூத்தபிள்ளை வந்து ஏழெட்டு நாள் தங்கிவிட்டுப் போவான். சின்னப்பிள்ளை வீட்டுக் குத்துச் செங்கல் ஏறக்கூடாது என்று உத்தரவு. அவரைக் கேட்காமல் பெண்டாட்டிக்கு எதோ நகைவாங்கிப் போட்டு விட்டானாம். அதுதான் காரணம். ‘பெண்டாட்டியை அழச்சிண்டு நட. இஷ்டப்படி நகையோ, நட்டோ போட்டுக்கலாம்’ என்று வெளியேற்றிவிட்டார். அவன் வீட்டுப்பக்கம் வரக் கூடாது. ஊருக்கு வந்தால் கோயிலிலோ குளத்திலோ கண்டு தாயார் அவனோடு பேசக்கூடாது. ஒரு தடவை பேசிவிட்டு, அவள் யமலோகத்தை எட்டிப்பார்த்து வந்தாள் – ராஜப்பா அடித்த

அடியில். அவ்வளவுதான். அதற்குப் பிறகு சின்னப்பிள்ளை ஊர்ப் பக்கம் வந்திருக்கிறான் என்று தெரிந்தால் அவள் வெளியே தலைகாட்டுவதில்லை. யார்யாரோ சின்னப் பிள்ளைக்காக மத்யஸ்தத்திற்கு வந்தார்கள். பலிக்கவில்லை. அவன் மாமனார் வீட்டோடு இருக்கிறான்.

மேற்படி விஷயங்கள் ஸவிஸ்தரமாகச் சொல்லிக்கொண்டிருந்த வாஞ்சி "இந்தமாதிரி யாராவது மனுஷாளே இருப்பாளா மாமா?" என்று பதில் தேவைப்படாத ஒரு கேள்வியும் கேட்டு விட்டு ஓய்ந்தான்.

"ஒருத்த ரோடயும் ஒட்டாது மாமா இது. ஊரிலே எதாவது கல்யாணம்னா, இதுக்கு வெளியூர்ப் பிரயாணம் வந்துவிடும். எதாவது சாக்குச் சொல்லிக்கொண்டு புறப்பட்டுப் போய்விடுவா. கல்யாணம் ஆகி ஆறாம் நாள் காலையில் வந்து நிற்பார். பிறத்தியார் வீட்டுச் சாப்பாடுன்னா அவ்வளவு விஷம் அதுக்கு. மாமி சமையலைத் தவிர வேறு ஒண்ணும் சாப்பிடாது. பதிலுக்கு உதை கொடுத்துண்டேயிருக்கும்."

வாஞ்சி ஓய்வதாக இல்லை. எதிர்த்த வீட்டு ராஜப்பாவைக் கவனித்து ஆராய்வதற்கே உலகத்திற்கு அனுப்பப்பட்டவன் போல இருந்தது அவன் பேச்சு.

சாயங்காலம் ஆறுமணியிருக்கும், கிழக்கேபோன ராஜப்பா திரும்பி வந்துவிட்டார். சாய்வு நாற்காலியின் சட்டத்தை நீட்டி அதில் அந்த கர்லாக் கால்கள், கருத்துத் திரண்டு இரை தின்ற வெண்ணாந்தை மாதிரி கிடந்தன. ராஜப்பாவோடு பேசிப்பழக வேண்டும் என்ற ஆவல் எனக்கு இன்னும் எழவில்லை. தூர இருந்து பார்த்துக்கொண்டிருப்பதே 'ஸத்தி'யாகப் போதும் என்று பட்டது. பொழுதுபோக வேண்டுமே! நானும் ராஜப்பா மாதிரி உள்ளேபோய் வெற்றிலை போட்டுக்கொண்டு வந்து மெல்லத் தொடங்கினேன்.

கையெழுத்து மறையும் நேரத்திற்கு, தெருவில் ஒரு கிழவர் ஒரு கையில் மூட்டையும், ஒரு கையில் தடியுமாக, குசேலஸ்வாமி மாதிரி வந்துகொண்டிருந்தார். ராஜப்பா வீடு ஊரிலேயே பெரியதுதான். ஊரில் பணக்காரரே அவர்தானே. வீட்டையும் பந்தலையும்பார்த்தால் தெரிந்துவிடும் இது. தயங்கித் தயங்கிக் கிழவர் ராஜப்பாவை அணுகினார்.

"யார்?" என்று ஒரு அதட்டல். கிழவர் கோலை இடது கைக்கு மாற்றி, வலது கைவிரல்களை வாயருகில் வைத்து, "அசலூர், பாபனாசத்திலேயிலிருந்து நடந்து வரேன்"

"ஏன் வண்டி கிடைக்கலியோ?"

"கோவிந்தக் குடி சாலையிலே அரைச்சேர் டீ சாப்பிட்டேன்"

"ராச்சாப்பாட்டைக் கொட்டிக்க இஞ்ச வந்தீராக்கும்"

"பசி அசாத்யமாயிருக்கு"

"உள்ளே போய்த் தின்னூட்டுப் போம்மங்காணும். ஏன் பல்லை இளிச்சண்டு பறக்கிறீர்? தரித்ரமே!... ஏன் எங்கே போறீர்?"

"எங்கியும் இல்லை. ஆத்துலே போய்க் கை காலை அலம்பிண்டு வரேன்."

"சுருக்க வந்து தொலையும்."

கிழவர் ஊருக்குள் சென்றார்.

அரை மணி, ஒரு மணி, இரண்டு மணியாற்று. கிழவர் திரும்ப வில்லை. ராஜப்பா சாப்பிடவில்லை. திண்ணையில் விளக்கை வைத்துக்கொண்டு தெருவைப் பார்த்துக்கொண்டிருந்தார்.

இன்னும் அரை மணி. கிழவரைக் காணோம். "எலே, வாஞ்சி, இந்தக் கிழம் ஒண்ணு வந்துதே, அது எங்கேயானும் திண்ணையிலே படுத்துண்டிருக்கோ என்னமோ, போய்ப் பார்த்துவிட்டு வா," என்று விளக்கை கொடுத்து என்னோடு உட்கார்ந்திருந்த பையனை விரட்டினார். பையன் நாற்பது வீட்டுத் திண்ணைகளையும் பார்த்துவிட்டான். ஆள் இல்லை.

"சத்திரத்துத் திண்ணையிலே பார்த்தியாடா?"

"இல்லையே!"

"என்ன இல்லையே, மக்கு. அங்க போய் பார்றா".

சத்திரம் ஊருக்கு வெளியில், ஊர் பாதை சாலையோடு சேருமிடத்தில் இருக்கிறது. அங்கேயும் கிழவரை காணவில்லை.

"என்னடாது. பசி பசின்னு பறந்துது. ஆத்தங்கரைக்கு போறேனு போச்சு. ஆத்தோடு போயிடுத்தோ, என்ன எழவோ" என்று துடித்தார் ராஜப்பா.

இரண்டாம் முறையாக, பெருமாள் கோவில், சிவன் கோவில், ஊர்த் திண்ணைகள் எல்லாவற்றையும் சல்லடை போட்டு சலித்துவிட்டு வந்தான் ஒரு ஆள், மஹ்ம்.

"தொலை, காமாட்டி, நீ நன்னாப் பார்த்திருக்க மாட்டே" என்று அவனைக் கழித்துவிட்டு, தானே அரிக்கேனை எடுத்துக்

கொண்டு ஒவ்வொரு வீட்டுக் கதவாகத் தட்டி விசாரிக்க ஆரம்பித்தார். நாற்பது வீடும் முடிவதற்குள் மணி பத்தாகிவிட்டது.

"ஊரை விட்டே தொலஞ்சு போயிட்டுதோ, ஆத்தோடுதான் போயிட்டுதோ" என்று முணுமுணுத்துக்கொண்டே பந்தலுக்குள் வந்து சேர்ந்தார்.

திண்ணையில் ஒரு பழம் பாயைப் போட்டுப் படுத்திருந்த வாஞ்சி "சாப்பிட வாங்கோன்னு சாதாரணமாகச் சொல்லியிருக்கணும் மாமா, நீங்க அதட்டினேளோ இல்லியோ, பயந்துண்டு ஊரையே விட்டுப் போயிட்டார் போலிருக்கு. இத்தனை நாழி கருப்பூர்லே எங்கியாவது சாப்பிட்டு விட்டு ஹாயாத் தூங்கிண்டிருக்காரோ என்னமோ" என்று முத்தாய்ப்பு வைத்தான்.

"எலே வாயாடி, என்னது? கிழம் சோத்தை திங்கப் போறதா? என் கோபத்தை திங்கப் போறதா? ஏண்டா அதிகப் பிரசங்கி. நான் எப்படியிருந்தா என்ன? சோறு திங்கறத்துக்கும் அதுக்கும் என்னடா?"

"சாதம் போடத்தான் போறேள்? ஏன் விழுந்து பிடுங்கணும்"

"சீ வாயாடி" என்று அர்த்தமில்லாமல் பதில் கொடுத்துவிட்டு உள்ளே சென்றுவிட்டார் அவர்.

"சோத்தைக் கொட்டுறவர் எதுக்காக வேட்டை நாயாகக் குரைக்கணும்? குளுமையாய்ப் பேசினா உலகத்தையே மடக்கிப் பிடலாம்" என்று என்னிடம் வாஞ்சி சொன்னதும், இந்தப் பயல் நீண்ட நாள் பிழைத்திருக்க வேண்டுமே என்று கவலை வந்துவிட்டது எனக்கு.

ராஜப்பாவுக்கு கட்டாயம் சோறு வேண்டியிருந்திராது அன்று. அரிக்கன் வெளிச்சம் அவர் கலவரத்தை நன்றாகவே காட்டிற்று.

○○○

ஆறு மாதமாகிவிட்டது நான் வந்து. நானும் பார்க்கிறேன். சராசரியாக ஒரு விருந்தாடியாவது ராஜப்பா வீட்டிற்கு வராமல் இருப்பதில்லை. கங்காளி, பரதேசிகள் வந்தால், நாலு பாட்டுப் பாடாமல் அதட்டல் போடாமல் சாப்பாடு போட மாட்டார் ராஜப்பா. பயந்துகியந்து போய்விட்டானோ, எங்கிருந்தாவது ஆளைப் பிடித்து தரதரவென்று இழுத்து வந்து இலையில் உட்கார்த்திவிடுவார்.

"வயிறு பறக்கிற பறப்பிலெ, கோபம் வேறெயா, உமக்கு. வெளியிலே போய்த் தூத்தணுமோல்லியோ" என்று வந்தவனை

ஒரு அதட்டல் போட்டுவிட்டுத்தான் அந்த இலையிலும் உட்கார்த்திவைப்பார்.

○○○

ராஜப்பாவும், நானும் சிநேகமாகத்தான் இருந்தோம். ரொம்ப நெருக்கமில்லை. சண்டை கிடையாது. மனஸ்தாபம் கிடையாது. ராஜப்பாவைப் பார்க்காவிட்டால் எனக்கு என்னமோ போலிருக்கும் அளவுக்கு இந்தக் கவர்ச்சி என்னைப் பற்றிவிட்டது.

திடீரென்று சொல்லிக்கொள்ளாமல் ஒரு நாள் எங்கேயோ போய்விட்டு, மனைவி, மூத்தப் பிள்ளை, சின்னப் பிள்ளை எல்லோரையும் கலங்க வைத்துவிட்டு, ஒரு வருஷம் கழித்து, "காசி, ஹரித்வாரம், கேதார் நாதம் எல்லாம் சுற்றிவிட்டு வந்தேன். மூட்டை கரையணுமோ இல்லியோ" என்று சொல்லிக்கொண்டே வந்து சேர்ந்தார். அவர் பிரிவு எவ்வளவு சகிக்க முடியாதது என்று எனக்கு அப்போதுதான் தெரிந்தது. ஆயிரம் கொடுத்தாலும் வராத, கெட்டுப்போன காலணா மீண்டும் கிடைத்து அளிக்கிற உள்ள நிறைவு என்னை நிரப்பிற்று.

○○○

ராஜப்பா இப்போது இல்லை. அவர் காலமாகி நாலு மாதமாய் விட்டது. சின்ன பிள்ளையையும் மன்னித்து பாதி சொத்தைக் கொடுத்துவிட்டுத்தான் போய்ச் சேர்ந்தார் அவர். நடு இரவு இருக்கும் அவர் கடைசி மூச்சுப் போகும்போது. இரண்டு நாள் தான் படுத்திருந்தார். வெறும் ஜுரம்தான். உயில் எல்லாம் வக்கணையாக நாலு பேரை வைத்துக்கொண்டு எழுதிவிட்டு போய்விட்டார். சொத்தில் கால் பாகம் அன்ன தானத்திற்கு ஒதுக்கியதில் யாரும் ஆச்சரியப்படா விட்டாலும், உயில் எழுதின சுந்தரேசன், கையெழுத்தான பிறகு வெளியே சிரித்துக்கொண்டே வந்தான்.

"என்னடா சுந்தரேசா?"

"ஒன்றுமில்லை. உயில் கடைசி வரியை நினைச்சாத்தான் சிரிப்பு வரது" என்றான்.

"என்ன?"

"ஆலத்தூர் வீட்டுக் கிட்டு சாமிபிரான் வியோகமானதும், பாடை கட்டின குண்டுப் பஞ்சாமி கிட்டுசாமி அய்யரின் தலையைக் காலால் உதைத்து முட்டுக்கொடுத்துக் கட்டின போக்கிரித்தனத்தை நானே என் கண்ணால் பார்த்துக்கொண்டிருந்ததால், மேற்படி குண்டுப் பஞ்சாமி, நான் வியோகமான

பிற்பாடு, மனுஷ்யபதார்த்த வசதி எது இருந்தாலும் இல்லா விட்டாலும், எந்தக் காரணத்தைக் கொண்டும், என் பிணத்தைக் கட்டக் கூடாது என்றும் தொடக் கூடாது என்றும் தூக்கக் கூடாது என்றும் கௌரீசர் ஆணையாகச் சொல்லப்படுகிறதென்று இப்படிக்கு ராமையா குமாரர் ராஜப்பா' – இதுதான் மாமாவுடைய வக்கணை குறையாகக் கடைசிப் பிரார்த்தனை. நான்தான் எழுதினேன். எழுதறபோதே சிரிப்பை அடக்க முடியவில்லை. நல்ல வேளையா யார் மேலேயும் புகையிலைச் சாரை வர்ஷிக்காமல் தப்பிச்சேனே? பா?" என்று சிரித்தான் சுந்தேரேசன்.

செத்துக்கொண்டிருந்தால் என்ன? ராஜப்பா ராஜப்பாதான்.

சிந்தனை, ஆகஸ்ட் 1948

அவப்பெயர்

கண்ணுசாமிப்பிள்ளை வண்டியைக் கட்டச் சொன்னார். ராவ்பகதூர் கைலாச முதலியார் ஹைஸ்கூலில் பழைய மாணவர்களின் கமிட்டிக் கூட்டம் எட்டரை மணிக்குத் தொடங்குகிறது – கூட்டத்தில் கலந்துகொள்வோருக்கு இட்லி, காபி உண்டு. முப்பத்தைந்து வருஷங்களுக்கு முன்னால் அது ஆரம்பப் பள்ளிக்கூடமாயிருந்தபோது மூன்றாவது வகுப்போடு கண்ணுசாமிப் பிள்ளை படிப்பை நிறுத்திவிட்டாலும், பஞ்சாயத்து போர்டுத் தலைவரானதற்காகவும், மண்ணெண்ணெய் வியாபாரத்தில் மாடி வீட்டுக்கும், மூன்று 'லகர'த்திற்கும் முதலாளியாகிவிட்டதற்காகவும், பழைய மாணவர் சங்கத்திற்குத் திடீரென்று அவர்மீது அன்பு பொங்கி வழிந்து ஓட ஆரம்பித்துவிட்டது. சங்கக்கூட்டம், பள்ளிக்கூடத்து 'எக்ஸிபிஷன்', ஆண்டுவிழா, வீர சிவாஜி நாடகம், குருளையர் சாரணர் கூட்டம், விளையாட்டுப் போட்டி எல்லாவற்றிற்கும் அவரைப் பார்வையாளராகவும், தீர்ப்பாளராகவும், தலைவராகவும், காரியக் குழு அங்கத்தினராகவும் பொறுக்கிப் பற்பல பதவிகளை அவர் மீது சொரிந்து விட்டார்கள். பெரிய மனுஷனாக ஆனாலும், சங்கடமாகத்தான் இருக்கிறது. கும்பாபிஷேகத்திலிருந்து குருளையர் 'ராலி' வரையில் நன்கொடைகளுக்கு முதல் கையெழுத்தை அவர்தான் போட வேண்டுமாம் ஆகி வந்த கையாம்

வண்டி பூட்டியாய்விட்டது. எதிர் வீட்டுச் சுப்பட்டாவை ஏறச் சொல்லிவிட்டு, பின்னால்

ஏறிக்கொண்டார் கண்ணுசாமிப் பிள்ளை. சுப்பட்டாதான் அவருக்கு இப்பொழுதெல்லாம் நன்மந்திரி, நற்றுணை, வழிகாட்டி எல்லாம். சீட்டாட்டத்துக்கு நிரந்தரமான கை, பிரயாணத்திற்கு நிரந்தரமான துணை, நாடகம் பார்க்கத் தோழன் — எல்லாம் சுப்பட்டா என்கிற சுப்பிரமணிய உடையார்தான். சுருக்கமாகச் சுப்பட்டாவைக் 'கண்ணுசாமிப் பிள்ளையின் கைத்தடி' என்று சொல்லிவிடுவதுதான் நல்லது.

தலைமையாசிரியரும் பள்ளிக்கூடத்துக் குமாஸ்தாவும் அவரை எதிர்கொண்டழைத்துச் சென்றார்கள். இட்லி காபி கொடுத்தார்கள். வெற்றிலை சீவல் போட்டுக்கொள்ளச் சொன்னார்கள். எட்டரை மணிக்குத்தான் ப.மா. சங்கக் கூட்டம். இன்னும் இருபது நிமிஷங்கள் இருந்தன.

"நேரம் கீரமெல்லாம் யோசனையோடதான் 'அட்ஜஸ்ட்' பண்ணிக்கிட்டு வந்திருக்கீங்க" என்று இளித்தார் தலைமை யாசிரியர்.

கண்ணுசாமி சரியாகக் கேட்டுக்கொள்ளாமல் "அ?" என்று கேள்விக் குறி போட்டார்.

"கூட்டம் தொடங்க அரை மணி செல்லும். 'எக்ஸிபிஷ'னைப் பார்த்திட்டு வரலாமில்ல?"

"செய்யறது."

முகப்புக் கட்டடத்துக்குப் பின்னால் இருந்த நாலாம், ஐந்தாம் வகுப்புக் கொட்டகையை மூன்றாகத் தடுத்து, தொழில், சுகாதாரம், விஞ்ஞானம் என்று, மூன்று தத்துவங்களையும் பிரித்து வைத்திருந்தார்கள். முதல் தடுப்பில் ராவ்பகதூர் கைலாச முதலியார் ஹைஸ்கூல் மாணவர்களின் தச்சு வேலைப்பாடுகளும், நெசவுக் கலைத் திறங்களும் அடுக்கி வைக்கப்பட்டிருந்தன – நாலு ஸ்கேல்கள், இரண்டு பேனா ஸ்டாண்டுகள், ஒரு கடியார ஸ்டாண்டு, முக்காலியில் நாலைந்து, ஒரு ஆப்பைக் கூடு, சட்டை மாட்டுகிற முளை ஒரு கூடை, 'பசபச' வென்று பிசிரடிக்கும் காரிக்கன் துண்டு ஒரு மடி, சோகை பிடித்த ஒரு பச்சை சிவப்பு ஜமக்காளம், வியர்வையில் திரிந்து வரும் அழுக்குப் போல பிசிர் பூத்த அழுக்குக் கட்டில் நாடா ஒரு சுருள், இன்னும் தட்டு முட்டாகப் பத்துப் பதினைந்து சாமான்களும் பார்ப்போரைப் பரவசப்படுத்திக்கொண்டிருந்தன. வந்திருந்தவர்களுக்கு இவைகள் எக்ஸிபிஷனுக்குத் தகுந்த சாமான்களாகத் தோன்றாவிட்டாலும், வீவிங் மாஸ்டர் கோதண்டபாணி மட்டும் டாக்கா மஸ்லினைக் காவல் காப்பது போலக் காத்து, யாரும் இந்தச் செல்வங்களைக் கையால் தொட்டுக் கெடுத்துவிடாமல் இருக்கவேண்டி, "தூர

நின்னுகிட்டுப் பாக்கணும், ஆமாம், தொடக் கூடாது" என்று அடிக்கடி குரல் கொடுத்துக் கொண்டிருந்தார்.

"அம்மா, தொடாதீங்கம்மா, தொட்டுத்தானா தெரியணும், பார்த்தாத் தெரியலியா?"

"எலெ தம்பி, தொடக் கூடாதுன்னு சொன்னேன்ல?"

"பாத்தியா, மறுபடியும் தொட ஆரம்பிச்சிட்டீங்களே, நீங்கள்ளாம் பச்சைப் புள்ளையில்லெ; ஒரு தரம் சொன்னாத் தெரிஞ்சிக்கிடலாம்."

"எலே, யார்றா அவன்? தூர நின்னு பாரு. தொட்டா, கையை முறிச்சுப்பிடுவேன்."

இதெல்லாம் கோதண்டபாணியின் சத்தம்தான். அவர் மட்டும் போதாதென்று அவருக்கு உதவியாகக் காக்கிச் சட்டையும் கைத் தடியுமாக இரண்டு 'ஸ்கௌட்'டுகள். நின்று கொண்டிருந்தார்கள். அங்கு மட்டுமில்லை; கண்காட்சி முழுவதிலும் கர்சன் பிரபுவின் புராதனக் கலைச்செல்வப் பாதுகாப்புச் சட்டத்தைப்போல, பல 'ஸ்கௌட்'டுகள் காவல்புரிந்து கொண்டிருந்தனர்.

பக்கத்துக் கிராமத்திலிருந்து வந்திருந்த ஒருவன் காரிக்கன் துண்டுமடியைச் சற்றுநேரம் கண்ணால் விழுங்கிவிட்டு, "இந்த மடி என்ன விலை ஆவுதுங்க?" என்று கேட்டுவிட்டான்.

"என்னது?" என்றார் கோதண்டபாணி.

"இந்த மடி என்ன வெலைன்னு கேக்குறேன்."

"மடி வேணுமா உனக்கு?"

"சொல்லுங்க."

"சொல்லட்டுமா, இப்படிப் பள்ளிக்கூடத்துக் கேட்டைத் தாண்டி கிளக்கே திரும்பி நேராப் போனா யூசிப்புராவுத்தர் கடையிருக்கு. அங்கே கேளு, மடி கிடைக்கும்."

"இதைச் சொல்லுங்களேன்."

"சொல்லுறதா? எதைச் சொல்றது? எதையா சொல்றது? சொல்லேன்."

கோதண்டபாணியின் உருட்டலைப் பார்த்துவிட்டு, ஒரு காக்கிப் பையன் கொஞ்சம் இரக்கத்துடன், "ஐயா, இதெல்லாம் வெலைக்குக் கொடுக்கிறதில்லை. சும்மாப் பாக்கறதுக்காக வெச்சிருக்கு" என்று விளக்கிக் கூறினான்.

திடீரென்று கோதண்டபாணி ஸ்டூலை விட்டெழுந்தார். "ம்... ம்... போய்யா; அங்கெல்லாம் போய்ப் பாரு" என்று ஆளை வெரட்டினார். தலைமையாசிரியர் கண்ணுசாமிப் பிள்ளையையும் சுப்பட்டாவையும் அழைத்து உள்ளே வந்து கொண்டிருந்தார். 'ஸ்கௌட்டு'கள் விறைத்து நின்றார்கள். கோதண்டபாணி வைத்த சலாமுக்குப் பதில் புன்சிரிப்புக் கொடுத்து மேலே நடந்துகொண்டிருந்தார் கண்ணுசாமி.

நாட்டுப்புறத்து ஹைஸ்கூல்; பக்கத்துக்கிராமங்களிலிருந்து பட்டு உருமாலைக் குழந்தைகளும், அறுப்பு ஓய்ந்து ஆறுதல் கொண்ட பெண்களும், பாட்டிகளும் வந்திருந்தார்கள். ராவ்பகதூர் கைலாச முதலியார் பள்ளிக்கூடத்திற்கு அது எள் போட்டால் எள் விழாத கூட்டம் என்று சொல்லத்தான் வேண்டும்.

கண்ணுசாமி பிள்ளை எக்ஸிபிஷனுக்கு ஒரு கண்ணும், பெண்களும் ஒரு கண்ணுமாக விதாயம் பண்ணியவாறு ஊர்ந்து கொண்டிருந்தார்.

தொழில் பகுதியில் கோதண்ட பாணியின் 'தொடாதே!' தான் முழங்கிக்கொண்டிருந்தது. சுகாதாரப் பகுதியில் கொக்கிப் புழுவைப் பற்றிச் சொல்லிவிட்டு, 'தெருவில் துப்பாதே, அசிங்கம் செய்யாதே, எருமை மாட்டோடு சேர்ந்து குளிக்காதே' என்று வேத ரீதியாக உபதேசம் செய்துகொண்டிருந்தார், சுதாமா என்கிற நடராஜையர், அவருடைய உடல் எலும்பையும், கன்னப் பள்ளங்களையும், முதுகு வளைவையும் பார்த்து அ.மு. சதாசிவப் புள்ளவராயர், பி.ஏ.எல்.டி. அவருக்கு 'சுதாமா' என்ற பெயரை வைத்துவிட்டாராம். நடு நடுவே சுதாமா, பின் பக்கத்திலிருந்து வந்த வாசனையைத் தாளாமல் 'ஹர்ம், ஹர்ம்' என்று, விளக்கு மாறு பட்ட நாயைப் போல மூக்கை உசுப்பிக் கமறிக் கொண்டிருந்தார். கண்ணுசாமிப் பிள்ளைக்குச் சுகாதாரப் பகுதியில் சுதாமா படுகிற அவஸ்தையே பெரிய கண் காட்சியாகவும் நகைச்சுவை யூற்றாகவும் இருந்தது. கண்ணுசாமிப் பிள்ளை நின்று பார்க்காமல் போனதைப் பற்றிச் சுதாமாவும் கவலைப்படவில்லை. நைந்துபோன சுவாசப் பைக்கு நாலு வார்த்தையும் நாலு பேச்சும் மிச்சமென்று கணக்குப் போட்டு விடுதலைப் பெரு மூச்சுடன் ஆராய்ச்சி ஸ்டூல் என்ற உயரமான ஸ்டூலில் உட்கார்ந்து இளைப்பாறினார்.

மூன்றாவது பகுதியில், அதாவது விஞ்ஞானப் பகுதியில் அடி வைத்தார் கண்ணுசாமி. சுதாமாப் பகுதி மாதிரி இது அழுது வடியவில்லை; கோதண்டபாணியின் தொழில் பகுதியைப் போலத் 'தொடாக் கட்டளை'யும் முழங்கவில்லை. ஒரே சிரிப்பும் கூத்துமாக இருந்தது. காரணம் பள்ளிக்கூடத்து விஞ்ஞான

ஆசிரியர் அ.மு. சதாசிவப் புள்ளவராயர் பி.ஏ.எல்.டி தான். அங்கு வைத்திருந்த எலும்பு மனிதன், அட்டை ஏரோப்ளேன், அட்டை மோட்டார், நீர்க் குமிழி, மலை மேல் ஏறும் பந்து, மின்சார மணி, பேசாத டெலிபோன், கண்ணாடிப் பாத்திரத்தில் திராவகத்தில் ஊறிக் கிடந்த ஐந்து மாசச் சிசு என்று பல வகைச் சக்திகளைக் கட்டி அவர் ஆண்டுகொண்டிருந்தார். புள்ளவராயரும் ஒரு எச்ஸிபிஷன் சாமான் என்றே கண்ணுசாமிக்குத் தோன்றிற்று. பட்டுக் குல்லாய், சந்தனப்பொட்டு, நீலக் கோட்டு, அரைக்கால் சட்டை, புஸ்தி மீசை, காவிப் பல், மோட்டார் டயர் செருப்பு என்று பல நாட்டு ஆசாரங்களைச் சேர்த்துப் போட்ட சர்வதேச சமரச மனிதனாகத் திகழ்ந்த புள்ளவராயரைப் பார்த்து ஐ.நா. சபையின் கலாசார சபைக்குத் தகுந்த தலைவர் என்று கண்ணுசாமி மனதிற்குள் புள்ளி போட்டுக் கொண்டிருந்தார். ஆகவே எக்ஸிபிஷனை விட எக்ஸிபிஷன் கர்த்தா மீது அவர் லயித்திருந்தது நியாயம்தான். புள்ளவராயருடைய நகைச்சுவை அப்பாமங்கலத்திலேயே மிகப் பிரசித்தமானது. ஹாஸ்யமாகப் பேசுவதற்கு முன் அவரே சிரித்துத் தீர்த்து விடுவதை யாரும் அவ்வளவாகப் பொருட்படுத்துவதில்லை.

புள்ளவராயருடைய ஹாஸ்ய மேதை பஞ்சாயத்துத் தலைவரைக் கண்டதும் சிறகடித்துப் பறக்கத் தொடங்கிற்று. குரலை உயர்த்திக்கொண்டு, “எலெ தம்பி, ரொம்ப நாளி அங்கேயே நிக்காதே, ஏரப்ளான் தூக்கிக்கிட்டு மானத்திலெ பறந்திரும்” என்று ஒரு பையனைப் பார்த்து ஒரு சப்தம் போட்டார். அட்டை ஏரோப்ளேனுக்கு முன்னால் நின்று ஒரு மணி நேரமாக ஏக்கமும் வியப்பும் மேலிடப் பார்த்துக்கொண்டிருந்த பையன் திரும்பிப் பார்க்கவில்லை.

நின்றுகொண்டிருந்த ஸ்திரீகள்கும்பல் ஒரு சிரிப்புச் சிரித்து ஓய்ந்தது.

“ஏலெ, உன்னைத்தாண்டா!” என்று வந்த இரண்டாவது குரலுக்குப் பையன் ஒரு முறை அவரைத் திரும்பிப் பார்த்து, உருமாலையை விழுந்து விடாமல் தோளில் சரிப்படுத்திக் கொண்டு, மீண்டும் விமானத்தின் பக்கம் திரும்பினான்.

புள்ளவராயர் சொன்னதும் உண்மைதான். விமானத்திற்கு அறிவு இருந்திருந்தால், பையனைத் தூக்கி ஒரு சுற்றுப் பறந்து வந்து அவன் ஏக்கத்தையும் ஆவலையும் பூர்த்தி செய்திருக்கும்.

“இஞ்ச வாடா, போட்டோ பிடிக்கிறேன் உன்னை. ஏலெ, வான்னு சொல்லிபிட்டா வந்திரணும்... ம்... அப்படி வாடா... இப்பல்ல நல்ல புள்ளெ... ம்... இந்தக் கறுப்புத் துணிக்குள்ளாரத் தலையை விட்டுக்கிட்டுப் பாரு... பாத்தியா?”

"ம்"

"என்ன தெரியுது?"

"எம் மூஞ்சி".

"உன் மூஞ்சி. ம்... நெத்திப் பொட்டுத் தெரியுதா?"

"ம்"

"முத்து முத்தா வியர்வை தெரியுதா?"

"ம்"

"சரி, இப்ப போட்டோ பிடிக்கட்டுமா?"

"ம்"

"சரி, இப்ப போட்டோ பிடிக்கட்டுமா?"

"ம்"

"பிடிக்கறேன்"

"அம்மாடியோங்" என்று பையன் சப்தம் போட்டுத் தலையை வெளியில் எடுத்தான்.

"எப்படிடா போட்டோ?" என்று, கேட்கக் கூட முடியாமல் புள்ளவராயர் சிரித்தார். பையனும் வேடிக்கை தாங்காமல் சிரித்தான்.

"சரி, உன்னைப் போட்டோ, பிடிக்கட்டுமா?" என்று புள்ளவராயர் கேட்டதும் ஒரு பெண் கறுப்புத் துணியில் தலையை விட்டாள்.

அதே பேச்சு; அதே 'ம்' பதில்; அதே 'அம்மாடியோவ்!' தான். முகம் மண்டையோடாக மாறினால் 'அம்மாடியோவ்' கிளம்பாமலா போகும்? ஐந்து நிமிஷத்தில் எல்லா ஸ்திரீகளும் பார்த்துவிட்டுச் சிரித்துக்கொண்டிருந்தார்கள். கண்ணுசாமி பார்த்தார். சுப்பட்டாவும் பார்த்தார்.

"உயிரு போனதுக்கப்பறம் விழுவுற போட்டோல்ல இது!" என்று சுப்பட்டா, ஓய்ந்துகொண்டிருந்த நாட்டுச் சிரிப்பை மீண்டும் கிளப்பிவிட்டார். புள்ளவராயருக்குச் சிரிக்கிற சிரிப்பில் பிராணன் போய்விடும் போலாகிவிட்டது.

சிறிது கழித்துப் புள்ளவராயர் தொடங்கினார்; "சரி, போட்டோ புடிச்சோம், இத்தனை நாளியா. எதைப் பிடிச்சோம்? ஐயா சொல்றாப்பலே நாம் எல்லாம் இந்த உலகத்தை விட்டு விட்டு, இந்தக் கண்ணையும், அளகான தோலையும், இன்னும்

கச்சேரி 97

எல்லாத்தையும் விட்டுவிட்டுப் பிரிச்சுப் போட்ட முத்துப் பல்லக்கு மாதிரி எலும்புக் கூடா ஆகி மண்ணிலே படுக்கிறோமே, அந்த மாதிரி போட்டோப் பிடிச்சோம். அது ஆச்சா? இப்ப இஞ்ச வாங்க. இது ஒரு புதுப் போட்டோ; போட்டோ இல்லெ. நெசம் ஆளே. மனிசன் பொறக்குறதுக்கு முன்னாலே வயித்துக்குள்ளெ எப்படியிருக்கான் பாருங்க" என்று அறை மூலையில் ஒரு ஸ்டூலில் வைத்திருந்த கண்ணாடிப் பாத்திரத்தண்டை அழைத்துச் சென்றார் புள்ளவராயர்.

திடீரென்று சிரிப்பும் கலகலப்பும் ஓய்ந்துவிட்டன. எல்லோரும் ஊன்றிக் கவனித்தார்கள்.

திராவகத்தில், சாண் நீளத்தில் ஒரு குறையாகப் பிறந்த குழந்தை முடங்கிக் கிடந்தது. ஒரே மாவு வெள்ளை. எலுமிச்சங் காயளவு தலை; கையும் காலும் நகம் உள்பட முளைத்திருந்தன. தலை மயிர் கோடுகோடாக வரிந்திருந்தது. கண்ணுக்கும் வாய்க்கும் அடையாளமாகக் கோடுகள்.

எல்லோரும் ஊன்றிப் பார்த்தார்கள். பார்க்கத் தகாத அருவருப்பான பொருள் எதையோ பார்த்துவிட்டது போல் எல்லா முகங்களும் சிணுங்கின. இருந்தாலும் பார்ப்பதை விடவில்லை.

ஸ்திரீகள் அலசி அலசி, முடிந்த கோணங்களிலிருந்தெல்லாம் பார்த்தார்கள். தாய்மை வியப்பும் பரிவும் பெருகப் பார்த்தது.

கண்ணுசாமி குழந்தையையும் தாய்களையும் மாறி மாறிப் பார்த்துக்கொண்டிருந்தார்.

பெண் பிள்ளைகள் கேள்விகளைத் தொடங்கினார்கள். புள்ளவராயர் சளைக்காமல் பதில் கொடுத்துக் கொண்டுவந்தார்.

"எத்தினி மாசங்க?"

"என்ன, அஞ்சு மாசமிருக்கும்"

"இது என்னா, மாவாலெ செஞ்சுதா?"

"ஆமாம், ஆண்டவனே செஞ்சுது!"

"நெசம்மா? நெசக் குழந்தையா இது?"

"நெசக் கொளந்தையே தான். இந்தத் திராவகத்திற்குப் பேர் தெரியுமில்லே? பார்மலின் . . ."

"திராவகம் கெடக்கட்டுங்க. கொளந்தை எப்படிக் கிடைச்சதுங்க உங்களுக்கு?"

“அது தெரிஞ்சு என்னா ஆவணும்?”

“சொல்லுங்க சாமி”

“இந்த ஊர்லே ஒரு பொம்பிள்ளை இருந்தது நாலஞ்சு வருஷத்துக்கு முன்னாலே. குறைப்பட்டுப் போயிடிச்சு. புருசன் செத்தப்பறம் ரொம்பக் கயிஷ்டப்பட்டு வேலை கீலை செஞ்சு பொளச்சிக்கிட்டிருந்தது. பாக்கறதுக்குக் கொஞ்சம் எடுப்பா இருக்கும். யாரோ பாவி அதைத் தீண்டிப்புட்டான்; இந்த மாதிரி ஆயிடிச்சு. ரொம்ப மானமா வாழ்ந்த பொண்ணு. ஒரு நாளைக்குத் தூக்கு மாட்டிக்கிட்டு உசிரைப் போக்கிக்கிடிச்சி. யாராவது இப்படித் துர்மரணமாப் போயிட்டாங்கள்னா, தூக்கியாந்து ஆஸ்பத்திரியிலே போட்டுச் சோதிச்சுப் பார்ப்பாங்க. ‘ஏன் செத்துப் போச்சி, எப்படிச் செத்துப் போச்சி, எதனாலே‘ங்கிற தெல்லாம். தெரியணுமில்ல? அதுக்காக, நம்மூரு ஆஸ்பத்திரியிலே சோதிச்சாங்க, கத்தி கித்தி போட்டு. அதுலே கெடச்சது இந்தக் கொளந்தை. பள்ளிக்கூடத்து ‘மூசிய’த்துக்கு இதைக் கொடுத்திட்டாரு டாக்டரு... அதான் சேதி. போதுமில்ல? அப்புறம்?”

“அப்புறம் என்ன?”

கண்ணுசாமிப் பிள்ளை ஒரு பத்து விநாடி சமைந்துவிட்டார். வயிற்றை என்னமோ செய்யவே, சுப்பட்டாவின் தோளைப் பிடித்துக்கொண்டு நின்றார். தோளில் பட்ட கையைப் பார்த்துச் சுப்பட்டா திரும்பிப் பார்த்தார். பிள்ளையின் கண் எங்கேயோ பார்த்துக்கொண்டிருந்தது. அசாதாரணமான. தாள முடியாத மன நோவு முகத்தில் நிழலை வீசியிருந்தது. சுப்பட்டாவுக்குக் கொஞ்சம் குறையாக இருந்தது, பிள்ளை மாதிரி உன் உள்ளம் இப்படி, சோகத்தைக் கண்டு இளகவில்லையே என்று. கண்ணு சாமியைப் போல ஒரு ஐசுவரியவான் இந்தச் சோகத்தை – பெயர் தெரியாத ஏழையின் சோகத்தில் – மனசில் வாங்கி அனுபவித்துக் கலங்க வேண்டும் என்று என்ன முடை? மனசு எவ்வளவு விசித்திரமான பொருள்?

குழுமியிருந்த ஸ்திரீகள் கழிவிரக்க நிலையைக் கடந்து குழந்தையைப் பற்றி, அதன் வளர்ச்சியைப் பற்றிப் பேச ஆரம்பித்துவிட்டார்கள்.

கண்ணுசாமியின் உள்ளம் மட்டும் இன்னும் துடித்துக் கொண்டிருந்தது.

சுப்பட்டா அவர் முகத்தைப் பார்த்தார். புள்ளவராயரும் பார்த்தார்.

தலைமை ஆசிரியருக்கு நாலு வருஷமாகப் படாத உண்மை ஒன்று பட்டது. 'மியூசிய'ப் பொருளாக வந்திருந்த அதில் ஒரு கொடுமையும், தாளாமையும், துயரமும் நிறைந்த ஒரு நாடகம், மனுஷ்யத் தன்மை, உள்ளத்தைக் கரைக்கும் வேதனை எல்லாம் மறைந்திருந்தன என்று. அது இப்பொழுது தான் அவர் மனதுக்குப் புலனாயிற்று, கண்ணுசாமியின் நிலையைக் கண்டு. கண்காட்சிப் பொருள் என்ற நோக்கைத் தவிர வேறு ஒன்றும் இத்தனை நாட்களாக, நாலு வருஷமாக அவர் மனதில் தட்டவில்லை. இப்போது, ஒரு பணக்காரனுடைய மனது இவ்வளவு ஆடுவதைக் கண்டு, தனக்கும் அந் நிலை கிட்டாததை நினைத்து, சுப்பட்டாவைப் போல அவரும் குறைப்பட்டுக் கொண்டார்.

தோள்மீது பாவியிருந்த பிள்ளையின் கை விரல்கள் சற்று நடுங்குவதைச் சுப்பட்டா உணர்ந்தார்.

"என்ன போவோமா?" என்று கேட்டபோது, "ம்" என்று சொல்லிவிட்டுப் பிள்ளை நின்றுகொண்டேயிருந்தார். சுப்பட்டா நகர்ந்ததும் அவரும் இயந்திரம் போலப் பின் தொடர்ந்தார்.

இந்தத் துக்கானுபவத்திற்கு முன் தலைமையாசிரியர் தன் பதவியின் சிறுமைகளை நினைந்து, தானே ஓடிப்போய், களைப்படைந்த கண்ணுசாமிப் பிள்ளைக்கு ஒரு 'கப்' காப்பி வாங்கி வந்து கொடுக்கலாம் என்று, ப.மா. சங்கத்தார்கள் இட்லி, காபி சாப்பிட்டுக்கொண்டிருந்த அறையை நோக்கி விரைந்தார்.

○○○

கூட்டம் பதினோரு மணிக்கு முடிந்துவிட்டது. கூட்டத்தில் பிள்ளை வாயைத் திறக்கவில்லை. யார் எது சொன்னாலும், 'எது சரின்னு படுதோ அப்படியே செஞ்சிருங்க' என்று மையமாகப் பதில் சொல்லிக் கழித்துவிட்டார். அந்தத் துயரத்தின் மங்கல் கண்ணிலும் முகத்திலும் இன்னும் தங்கியே இருந்தது.

கூட்டம் முடிந்ததும் வண்டி கிளம்பிற்று.

○○○

சாப்பாட்டுக்குப் பிறகு தோட்டத்தில் கொட்டகையில் சுப்பட்டாவும் பிள்ளையும் இளைப்பாறிக்கொண்டிருந்தார்கள். விளாமிச்சை வேர்த் தட்டியிலிருந்து தண்ணீர் சொட்டிக் கொண்டிருந்தது. மல்லாந்து படுத்திருந்த சுப்பட்டா தனக்கென்று, ஆனால் பிள்ளைக்கே முழுக் காற்றும் படும்படியாக விசிறிக் கொண்டிருந்தார்.

தி. ஜானகிராமன்

“என்னாங்க, நீங்க இவ்வளவு கோழைன்னு இத்தனை நாளாத் தெரியலியே எனக்கு” என்று சுப்பட்டா சிரித்தார்.

“சுப்பட்டா, மனசிலே ரொம்ப நேரமா ஒரு சேதி அழுத்திக் கிட்டேயிருக்கு. உங்க கிட்ட சொன்னாத் தான் ஆறும் போலத் தோணுது.”

“என்ன ?”

“ஒரு தப்புக் காரியத்தை ஒருத்தர்கிட்டச் சொல்லி ஒப்புக் கிட்டாலே, மனசிலே கனமும் குறையும், பாவம் கூடக் குறையும்னு நெனைக்கிறேன்.”

பிள்ளை இந்த மாதிரித் தோரணையிலேயே ஒரு நாளும் பேசினதில்லை. குரலில் வழக்கமான பணக்காரத் தன்மை கூட முழுவதும் அடங்கி ஒய்ந்து கிடந்தது.

சுப்பட்டா என்ன பேசுவது என்று தெரியாமல் சும்மா இருந்தார்.

“இன்னிக்கு நாம பாத்தமே, ஒரு குறைக் குழந்தை. அந்தக் குழந்தையில் பாதி பாகம், கண்ணுசாமி. உங்க பக்கத்துலே படுத்திண்டிருக்கிற கண்ணுசாமி! நாலு வருஷம் முன்னாலெ அந்தப் பொண்ணு தூக்குப் போட்டுக்கிட்டு செத்துப் போனது நமக்குத் தெரியும். ரொம்ப அழகான பொண்ணுன்னு தான் சொல்லணும்; பதினெட்டு வயசிலே குறைப்பட்டுப் போச்சு. ப்ராஞ்சுக் கடைக்கு மண்ணெண்ணெய் வாங்க வரும். வாரத்திற்கு ஒருமுறை வரும். நான் ப்ராஞ்சுக் கடையில் கொஞ்சம் அதிகமாகவே குந்தத் துவங்கினேன். தினமும் வந்தா சின்னம்மா . . . எப்படியோ வந்து முடிஞ்சுது ஒரு வருஷம். மூணாம் பேர் அறிவுக் கெட்டலை விஷயம்! முதல் நாளுக்கு முதல் நாள் ராத்திரி சொல்லிச்சு சேதியெல்லாம். எனக்கும் பகீர்னு ஆயிடிச்சு. சின்னப்பாட்டி புளுத்த நாய் குறுக்க போவாத வண்ணம் திட்டிச்சாம். நான் எவ்வளவோ ஆறுதல் சொன்னேன். அது அழுதது; அழுதது எனக்குத் தாங்க முடிய வில்லை. எப்படியோ தேத்தி அனுப்பிச்சிட்டேன். மூணாம் நாள். மத்யானம் ஊர் பரபரத்துப் போச்சு. டாக்டர் பார்த்தாரு; போலீஸ் பார்த்தது; ‘தற்கொலைச்சாவுன்’னு கடாசியிலே ரிபோர்ட் கொடுத்துட்டாங்க. அது தற்கொலை பண்ணிக்கிட்டது என்னமோ உண்மைதான், ஆனால் இதைத் தற்கொலைன்னு எப்படிச் சொல்றது ? சட்டத்தை ஒதுக்கிப்பிட்டு, உலக நியாயமா விசாரிக்கப் போனா கண்ணுசாமி மேலே கொலைக் கேஸ் கொண்டு வரலாமா, இல்லையா ?”

கண்ணுசாமி சற்று நிறுத்தினார், சுப்பட்டா பதில் பேச வில்லை.

"மனுஷச் சட்டத்திலெ தப்பியாச்சு; படைச்சவன் சட்டம் கூடவா விட்டுடும்?"

சுப்பட்டா இப்போதுதான் பேசினார்.

"இந்தாங்க, நீங்க சும்மா அலட்டிக்காதிங்க; இவ்வளவு நெனச்சிக்கறதே போதும், இதுக்கப்பறமும் கடவுளுக்கு மன்னிக்கத் தெரியாட்டி அதைவிடச் சின்னத்தனம் ஒண்ணு இருக்குமா என்ன?"

"அந்த நம்பிக்கை உண்டு எனக்கு, ஆனா உலகம் போகிற போக்கைப்பாருங்க; குத்தம் செஞ்சவன் யாருன்னு உலகத்துக்குத் தெரியாமயே போயிடிச்சு! அவமானத்துக்குப் பயந்து அது உசுரை விட்டுக்கப்போயி, கடாசியிலே அவமானம் போச்சா பாருங்க? குளந்தையை மெனக்கட்டு எடுத்து, பள்ளிக்கூடத்து 'ம்யூசிய'த்துக்குக் கொடுத்திருக்கான் டாக்டரு! வருஷம் நாலாச்சு: இன்னும் சிரிக்குது! புள்ளவராயரு கதை சொல்றாரு! அவப்பேரு எங்கே மறைஞ்சிறப்போறதோன்னு, வேணுமின்னு 'ம்யூசிய'த்துக்குக் குடுத்தாப்லல்ல இருக்கு".

"காப்பி சாப்பிடக் கூப்பிடுறாங்க" என்று ஆள் வந்து கூப்பிட்டான்.

நாலு நாட்களுக்குப் பிறகு, பஞ்சாயத்துத் தலைவர் எழுதிய உருக்கமான கடிதத்தின் பேரில் சின்னம்மாளின் அவப் பெயரை நீக்க ராவ்பகதூர் கைலாச முதலியார் பள்ளிக்கூடத்துத் தலைமை யாசிரியர், மானேஜரின் அனுமதி கூட இல்லாமல் தியாகம் செய்ய முனைந்துவிட்டார். அவர் கட்டளைப்படித் திராவகம், பாத்திரம், 'அது' எல்லாம் பூமிக்குள் மறைந்தன.

அமுதசுரபி, தீபாவளி மலர் 1949

ஜீவனாம்சம்

புருஷனுக்கும் பெண்டாட்டிக்கும் சண்டை. ஓயாத சண்டை. ஒழியாத சண்டை. 'ஏனடா இந்த இரண்டையும் குடிவைத்துக்கொண்டோம்', என்று ஆய்விட்டது. குடிவந்து எட்டு மாதம் ஆகவில்லை. அதற்குள் எத்தனை சண்டை! எத்தனை சண்டை! சண்டையின் இலக்கணம் என்ன? இரண்டு எதிரிகளும் அடித்துக்கொள்ள வேண்டும். பார்ப்பவர்களுக்கு அதுதான் பாங்காக இருக்கிறது. கணிசமாக இருக்கிறது.

இந்தச் சண்டை அப்படியில்லை, புருஷன் காரன்தான் 'தொம் தொம்'மென்று அவளை உப்புச் சுமந்த கழுதையைச் சாத்துகிறமாதிரி சாத்திக் கொண்டிருந்தான். அந்தப்பெண் பொறுத்துப் பொறுத்துப் பார்த்துவிட்டுக் கடைசியில் தாங்க முடியாமல் ஊளையிடும். பெண்பிள்ளை அழும் போது மட்டும் இந்த மனத்தில் எவ்வளவு வேதனை, எவ்வளவு கலக்கம் புரளுகிறது! எழுந்து போய் ஒரே வெட்டாக அந்தப் பயலை வெட்டிவிடலாம்போல் தோன்றுகிறது. இரக்கத்தை தட்டி எழுப்புகிற சண்டை சண்டையா?

ஒரு வருஷம் முன்னால் நாற்பத்தைந்து வயதில் அவனுக்கு ஒரு மனைவி இருந்தாளாம். அப்போது வேறு ஏதோ தெருவில் குடியிருந்தான் அவன். அவளை அடித்தே கொன்றுவிட்டானாம். சொல்லக் கேள்விதான். அடித்தா கொல்ல முடியும்? ஒன்று என்றால் பத்து என்று அளந்து கொட்டும் ஊர். நம்பத்தான் முடியவில்லை. ஆனால் இப்பொழுது

நடக்கிறதைப் பார்த்தால் அப்படி செய்யக்கூடிய ஆள் என்றுதான் தோன்றுகிறது.

அவள் செத்துபோன பிறகு இரண்டாம் மாதமே கடலூரில் போய் பதினெட்டு வயதில் ஒரு கிளியைப் பிடித்துக்கொண்டு வந்துவிட்டான். எங்கள் வீட்டுக்குக் குடிவரும்போது இரண்டு பெண்கள் அவனுடன் வந்தார்கள். முன்னால் அவனுடைய பெண்கள் என்று நினைத்துக்கொண்டிருந்தேன். சற்றுக் கழித்து ஒன்று பெண், ஒன்று பெண்டாட்டி என்று கேட்டதும், அடப்பாவி' என்று பதறாமல் இருக்க முடியவில்லை.

பெண் அதாவது பெண்டாட்டி நல்ல உயரம். சற்று உருண்டை முகம். நல்ல சிவப்பு என்று சொல்லக்கூடிய நிறம் தான். பின்னலைப் பார்த்தேன். அகலமாக, மொத்தமாக நீண்டு முதுகில் புரண்டுகொண்டிருந்தது. பிடிக்கு அடங்காத மயிரைக் கையில் அடக்கிப் பிடித்து மடக்கி பாம்பைக் கட்டுகிற மாதிரி அடக்கியிருந்ததுபோல் தோன்றிற்று. கன்னம், கழுத்து, கால் – மூன்றும் ஒரு கோடுகூட இல்லாமல், வழவழவென்று மஞ்சளும் வெள்ளையுமாக பொன் வீசிக்கொண்டிருந்தது.

"பார்த்தேளா ஜோடி சேர்ந்ததை, இந்த இளையாளா வாழ்க்கைப் படறதுக்குன்னே தனி அழகு வச்சுப் பண்றான் போலிருக்கு அந்தப் புத்திசாலி பிரம்மா. நானும் எவ்வளவோ பார்த்துட்டேன். ரண்டாம் தாரங்கள்ளாம் கிளியாத்தான் கொஞ்சறது . . . ஹ்ூம் எல்லாத்துக்கும் அதிர்ஷ்டம் வேண்டாமா" என்றாள் எனக்கு வாழ்க்கைப்பட்டவள். சொன்னதைக் கொஞ்சம் விஷமச் சிரிப்புடன்தான் சொன்னாள். அவள் அந்தப் பெண்ணின் அதிர்ஷ்டத்தைப் பற்றிச் சொல்லவில்லை. அவளே கறுப்பு. சுமார்தான் கலியாணம் ஆன நாளிலிருந்து என்னைக் கண்டு அங்கலாய்த்துக்கொண்டுதானிருக்கிறாள்.

"இப்பேர்ப்பட்ட பெண்ணுக்கு இந்தக் கிழவன்தானா அகப்பட்டான்?"

இந்தக் கேள்வியை நான் அப்போது கேட்கவில்லை. நாலு மாதம் கழித்துக் கேட்டேன். அந்தப் பெண் ஒரு நாள் ரொம்ப அடிவாங்கி முகம் வீங்கி, கன்னத்தில் இட்லி தோசை மாவு அறைக்கிற விரல்கள் நாலும் பதிந்து கலங்கி கண்ணீர் விட்டுக் கொண்டிருந்ததைப் பார்த்தவுடன் கேட்டேன்.

மறுநாள் கௌரி பதில் சம்பாதித்துக்கொண்டு வந்து சொல்லிவிட்டாள். "நான் என்ன பண்றது மாமி. அப்பாவும் இல்லை. அம்மாவும் இல்லை. ஒண்ணுவிட்ட அத்தை வளத்துண்டிருந்தா, அவளும் ஒண்டிக்காரி. சின்ன வயசிலேயே குறைப்பட்டுப்

போயிட்டா. சொந்தத்திலே சின்னப் பிள்ளைகள் இருக்கு. ஆமா எல்லாம் ஏகத்தாறாப் பணத்தக் கேட்டுது அவ பணத்துக்கு எங்கபோவா? இங்க பூந்துட்டேன். கிழவனா இருந்தா என்ன, சந்தோஷமா இருக்கப்படாதா? இளையாள்னா உள்ளங் கையிலெ வச்சுத்தான் காப்பாத்தறா எல்லாரும்னு நினைச்சேன். எனக்கு அதுவும் இல்லை" என்று சொல்லிற்றாம் அது.

"எதுக்குப் போட்டு இப்படி அடிக்கிறார்?"

'ஒரு காரணமுமில்லை. கிழவன் பொண்டாட்டி சின்னப் பொண்ணா இருந்தா சந்தேகம்வரது. வேற என்ன?' என்று சுருக்கமாகச் சொல்லிவிட்டாள் அந்தப் பெண்.

நாலு மாதம் கழித்து அது பொறுமை இழந்துவிட்டது. வேறு ஒன்றுமில்லாவிட்டாலும் வயிறாவது நிறைய வேண்டும். அதற்கும் நாதி இல்லை. உப்பு, புளி, அரிசி ஒன்றும் வேளைக்கு வாங்கிப் போடுவதில்லை. பாதிநாள் அரிசி இராது. இல்லாவிட்டால் மிளகாய், புளி இராது. அநேகமாக ஒருநாள் விட்டு ஒரு நாள் ஒருவேளைச் சாப்பாடுதான் அந்தப் பெண்ணுக்கு. மூன்று நாள் குழம்பு, கறி ஒன்றும் இல்லாமல் வெறும் வறட்டுச் சோற்றை – நீர் மோரை ஊற்றித் தின்ன யாரால் முடியும்? அவனுக்கு ஹோட்டலில் இட்லி தோசை மாவு அரைக்கிறவேலை. சாப்பாடு, காபி எல்லாம் அங்கேயே கிடைத்துவிடுகிறது. பெண் கல்யாணமாகிப் புருஷன் வீட்டிற்குப் போய்விட்டாள். வீட்டில் மீதியிருக்கிற ஒரு வயிற்றுக்கு வாங்கிப்போட 'இடக்கு'ப் பண்ணிக் கொண்டிருந்தான் அவன்.

பெண் பொறுத்துப் பொறுத்திருந்து கடைசியில் வாயாடத் தொடங்கிவிட்டது.

அன்று நடந்தது இது.

ராத்திரி ஒன்பது மணிக்கு ஹோட்டலிலிருந்து வந்தவன் அறைக்குள் நுழைந்தான். அவளைக்காணவில்லை. கூடத்தில் வந்துபார்த்தான். அவள் கொல்லைக் கிணற்றிலிருந்து ஒரு தோண்டி ஜலத்தை இடுப்பில் வைத்துக்கொண்டு வந்தாள்.

"எங்கே போயிருந்தே?"

"ஏன்? கொல்லைலே இருந்து வரேனே, தெரியலையா? பாத்திரம் தேய்க்க தண்ணி இல்ல. கொண்டுவந்தேன்!"

"நான் வரபோதுதான் எல்லாம் வரது?"

"என்ன வரது?"

“தண்ணி தீந்துபோறது. உனக்கு இருமல் வரது. எச்சில் துப்ப வரது. கொல்லையிலே போய் துப்பப் போறே”

“நீங்க வரப்போறேன்னு தெரிஞ்சா, அந்த இருமல், எச்சில் எல்லாம் தானே அடங்கிண்டுடும். தண்ணியும் கொஞ்ச நாழி இருப்போம அப்றமாத் தீர்ந்துபோயிடலாம்னு இருக்கும். இன்னிக்கு என்னமோ தெரியலை போலிருக்கு அதுக்கு!”

“என்னதான் அந்த கொல்லையிலே வச்சிருக்கோ, தெரியலை

“நாலு சுவர் இருக்கு கிணத்தங் கரையைச் சுற்றி. கொல்லைக் கதவையும் ஆறு மணிக்கே பூட்டிவிட்டா வீட்டுக்காரா, அங்கே என்ன இருக்கப் போறது?”

பெண் உரக்கவே பதில் சொல்லிக்கொண்டிருந்தது ‘பலே’ என்று எனக்குள்ளேயே சொல்லிக்கொண்டேன்.

சற்றுக் கழித்து விக்கல், விம்மல், முனகல், நிசப்தம். நானும் தூங்க நாழி பிடித்தது.

“அந்தப் பொண்ணு வெளியிலே, வாசல்லே கூட போகிற தில்லை. சாதுவா இருக்கு. இப்படிப் போட்டுச் சாத்தறானே, பாவி. இப்படியா கொண்டு ஒரு பெண்ணைக் குழியிலே தள்ளுவா? பெத்தவா போயிட்டாலும் வளர்த்தவளுக்குக் கொஞ்சம் கூடவா புத்தி இராது?” என்று கௌரி மறுநாள் சாயங்காலம் சொன்னாள்.

நான் பேசவில்லை.

“இன்னிக்கி மத்யானம் அந்தப் பொண்ணு ஏதோ புஸ்தகம் வச்சுண்டு படுத்துண்ட வாக்கிலே வாசிச்சிண்டு இருந்துதாம். திடீர்னு வந்துட்டானாம் கிழவன். உடனே ஏதோ இருமுகிறாப்போலத் திரும்பி புஸ்தகத்தை அவன் கண்ணிலே படாதபடிக்கு தலைமாட்டிலே இருந்த மரப்பெட்டியில் போட்டு விட்டுதாம் அது.

‘என்ன பண்ணிண்டிருந்தேன்னு’ குறுக்குக் கேள்வி போட்டான் அவன். ‘ஒன்றுமில்லையே, வெறுமேதான் படுத்திண்டிருக்கேன்னு’ சொல்லித்து அது. ‘நீ ஒன்றுமே பண்ணலை, ஒண்ணுமே பண்ணலை. நெஜமா ஒண்ணுமே பண்ணலை நெசம்மா, நெசம்மான்னு’ கேட்டுண்டே அவளை நெருக்கிண்டே சுவத்து மூலை வரையில் போனானாம். அப்புறம் மயிரை உடும்பு மாதிரி பிடிச்சு இழுத்திண்டு அந்த மரப்பொட்டியிலே புஸ்தகத்தைக் காமிச்சு “இது என்ன, இது என்ன இது, ஒண்ணுமே பண்ணலேன்னியே”ன்னு மூஞ்சிமோரையெல்லாம் அடிச்சு நொறுக்கிப்பிட்டான்!”

“அப்பபடி என்ன பார்க்கக்கூடாத புஸ்தகத்தை வாசிச்சிண் டிருந்தா அவள்?”

“ஏதோ கதைப் புஸ்தகம் எதா இருந்தா என்ன? புஸ்தகமே படிக்கப்படாதுன்னா?”

“புஸ்தகம் படிக்கப்படாதா?”

“ஆமாம். பொண்களைப் படிக்கவைச்சாக் கள்ளப் புருஷனுக்கு லெட்டர் எழுதுங்கள்னு எங்க பாட்டி நாள்லே சொல்ற வழக்கம். இந்தக் கிழமும் அதையே நெனச்சுண்டுதான் அப்படிச் சொல்றது.”

“ஆச்சரியமாயிருக்கே. புஸ்தகம் படிக்கப்படாதா?”

“அதுக்கும் பொழுதுபோகலை. ஏதாவது புஸ்தகம் இருக்கான்னு கேட்டுது. கொடுத்தேன். கொடுத்தது தப்பாப் போயிடுத்து”

“அதுதான் அவன் மனசுப்படி இருந்துடப்படாதோ? எதுக்காகப் படிக்கிறது?”

“ஐயையோ அது கலியாணமானதிலேயிருந்து படிக்கிறதையே நிறுத்திப்பிடுத்தாம். கலியாணம், ஆனவுடனேயே புஸ்தகம் படிக்கப்படாதுன்னு கண்டிப்பாச் சொல்லிவிட்டானாம். அதுவும் சிவனேன்னு புஸ்தகத்தை விரலாலே தொடலை. இன்னிக்கு என்னமோ. கொஞ்சநாழி நிம்மதியாயிருக்கணும்னு படிக்கலாம்னு நெனச்சாப்போல இருக்கு. கேட்டுது கொடுத்தேன். மத்தியானம் வரவே வராதவன், திடீர்ன்னு இன்னிக்கு வந்து தொலைஞ்சான்?”

“எதுக்காக வந்தான்?”

“ஒரு காரியமும் இல்லை. சும்மாவானும் திடீர்னுவரது. என்ன செய்யறாள், எங்க நிக்கறாள், யாரோடு பேசிண்டிருக்காள்னு பாக்கறதுக்காகத்தான். அது அதிர்ஷ்டம் இன்னிக்கி அது புஸ்தகத்தை வச்சிண்டு படிச்சிண்டிருந்தது. அதுவும் அதிர்ஷ்டக் கட்டைதான். பளிச்சுன்னு அழகை வச்சிண்டு இப்படியா அடியும் உதையும் வாங்கும்?”

“அந்தப் பொண்ணைக் கூப்பிடேன். எனக்கு அதோட ரண்டு வார்த்தை பேசணும் போலிருக்கு” என்றேன்.

“அது இல்லை. ஹோட்டல் முதலாளி சம்சாரம் வந்து கூப்பிட்டுக்கொண்டு போயிருக்காள், அப்பளம் இடணம்னு. அது தயங்கித்து. கடைசியிலே முதலாளி பெண்டாட்டியாச்சேன்னு தடைசொல்ல முடியாம போயிருக்கு”

“அது அவனுக்குத் தெரிஞ்சு போயிடுத்துன்னா?”

“முதலாளி வீட்டுக்குப் போனா ஒண்ணும் சொல்ல மாட்டான். படியளக்கிறவனாச்சே”

ஆனால் அவ்வளவு சுலபமாகப் போய்விடவில்லை விஷயம், இரவு ஒன்பது மணிக்கு அவன் வந்ததும் மொலுமொலுவென்று சண்டைக்கு வந்துவிட்டான்.

“இன்னிக்கி எங்கே போயிருந்தே?”

“எங்கியும் போகலையே”

“இஞ்சதான் இருந்தியா?”

“ஏன்?”

கையெல்லாம் என்னமோ போல இருக்கே? இருநூறு முன்னூறு அப்பளம் இட்டுட்டியோ?”

“உங்களுக்கு யார் சொன்னா நான் முதலாளியாத்துக்கு போனேன்னு. அந்த அனுமார் மாதிரி ஒரு பய வரதே அந்த கிராக்கு சொல்லித்தோ? அதுதான் சொல்லியிருக்கும். அதுதான் கோதுமை மாவு எடுத்துண்டுபோக வந்திருந்துது. அந்தக் குரங்குதான் சொல்லியிருக்கும்”

“ஏண்டி அவனைப் புடிச்சு வெய்யறே. அவன் உள்ளதைத் தானே சொன்னான்”

“அவன் உங்க ஸி.ஐ.டி யாக்கும்?”

“முதலாளியாத்துக்கு வேலைக்காரியா நீ?”

“நாலு அப்பளாம் ஒத்தாசையா இட்டுக் கொடுத்தா வேலைக்காரின்னு அர்த்தமா?... இதெல்லாம் என்ன பேச்சு? மனுஷாகூட வாண்டாமா நமக்கு?”

“முன்னாடி எங்கேயும் போகலேன்னியே”

“சொன்னேன். நீங்க ஸி. ஐ. டி. வச்சுத் தெரிஞ்சுனூட்டேள்னு தெரிஞ்சிருந்தா உண்மையைச் சொல்லியிருப்பேன்”

“நீ என்ன ரொம்ப வாயாடறே?”

“நீங்கதானே என் வாயை கிண்டிவிடறேள். ஒண்ணு மில்லாத்துக்கெல்லாம் என் வாயைப் பிடுங்கினா நான் என்ன செய்வேன்”

உடனே வழக்கம் போல அந்த வாயில் ஒரு அடி விழுந்தது. இன்னும் நாலு அடி. அழுகை.

அன்று பொழுது கழிந்துவிட்டது.

மறுநாள் காலையில் அந்தப் பெண் முதலாளி வீட்டுக்குப் போய் அந்த அனுமார் கோள் சொல்லிவிட்டதையும் தனக்கு அடி விழுந்ததையும் பதமாக பற்றவைத்துவிட்டு வந்துவிட்டது. முதலாளி 'அனுமாரை'ப் பிடித்து நன்றாக உதைத்துவிட்டானாம்.

"இந்தத் தடிப் பயல்களுக்குப் போட்டாத்தான் மாமி புத்தி வரும் இதைப் போய் பிரமாதமாகச் சொல்லிக்கொடுத்தான் பாருங்கோ." என்று சொல்லிற்று என் மனைவியிடம் அந்தப் பெண்.

நாலு நாள் கழித்து அந்த 'அனுமார்' வாசலோடு போய்க் கொண்டிருந்ததைப் பார்த்த கல்யாணி – அந்தப் பெண்ணின் பெயர் – அவளைக் கூப்பிட்டு "ஏய் இனிமே ஜாக்கிரதையா இருடா. இந்தக் கோழிச்சொல்ற வழக்கமெல்லாம் வச்சுக்காதே. முதுகைக் கிழிச்சுப்பிடுவேன்" என்று எக்களித்தது.

"இந்த தாத்தா பேச்சைக் கேட்டுது ஆபத்தா போச்சு. இன்னமே நான் ஏன் உன் வளிக்குவரேன்" என்று இளித்துக்கொண்டே மறைவாக வஞ்சம் தீர்த்துக்கொண்டு போனான் 'அனுமார்'.

"உன்னை எல்லாரும் நல்லவன்னுதான் சொல்றா நீ நல்ல பேர் எடுத்துட்டெ" என்று இந்த சம்பவத்தை மனத்தில் வைத்துக் கொண்டே பொருமினான் கிழவன்.

"ஏன், ஒரு நாளைக்குப் போய் அப்பளாம் இட்டதை அவன் உங்க கிட்டச் சொல்றதும், நீங்க அதைப் பெரிய காரியமா நெனச்சுண்டு என்னைப் புடைச்சதும் எந்த நியாயத்தைச் சேர்ந்தது? அதான் போய் அந்த மாமிகிட்டச் சொன்னேன். முதலாளி உதைச்சாராம். உதைச்சான்னு கேட்டப்பறம்தான் எனக்கு நிம்மதியாச்சு."

"நீ பெரிய ஆளா இருப்பே போலிருக்கே. உன்னோடு குடித்தனம் பண்றதே பிரம்ம பிரயத்னமா இருக்கும் போலிருக்கே!"

"இது யார் சொல்ல வேண்டிய வார்த்தை?"

"அப்படின்னா?"

"நீங்க புளி மிளகாய்கூட வாங்கிப்போடலை. நான் அகடவிகடம் பண்ணி காலத்தை ஓட்டறேன். வீட்டுலே சாப்பிட்டா பொண்டாட்டி அருமை, வீட்டுக் கவலை எல்லாம் தெரியும். என்னோடு குடித்தனம் பண்றது பிரம்ம பிரயத்னம்னு நீங்க சொன்னாப் பொருந்துமா?"

"பின்னே நீ சொல்லணுமா?"

“என்னமோ!”

“உனக்குக் கஷ்டமாயிருந்தா ஜீவனாம்சம் கொடுத்துடறேன். நீ போயிடேன்!”

“ஜீவனாம்சமா, உங்கிட்ட என்ன புளியங்காய் வச்சிருக்கே ஜீவனாம்சம் கொடுக்க. ஒரு கை கடுகு வாங்கிப்போட நாதியைக் காணோம் ஜீவனாம்சமாம், புளியங்காய்!”

எனக்கு இந்த ‘நீ’யைக் கேட்டதும் தூக்கிவாரிப் போட்டது. ஆனால் இந்தப் ‘புளியங்காயை’க் கேட்டதும் கரகோஷம் செய்ய வேண்டும் போல்தான் துடித்தது.

ஒரு நாள் அத்தைக்கு உடம்பு சரியாக இல்லையென்று யாரோ ஒரு பையன் வந்து கல்யாணியைக் கடலூருக்கு அழைத்துப் போனான். அவன் வந்த பரபரப்பில் கிழவனுக்கு அனுப்பமாட்டேன் என்று சொல்ல வாய் வரவில்லை.

ஒரு வாரம், இரண்டு வாரம், நாலு, எட்டு ஆகிவிட்டது. கல்யாணி வரவில்லை.

இரண்டரை மாதம் கழித்து திடீரென்று என் மனைவியின் பெயருக்கு ஒரு கடிதம் வந்தது.

மதராஸ்

“கௌரி அம்மாமிக்குக் கல்யாணி நமஸ்காரங்கள் செய்து எழுதிக்கொண்டது. அங்கு நீங்கள் மாமா யாவரும் சௌக்யம் என்று நினைக்கிறேன்.

நான் இப்போது மதறாஸ் வந்துவிட்டேன். அத்தையும் இங்குதான் இருக்கிறாள். என்ன செய்கிறது மாமி? நான் அழகாயிருக்கிறேன் என்று எனக்கே தெரிகிறது. எல்லோரும் சொல்கிறார்கள். எனக்கு நன்றாகப் பாடத் தெரியும். எல்லாம் வியர்த்தமாகப் போகும் என்றுதான் நினைத்தேன். ஏதோ வயிற்றுக்கு நாலு பருக்கையும் ஆசையாக நாலு வார்த்தையும் கேட்டால் சந்தோஷமாக இருந்துவிடலாம். எனக்கு அது கிடைக்கவே போகிறதில்லை என்று தோன்றிவிட்டது. இங்கு சினிமாவில் நடிப்பதற்காக ஆள் எடுத்தார்கள். சேர்ந்து விட்டேன். மாசம் ஐந்நூறு ரூபாய் சம்பளம் போட்டிருக்கிறார்கள். என்னைக் கலியாணம் பண்ணிக்கொண்ட தோஷத்திற்காக அவருக்கு மாசம் நூறு ரூபாய் அனுப்பலாம் என்று உத்தேசம். அவரை நினைத்தால் மனசு ரொம்பவும் கஷ்டப்படுகிறது. இதையெல்லாம் விட்டுவிட்டு ஓடி வந்துவிடலாம் என்று தோன்றுகிறது. ஆனால் இறங்கியாய் விட்டது. இனிமேல் ஏறுவது கஷ்டமாக இருக்கும். அவரைப்

பார்க்கவும் மனசு இல்லை. நானே ஜீவனாம்சம் கொடுக்கிற நிலை ரொம்ப உயர்ந்த நிலையாகத் தோன்றவில்லை. ஆனால் ஒரு தப்புப் பண்ணினால் பல தப்புகள் பண்ணவேண்டியிருக்கிறது மாமி. என்ன செய்கிறது? அத்தை கொஞ்சம் பல்லைக் கடித்துக் கொண்டு கொஞ்சம் பணத்தைச் சேர்த்து ஒரு சின்னப் பிள்ளை யாகப் பார்த்து என்னைக் கொடுத்திருக்கப்படாதா? எனக்கு ஒன்றும் தோன்றவில்லை.

உங்கள் ஞாபகமாகவே இருக்கிறேன். மதறாஸ் வந்தால் என்னோடேயே நீங்களும் மாமாவும் தங்கவேண்டும். நானும் பழகத் தெரிந்தவள் மாமி. என்ன செய்கிறது. மாமாவுக்கு என் நமஸ்காரங்களைச் சொல்லவும்.

தங்கள் அன்புள்ள
கல்யாணி

அமுதசுரபி – தீபாவளி மலர், நவம்பர் 1950

அன்ன விசாரம்

"தம்பி, சாமானையெல்லாம் ஒண்ணொண்ணா எடுத்துக்கொடு. நான் முன்னாடி ஏறிக்கிடறேன்" என்று கூலிப்பையனை 'உஜார்'ப் பண்ணிவிட்டு வேஷ்டியை மடித்துக்கொண்டு தயாராகிவிட்டேன். திருச்சி வண்டி பிளாட்பாரத்தில் நிற்பதற்காகப் பின்பக்கமாக வந்துகொண்டிருந்தது.

ஒரே பாய்ச்சலாக மூன்றுபேர் பாய்ந்தோம். மூன்று பேரும் சேர்ந்து கதவண்டை நெருங்கி கால் நிமிஷநேரம் நசுங்கி, கடைசியில் நடுவில் இருந்த நான் பிதுங்கி உள்ளே விழுந்து ஜன்னல் ஓரமாக இடத்தை பிடித்துக்கொண்டேன். துண்டை விரித்துவிட்டு சாமான்களை வாங்கி மேலும் கீழுமாகத்தள்ளினேன். பிதுங்கிப்பிதுங்கி ஒன்றும் இரண்டுமாகக் கும்பல் உள்ளே வந்துகொண்டிருந்தது. வண்டி சிறியதுதான். ஒரு நிமிஷத்தில் பெட்டி நிறைந்துவிட்டது. இனிமேல் ஏறவும் முடியாது. ஏறினாலும் இடம் கிடையாது. பக்கத்தில் இருந்த பையனை இடத்திற்குக் காவல் போட்டுவிட்டுக் கீழே இறங்கிப்போனேன்.

காபி சாப்பிடுகிற இடத்தில் ஒரு கிழவர். நாலு வடையை வைத்துக்கொண்டு, ஒரு விள்ளலுக்கு ஒரு வாயாகக் காபியையே சாப்பிட்டுக்கொண்டிருந்தார். தண்ணீருக்குக் காப்பியை உபயோகிக்கிறவர் பரம ரசிகராக இல்லாமல் எப்படி இருக்கமுடியும்?

தி. ஜானகிராமன்

“வரவர காபியே சாப்பிடறதுக்கு லாயக்கில்லாம போயிடிச்சு சார். முளுசா அரைக்கப்புகூட இல்லேன்னா!” என்று எழுந்து கையலம்பி, மறுபடியும் ஒரு கப் காப்பி வாங்கிக் காபியாகவே சாப்பிட்டார். ஏன் அவர் காபியாலேயே கையலம்பவில்லை என்று நான் யோசிப்பதற்குள் வெளியே போய்விட்டார் அவர்.

காபி கெடுதலாக இல்லை. நடுக்கிய குளிருக்கு அந்தச் சூடு ஒரு மணமாக, இதமாக இருந்தது.

அதற்குள் வண்டியில் உட்காருவானேன்? பிளாட்பாரத்தில் கால் ஓய்கிறவரையில் உலாவி, புத்தக ஸ்டாலில் கண்ணை இடுக்கி பத்துநிமிஷம் நோட்டம்விட்டு, குப்பைக் குந்துமணியாக ஒரு மலிவுப் புஸ்தகத்தை வாங்கிக்கொண்டு, வண்டி புறப்பட ஐந்து நிமிஷத்திற்கு முன்னால் வந்து ஏறினேன். இடம் பத்திரமாக இருந்தது. காவலுக்கு வைத்திருந்த பையனைக் காணவில்லை. அந்த இடத்தில் காபியைத் தண்ணீராகச் சாப்பிட்ட கிழவர் உட்கார்ந்திருந்தார். பையன் கீழே நின்றுகொண்டிருந்தான்.

“அட! நீங்கதானா?”

“ஆமாங்க, நீங்கதான இறங்கிப்போயிருந்தீங்க. உட்காருங்க. பையன் நம்ம பையன்தான். எப்பவும் வண்டியிலே ஏறதுன்னு சொன்னா, யாராவது ஒரு ஆள இப்படி அனுப்பிச்சு அப்பாலெ தான் நான் வரது. எளுபத்தி நாலு வயசிலே ஏறிக்குதிச்சுப் பாயுறதுன்னா, முடியாதுபாருங்க. என்னாங்க நான் சொல்றது?”

“ஆமாமா”.

“நீங்க சிறுசு, அடிச்சுப்புடிச்சு ஏறலாம். நமக்கு முடியுமா? எவ்வளவு தூரம் போறீங்க?”

“கும்பகோணம்”

“நானும் கும்பகோணம்தான் வர்றேன். ஆனால், நடுவிலெ கரூரிலே இறங்கவேண்டியிருக்குது. ஒரு நாள் தங்கிட்டு அப்பாலெ கும்பகோணம் வரப்போறேன்”.

கிழவர் தலை ஆடாமல் அசையாமல் பேசிக்கொண்டிருந்தார். பளபளவென்று வழுக்கைத்தலை. வெள்ளைவெளேரென்று டபிள் ப்ராக்கட் மீசை. ஸ்தூல சரீரம். வயிற்றின் சரிவும் சுற்றளவும் பருமனை இன்னும் அதிகமாகக் காட்டிற்று. கண்ணின் வெள்ளை மஞ்சள் பூத்திருந்தது. பெரிய கண்கள். விழியும் பெரிதுதான். மேல் கீழ் ஓரங்களை அநேகமாகத் தொடாமலே தனியாக மிதந்துகொண்டிருந்தன. எப்போதும் கவலைப்படுவதுபோல் சற்று உயர்ந்த புருவம். உப்பி அறுந்து தொங்கின தாடை.

உப்பின கன்னம். மோவாய்க்கு அடியிலும் சதை சரிந்திருந்தது. கண்ணில் தூக்கக்கலக்கம்போல ஒரு தோற்றம். கழுத்தை மூடிப் புத்தான்போட்டிருந்த மஞ்சள்நிறக் க்ளோஸ் கோட்டு, வயிற்றுப் புத்தான்கள் போடப்படாமல் வாயைப் பிளந்துகொண்டிருந்தது. இரண்டு பித்தான இருந்த இடத்தில் நூல் முடிச்சுத்தான் இருந்தது. மற்றவைகள் வண்ணானிடம் அடிபட்டு அரையும் காலுமாக விண்டுகிடந்தன. பைகளில் ஏகப்பட்ட கடுதாசிகள். அரையில் மூலக்கச்சம். தோளில் கைதுடைக்கிற சின்னச் சவுக்கம். கிழவரின் வாயிலிருந்து பச்சைக்கற்பூரமும் ஏலக்காயும் மணம் வீசின. வாய் வெற்றிலையை அரைத்துக்கொண்டிருந்தது.

இந்தத் தொண்டுகிழம் பங்களூரிலிருந்து கும்பகோணம் வரையில் பிரயாணம் போகுமாறு என்ன நேர்ந்துவிட்டது என்று எனக்குப்புரியவில்லை. கரூரில் வேறு இறங்கப் போகிறாராம். பொதுவாக, தள்ளாத வயதில் தனியாகப் பயணம் போகிறவர் களைக் கண்டால் கோபம்தான் வருகிறது. ரயிலிலும் பஸ்ஸிலும் இடிபட்டுக்கொண்டு இவர்கள் போகாமல் எந்தக் காரியம் நின்று விட்டதோ, தெரியவில்லை. கிழவர் கூஜாவை எடுத்து இரண்டு டம்ளர் தண்ணீரால் வாயைக் கொப்பளித்துத் துப்பினார். முகத்தைக் கழுவித் துடைத்துக்கொண்டார். பையன் மறுபடியும் கூஜாவை எடுத்துப்போய் தண்ணீர் நிரப்பி வந்தான்.

“சாப்பிட்டுடிறீங்களா?”

“அதுதான் நெனச்சேன்”

“கண்டோன்மெண்ட் தாண்டின பிற்பாடு சாப்பிடலாமே. அங்கே எப்படியும் ரண்டு மூணு ஜனமாவது ஏறும். அப்புறம்தான் வண்டி நிதானப்படும் என்ன செய்யலாம்?”

“அதுவும் சரிதான் ... ம்...”

“இப்பச் சாப்பிட்டாலும் பரவாயில்லை, இருந்தாலும் சொன்னேன்.”

“கண்டோன்மெண்ட் தாண்டியே சாப்பிட்டுக்கிறேன் நீ போய் ஏதாவது வாங்கிவா.”

பையன் காசை வாங்கிக்கொண்டு போனான். வண்டி ஊதிவிட்டது “டேய் டேய், பதுமூ” என்று கத்தினார் கிழவர்.

வண்டி நகர்ந்தது பையன் வேகமாக ஓடிவந்து “பிடிங்க” என்று ஐந்தாறு வடையை இலையோடு கையில் கொடுத்துவிட்டு நின்றான். மடியில் வைத்துக்கொண்டார் வடையை.

“ரேடியோ காதோடு நிக்கவில்லீங்க தொண்டைக்கும் வந்திடிச்சு. இப்ப எல்லா சாமானும் ரேடியோ ஆயிலாமில்ல அதுலெ பண்ணுறாங்க” என்று புன்சிரிப்புச் சிரித்துக்கொண்டே மூன்று வடையை மென்றார் கிழவர்.

கண்டோன்மெண்டில் இரண்டு மூன்று நிமிஷம் நின்று விட்டு வண்டி புறப்பட்டது. கிழவர் கூஜாவை எடுத்துத் திறந்தார். அடுத்திருந்தவரை நகர்த்திவிட்டு, டிபன் காரியரை எடுத்து ஒவ்வொரு அடுக்காகப் பிரித்து எங்களிருவருக்கும் நடுவில் வைத்துக்கொண்டார். நான் கும்பகோணத்திற்கு நேரே போகிறேன். அவர் சற்றுத் தங்கி வருகிறார். நெருங்கி வந்தாய் விட்டது எனக்கு முன்னால் சாப்பிட்டால் என்ன?

இன்னொருவர் சாப்பிடுவதைப் பார்ப்பதைப்போல கண்றாவியான அனுபவமே கிடையாது. அதுவும் என்னைப்பற்றிய வரையில், மனிதன் தூங்குகிறதும் சாப்பிடுகிறதும் பரம கோரமான காட்சிகள். சாப்பிடுகிறபோது மன்மதனைக்கூட நான் பார்க்க விரும்பவில்லை. சினிமாவில் கதாநாயகி வாய்நிறைய எதாவது மென்றுகொண்டு காதலனுக்கு அழகுகாட்டும்போது, கண்கொடுத்த கடவுளை வையத்தான் தோன்றுகிறது. ஆனால் கிழவரின் தோரணை, அடுக்கடுக்கடுக்காக பிரமிக்க அடித்த சம்பிரமம் – என்னை வலுக்கட்டாயமாக “பாரு, பாரு” என்று இழுத்தது மேலும், எத்தனை நேரம் முகத்தை திருப்பிக் கொண்டிருக்க முடியும்? சாம்பார்சாதம், ரசம்சாதம், தயிர்சாதம் – எல்லாம் பிசைந்தே வைத்திருந்தது, கத்திரிக்காய் வதக்கல், வெண்டை வதக்கல், மூன்று நான்கு வற்றல்கள், சட்னி, பெரிதாக நாலு மைசூர்பாகுக்கட்டி, சராசரி அளவினும் பெருத்த ஏழெட்டு பஜ்ஜி இத்தோடு பையன் வாங்கித் தந்ததில் மீதி மூன்று வடை. கீழே இருந்த பையிலிருந்து கிழவர், மணமகள், மாப்பிள்ளை, பெயர்கள் நன்றி எல்லாம் அச்சடித்த ஒரு கல்யாணக் கடுதாசிப்பையை எடுத்து டிபன்காரியரின் மூடியில் கவிழ்த்தார். பப்பட நொறுக்கல். ஏறுபடியான சாப்பாடுதான்.

கிழவர் நிதானமாகச் சாப்பிட்டுக்கொண்டிருந்தார், காணாததைக் கண்டுவிட்டதுபோலப் பறக்கவில்லை. ஒரு கவளம் நன்கு மெல்லப்பட்டு பக்குவமாக உள்ளே சென்றுவிட்டது என்று தொண்டையிலிருந்து செய்திவந்தபிறகுதான் அடுத்த கவளத்தை அனுப்புவார்.

“கும்பகோணம்தான் சொந்த ஊருங்களா நமக்கு?”

“ஆமாம்”

“ஆபீஸ் வேலையா?”

“இல்லீங்க மளிகைக்கடை. மானேஜராயிருக்கிறேன்.”

“யாரு கடை?”

“பெத்தபெருமாள் செட்டியாருன்னு ஒருத்தரு.”

“பெத்தபெருமாள் செட்டியாருங்களா? நமக்கு நல்லாத் தெரியுமே. பெரிய புள்ளில்ல. எட்டு லக்ஷத்துக்கு மேலே இருக்கும்னு பத்து வருடத்துக்கு முன்னாலெ சொல்லிக்கு வாங்க. யுத்தத்திலெ நல்லா சம்பாதிச்சிட்டாராமே”

“அதைவிட இப்ப ஆறுமடங்கு இருக்கு”

“ஆ! ஆறுபங்கு! ஐம்பது ரூபாய்னா சொல்றீங்க”

“ஆமாம்”

“பலேபலே. அவருக்கு என்னங்க. பெரிய மனசுக்காரரு. பகவான் கொடுக்கிறான். முன்னெல்லாம் கும்பகோணம் வந்தா சாப்பிடக் கூப்பிடுவாரு. சாம்பார்க் கரண்டியாலெதான் நெய் ஊத்துவாங்க. ரண்டு கரண்டி அப்புறம் கையிலே வேறே ஊத்திகங்கன்னு பிடிவாதம். பண்ணுவாரு. நாலுகறி, அப்பளம், ரண்டு பச்சடி. இது இல்லாம சாப்பிடவே தெரியாது அவருக்கு. குஞ்சு குழந்தைங்க எல்லாருக்கும் இதே ரேட்டுத்தான். கடைப் பையனுக்கும் இதே சாப்பாடுதான்னா பாத்துங்களேன்.”

எங்கள் முதலாளியைப்பற்றி எல்லாம் தெரியும் எனக்கு. பத்துப் பதினைந்து லக்ஷம் செலவழித்து ஒரு சிவன் கோயில் திருப்பணி செய்திருக்கிறார். யுத்த நிதிக்கு நாலுலக்ஷம் கொடுத்தார். மூன்றுவேத பாடசாலை எங்கெங்கோ அவர் செலவில் நடக்கிறது. பள்ளிக்கூடங்களில் நூற்றுக்கணக்காக உபகாரச் சம்பளங்கள் கொடுக்கிறார். மாட்டுத்தண்ணீர்த் தொட்டி சுமைதாங்கிகள் – அவர் செய்யாத தருமமே, கிடையாது. ஆனால் கிழவர் என்னை விட அதிகமாகவே தெரிந்துகொண்டிருந்தார்.

“இலை ஒண்ணொண்ணும் இம்மாப் பெரிசு” என்று அவர் இடதுகை ஆள் காட்டியால் காற்றில் ஒரு பெரிய வளையம் போட்டார். “அதுவும் கும்பகோணத்திலே வாழை இலைக்குக் கேக்கணுங்களா? காவேரிப் படுகையில்லே?” ஒரு புன்சிரிப்பு.

“உங்களுக்கு எந்த ஊரு?”

“எனக்குப் பங்களூர்தான்”

“வியாபாரமா?”

“ஆமாம் பட்டு வியாபாரம். கரூர், திருச்சி, மதுரை, கும்பகோணம், சிதம்பரம், ஆரணி – எல்லா ஊரிலேயும் வாடிக்கை உண்டு இப்ப நிலுவைக்குத்தான் போயிட்டிருக்கேன்.”

“கும்பகோணத்திலெ யார் யாரு வாடிக்கை?”

“ரண்டு மூணுபேரு உண்டு. ஆனா வெங்கடபதி வீட்டிலெ தான் தங்கறது. தெரியுங்களா வெங்கடபதியை? செவலையா, தடியா அம்மை வடுமூஞ்சியா.”

“என்னாது? வெங்கட பதியைத் தெரியாமயா? நமக்கு ரொம்ப நெருக்கங்க”

“அவர் வேறே எங்கியும் நம்பளைத் தங்கவிடமாட்டாரு, தங்கிட்டோமோ பிரமாதமாக கோவிச்சிக்கிடுவாரு. ரொம்ப கணிசமான ஆளு. அப்ப அப்ப பாக்கியைத் தீத்துக் கட்டிப்பிடுவாரு. தவிர, நல்ல செலவாளிங்க. உங்க செட்டியாரைவிட இரண்டுபடிமே லேன்னுதான் சொல்லணும். சாப்பாடுன்னா அப்பேர்ப்பட்ட சாப்பாடுங்க., காலமே கண்ணைத்திறக்கறதுக்கு முன்னாடி, நெட்டையா, இம்மா உசரத்திலெ ஒரு டம்ளரிலே, பக்காப்படி அரைப்படிக்கு ஒரு நூல்தான் குறைச்சலாயிருக்கும், அது நிறைய காபி. காபின்னா எப்படிங்கிறீங்க? ஏன்னுகேக்கும். அப்படியே கறந்தபடிக்கே காய்ச்சின பாலு. தண்ணி உடாம காச்சினா, மாட்டுக்காம்பு வெடிச்சுப் பூடும்னு பொம்பிளைங்க சாத்திரம் சொல்லுவாங்க, அதுக்காக ஒரு பொட்டுத்தண்ணீரைத் தெளிச்சு இருப்பாங்க. அவ்வளவுதான். காபி கள்ளிச் சொட்டுக்கணக்கா, கமகமன்னு நுரைச்சிக்கிட்டு நிக்கும். குளிச்ச பிறபாடு இட்டிலி – உப்புமா, உப்புமா – தோசை, பொங்கல் – வடை – இப்படி இரட்டையா ஏதாவது. வெங்கிடபதிகிட்ட ஒரு விசேஷம் பாருங்க. எண்ணைவாடையே வீசக்கூடாது. எல்லாம் நெய், அதுவும் நேத்து வெண்ணையா உருக்கின நெய்யி. உப்புமா, வெண் பொங்கல் எல்லாம் இலையிலே வளுக்கிக்கிட்டு ஓடும். நானும் இந்த இந்தியா தேசம் முளுக்கச் சுத்திருக்கிறேன். வெங்கடபதி சம்சாரம் கத்திரிக்காயும், வாழைக்காயும் சேர்த்து கொத்ஸு பண்ணுவாங்களே அதுக்கு ஈடாச் சாப்பிட்டதே கிடையாது. கொத்ஸுன்னா ஏன்னு கேக்கும்” என்று கொத்ஸின் மகிமையை இடதுகை உள்ளங்கையை மல்லாத்து சின்முத்திரையால் விளக்கினார் கிழவர்.

“பட்டு மார்க்கெட்டு இப்ப எப்படி இருக்கு?”

“ஏதோ இருக்கு... ஆச்சா... நிலுவைக்குப் போயிட்டு வந்தா, மத்தியான ஒண்ணரை மணிக்குச் சாப்பாடு, எப்பேர்ப்பட்ட சாப்பாடுங்கிறீங்க? சாம்பார், மோர்க்குழம்பு இரண்டுகறி. இரண்டு

கூட்டு, பச்சடி, மைசூர் ரசம் ஒரு தித்திப்புப் பக்ஷணம். அதிலெ ஒரு விசேஷம் பாருங்க, வடக்கே இந்துஸ்தான்மாருங்கள்ளாரும் தித்திப்பு இல்லாம சாப்பிடமாட்டாங்க. அதாவது மனுஷனுக்குச் சாப்பாடுங்கறது பல தினுசா இருக்கணும். ஆறு ரசங்களும் உடம்புக்குச் சேரணும். அப்பத்தான் கபவாதபித்தம் மூணும் சமனா இருக்கும் மனசுக்கு ஆயாசமில்லாம வேலையைக் கவனிக்கலாம். இல்லாட்டி எதாவது ஒண்ணு தூக்கலாப் போயி பெரிய தொல்லையா போயிடும். தெரிஞ்சுதுங்களா? வெங்கடபதி தித்திப்பு பக்ஷணம் இல்லாம சாப்பிடவே மாட்டாரு. அப்பவும் மூணு நாலு ஊறுகாயோட தயிர்சாதம். தயிருன்னா கத்திபோட்டு அறுக்கணும் தெரிஞ்சுதுங்களா?"

"ம் சரிதான் இப்ப பட்டுவிலை எப்படி இருக்குங்க?"

"இருபத்தெட்டு இன்னிவிலை. ஒஸ்தியெல்லாம் முப்பத்தாறு முப்பத்தெட்டு. இப்படி ரகவாரியா இருக்கு. சாயங்காலம் அஞ்சு மணிக்கு ஒரு மைசூர்பாகு, ஜிலேபி, கோதுமை அல்வா, தக்காளிப்பழ பஜ்ஜி, காபி, எல்லாம் முரட்டுத்தனமாத்தான் இருக்கும். நெய்யைக் கக்கும். மூணுகாபி ஆச்சுங்களா?"

"ஆமாம்"

"எப்படி மூணு?"

"எப்படி?"

"நீங்களும் எப்படின்னா? சரியாக்கவனிக்கலை போலிருக்கு. தூக்கம் வருதுங்களா?"

"தூக்கமா! ரயில்லெ தூங்கறபளக்கமே கிடையாதுங்க நமக்கு. சொல்லுங்க"

"காலமே ஒருகாபி, அப்புறம் எட்டு மணிக்கு, பலகாரத்தோட ஒரு காபி. அதைத்தான் மறந்திட்டேன். அதனாலெ எப்படி மூணுன்னு கேட்டேன். சாயங்காலம் ஒரு காபி. சரியாப் போச்சுங்களா?

"ஆமாம். மூணுதான்."

"இத்தினிக்கும் ராத்திரிச் சாப்பாடு குறைஞ்சுபூடும்கிறிங்களா?"

அட ஆண்டவனே!

"ஒரு சாம்பார், ஒரு கரி, கூட்டு, ரசம், பப்படம், வருவல், டாங்கர் – இந்த ஏழும் நிச்சயம் உண்டு." என்று இடது கை விரலால் ஏழு எண்ணினார் அவர். "படுக்கறப்போ, அதே நீள டம்ளர் நிறைய பசும்பால், சும்மா அப்படியே சுண்டச் சுண்டக்

காய்ச்சி, ஜாதிக்காயும் குங்குமப்பூவுமா மணத்துக்கிட்டு மஞ்ச மஞ்சேருன்னிட்டு, அமிர்தமாப் பொங்கும்."

கிழவருக்கு உற்சாகம் பொங்கிற்று, வெங்கடபதி வீட்டுப் பாலைப்போல.

ஆனால் அத்தனை உற்சாகத்தையும் தலைஅலுங்காமல், புன்னகையாலும் சின்முத்திரையாலுமே வெளிப்படுத்திக்கொண்டு வந்தார்.

பங்கார்ப்பேட்டை ஸ்டேஷன் வந்துவிட்டது. ஒன்றே கால் மணி வண்டி ஓடியிருக்கிறது. சாப்பாடு இன்னும் முடியவில்லை. இன்னும் நாலைந்து கவளம் பாக்கி.

"டேய் வேர்க்கடலே" என்று கிழவர் கூப்பிட்டார்.

"சார், கை எச்சிலா இருக்கு. கொஞ்சம் கடலை வாங்கி வச்சிடுங்களேன்" என்று இடது கையால் மேல் பாக்கட்டிலிருந்து நாலணாவை எடுத்துக் கொடுத்தார். வாங்கி வைத்துவிட்டேன்.

"ஏனுரி" என்று புதிதாக ஏறிய பிரயாணியிடமிருந்து குரல் எழுந்தது. "போஜனமா?"

"அட, கெம்பையா வா, பன்றி" அவ்வளவுதான் எனக்குப் புரிந்தது. கன்னடத்தில் என்னென்னமோ பேசிக்கொண் டிருந்தார்கள்.

கிழவர் சாப்பாட்டை முடித்து கைஅலம்பி, கூஜாவில் மீதியில்லாமல் தண்ணீரைக் குடித்து பெரிய ஏப்பமாகவிட்டார். வையமனைத்தையும் வயிற்றில் அடக்கிய தாமோதரனே ஏப்பம் விடுவது போலத் தோன்றிற்று. நீ நினைப்பதில் தவறில்லை என்று சொல்லுவதுபோல, கூஜாவை மூடிவிட்டுக் கிழவர் கடலை தின்னத் தொடங்கினார். எனக்கும் நாலு நீட்டினார். எனக்கு அப்போதுதான் மருந்து ஞாபகம் வந்தது. பையில் இருந்த பாட்டிலைத் திறந்து ஒரு மாத்திரை போட்டுக்கொண்டேன்.

"என்னங்க, மருந்தா?"

"ஆமாம்."

"எதுக்கு?"

"பித்த உபரிக்கு. வயிற்றில் புண். அசீரணம். சாப்பிட்ட முக்கால் மணிக்கெல்லாம் வயிற்றுவலி உயிரைவாங்குது. பங்களூரிலே நம்ம அண்ணாரு மிலிடரியிலே இருக்காரு. அவரு ஊட்டுலேபோய் ரண்டு மாசம் ரெஸ்ட் எடுத்துக்கிட்டேன். பங்களூர் டாக்டர்தான் எளுதிக்கொடுத்தாரு."

“குணம் தெரியுதா?”

“நல்ல குணம்தான்.”

“மருந்து பேரு என்னாங்க?”

“பைலே பெப்ஸி காஸ்ட்ரம் வித் வைட்டமின் பி, சி அண் டி.”

“பசி எடுக்காமே இருந்தா இதை சாப்பிடலாமா?”

“ம். சாப்பிடலாம். யாருக்கு?”

“எனக்குத்தான்.”

“பசியெடுக்கவா?”

“ஆமாங்க. ஒரு அஞ்சாறு மாசமா வயிறு மந்தமா இருந்து வருது. ருசிக்க எதையும் சாப்பிட முடியலே. அன்னத் திரேஷம் மாதிரியா இருக்கு. வயசு ஆயிட்டுது. நரம்பு தளர்ந்ததனாலே இருக்கலாம். தங்க சம்மந்தமா எதாவது சாப்பிடுங்கன்னு ஒரு நாட்டு வைத்தியர் சொன்னாரு. தங்கபஸ்பம் ஒரு மாசம் சாப்பிட்டேங்க. சாப்பிடற வரைக்கும் சரியா இருந்திச்சு. மறுபடியும் திருப்பிக்கிச்சு. அதான் இது தேவலாமான்னு கேக்கிறேன்.”

“சாப்பிடலாம்”

“அப்பன்னா இந்தக் கடுதாசிலே எழுதிக்கொடுத்திருங்களேன்.”

எழுதிக்கொடுத்தேன்.

வண்டி போகும் சத்தம் கண்ணை அயர்த்திற்று. ரயில் தூக்கம்தான். சற்றைக்கொருமுறை கண்திறந்தது. கிழவர் கடலையை மென்றுகொண்டே கெம்பையாவோடு பேசிக் கொண்டு வந்தார். எதிரே இருந்த மலையாளி என் புத்தகத்தில் பாதி முடித்துவிட்டார். அவருக்குப் பக்கத்தில் இருந்த மாயவரம் போகிற சாஸ்திரியார் கண்கொட்டாமல் கிழவரைப் பார்த்துக் கொண்டேயிருந்தார். பொன்மலைக்குப் போகிற பாட்டி பூனைத் தூக்கம் தூங்கிக்கொண்டே வந்தாள்.

கிழவருக்கும் வக்கீல் நாகேஸ்வர அய்யருக்கும் எச்சுஸ்தாயி யில் ஒரு தர்க்கம். கலியாணத்திற்குப் போய்த் திரும்பி வந்துகொண் டிருந்த நாகேஸ்வர அய்யரைத் தெருவில் கண்டுவிட்டார் கிழவர்.

“என்ன வக்கீல் சார், சாப்பாடு பிரமாதம்தானோ?”

“ஆமாம். உம்ம சாப்பாட்டை உடைப்பிலே போடும். யாருக்கு வேண்டியிருக்கு. இந்தச் சோறு, கறி, பாயசம், பக்ஷணம்

எல்லாம். ஓய் விதரணை தெரியணும் காணும். எத்தனையோ கலியாணத்திலே பார்த்தாச்சு. வெந்நீர் கேட்டால் இல்லையேன்னு ஈன்னு பல்லைக் காமிப்பன். இல்லேன்னா பாதித் தண்ணியை விட்டுத் தடியாலடிச்சு, இல்லேன்னா அடுப்பிலே ஏத்தி உடனே இறக்கிக்கொண்டு வைத்துக் கழுத்தை அறுப்பான். காளி கௌடர் என்ன பண்ணினார் தெரியுமா? விதரணைனா எல்லாருக்கும் வந்துடுமா? அந்த மனுஷன் வெண்ணீர் டிபார்ட்மெண்டைக் கவனிச்சுக்கறத்துக்காக ஒரு தனிக்கமிட்டியே போட்டுவிட்டான். துளி பச்சை ஜலம் கலக்கப்படாது. கடுமையான ஆர்டர். நெருப்பாக் கொதிச்சு பிறகு தானாக ஆறி, சுக்கும் சீரகமும் ஒத்துண்டு தொண்டையிலே பதமா விழுந்தபோது அடாடா எனக்கு அப்படியே மேளம் கட்டிப்போச்சு. என் வயிற்றுவலி கூட பறந்துபோயிட்டாப் போல இருக்கு."

"வெந்நீரே இப்படின்னா, சாப்பாடு எப்படியோ?"

"ஆமா, சாப்பாடு, சாப்பாடு, சாப்பாடு, கலியாணம்னா நாலு கறி, பாயசம், பக்ஷணம் எந்த தரித்திரப் பயலும்தான் போடறான். நான் சிரத்தையோட கவனிக்கிற அழகைன்னா சொல்லுறேன். வெந்நீர் கொடுக்கிறது ஒரு தனிக்கலை. அது கோடியிலே ஒருத்தனுக்குத்தான் தெரியும்."

"நல்ல வக்கீல் சார் நீங்க. வயித்து வலி வக்கீல்" என்று தெருக் கோடியிலிருந்த கட்சிக்காரர்கள் சொல்லிவிட்டுச் சிரித்தார்கள்.

நான் விழித்துக்கொண்டுவிட்டேன். வண்டி நின்றிருந்தது.

"என்ன ஸ்டேஷன் ஸார்?"

"ஜோலார்ப்பேட்டை."

"அதுக்குள்ளாறவா"

கிழவர் கொய்யாப்பழம் வாங்கிக்கொண்டிருந்தார்.

"சாருக்கு நல்ல தூக்கம். சார், ஒரு கொய்யப்பளம் சாப்பிடுங்க. இதைப் பாத்தீங்களா, ஜோலார்ப்பேட்டை கொய்யாப்பளம் ரத்தம் மாதிரி இருக்கும்" என்று விண்டு காண்பித்தார். வாசனை என் வயிற்றைப் புரட்டிற்று.

"இருந்தாலும் உங்க தஞ்சாவூர் பழம் ஆகாது. அது தனி ருசி."

"எங்க தஞ்சாவூர் என்ன? கொய்யாப்பளம்னாலே வயிற்றைப் புரட்டும் எனக்கு. மகா பித்தமில்ல, சனி. லிவரை அப்செட் பண்ணிடும்."

“த்ஸ், தினமுமா சாப்பிடப் போறோம்? எப்பவானும் இப்படி போறப்போதானே? ஆனா, நல்ல குளுமைங்க. அது. வெக்கை சூடுங்களுக்கெல்லாம் கோடாரி மாதிரி.”

“என்னமோ மகா அதிகப் பிரசங்கி, இந்தக் கொய்யா, நாரத்தாங்க இதெல்லாம். நாரத்தங்காயாவது சேத்துக்கலாம். கொய்யாப்பளம் சாப்பிட்ட அஞ்சு நிமிஷத்துக்கெல்லாம் பாருங்க. வாய், கை எல்லாம் நாறிக்கிட்டேகிடக்கும்.”

“அது வாஸ்தவம். சுகம் மூணுவகைங்க. முன்னாலெ கஷ்டம் பின்னாலே சுகம். முன்னாடி சுகம் பின்னாடியும் சுகம், முன்னாலே சுகம், பின்னாலே கஷ்டம். இதுலே மூணாவது ரகம்னு சொல்றீங்க. வாஸ்தவம். இருந்தாலும் தினமுமா இது அகப்படப்போவுது.”

கெம்பையா கோடைவாய் வழியத் தூங்கிக்கொண்டிருந்தார். “வண்டி கிளம்ப இன்னும் ரண்டுமணி நேரம் இருக்கு. வர்றீங்களா? கொஞ்சம் டீ சாப்பிட்டுவருவோம் என்று இளித்தார் கிழவர்.

“ஐயையோ, தூக்கம் கலைஞ்சு போயிடும் வாண்டாங்க.”

“ரயில்லெ தூக்கமே வராதுன்னீங்களே” என்று என் ஜம்பத்தைப் பொசுக்கிட்டு கீழே இறங்கிவிட்டார் அவர்.

மாயவரத்துக்குப் போகிற சாஸ்திரியார் சொன்னார்.

“சார் நீங்க தூங்கிப் போயிட்டேள். நானும் பாக்கறேன். பங்களூரிலே வாயைத் திறந்த ஆசாமி இன்னும் மூடவில்லை. குப்பம் ஸ்டேஷன்லெ ஒன்பது பேரிக்காய் வாங்கி ஜோலார் பேட்டை வரைக்கும் ஓட்டினார். இப்ப நாலு கொய்யாப்பழம் ஆச்சா, இப்ப பிஸ்கத்தும் டீயும். அதோ பாருங்கோ”

கிழவர் சிற்றுண்டியை முடித்துவிட்டு ஜன்னலண்டை வந்து ஒரு பீடாவை அரைத்துக்கொண்டே தூங்குகிற கெம்பையாவைப் பார்த்து அலட்சியமாகச் சிரித்தார். தாழ்ந்த குரலில் சொன்னார்.

“பாருங்க சார், அனாதிப் பிரேதம் மாதிரி தூங்குகிறதை. மூணு பிஸினஸுக்கு முதலாளி, பட்டுக்கடை ஊதுபத்திக்கடை, புகையிலைக்கடை, காசிலே கிண்டன். பாத்தீங்களா தூங்குறதை, அளுவறாப்போல இருக்கு. ஐயோ இன்னிக்கிச் சாப்பிட்டோமே, செலவளிஞ்சு போச்சேன்னு அளுவறான். விலை மோரில் வெண்ணை எடுப்பான். சாப்பாடு என்னாங்கிறீங்க?”

“வத்தல் குழம்பா?”

“ரைட், அதேதான். அதோட பசலைக்கீரையாலே கூட்டு. ராத்திரி புதினாக்கீரையாலே துவையல். மத்தியானச்

சாப்பாட்டுலே ஏறின பித்தத்தைத் தணிக்க. புள்ள குட்டி கிடையாது. ஒரு விருந்து வராது. தினமும் இருநூறு ரூபாயாவது நெட்டா பாங்கிலே போடாம தூங்கமாட்டான். ஒரு தடவை அவன் ஊட்டுலே சாப்பிடும்படியா ஆயிடிச்சு எனக்கு. அவன் சம்சாரம் – நல்ல ஜோடி – சிப்பல்லே சாதத்தை வச்சுகிட்டுநிக்கிறா. சோறு விளட்டுமா வாண்டாமான்னு என்னைப் பாச்சைக்காட்டுது. குறும்பை வாங்கியாலே ஒருமுட்டை நெய்யி. அதுவும் என்ன? குதிரைக் கொட்டில் நாத்தம் அடிக்குது. எங்கேருந்துதான் இந்த நெய்யைப் புடிச்சுக்கிட்டு வந்தானோ, பாவிப்பய. இதைப் பாருங்க. செலவளிக்க மனசு வரணும்னா அதுக்கும் ஒரு புண்யம் பண்ணியிருக்கணும். இல்லீங்களா, என்ன சொல்றீங்க?"

"சந்தேகமில்லாமல்."

"அது என்னமோ, காசு அவனுக்குத்தான் சேருது" என்று பெருமூச்சு விட்டார் கிழவர்.

விற்கிறவர்கள் ஓய்ந்துவிட்டார்கள். ஸ்டேஷன் தூங்கி வழிய ஆரம்பித்தது. நானும் தூங்கி வழிந்தேன்.

விழித்துக் கொண்டு சுற்றி முற்றிப் பார்த்தேன்.

"என்ன சார், பார்க்கிறேள்? ஈரோடு வந்தாச்சு. போது விடியப்போறது" என்று மாயவரத்து சாஸ்திரியார் சத்தம் போட்டார்.

"ஈரோடா, அதுக்குள்ளாரவா?"

"ஏன் அதுக்குள்ளே, எல்லாம் சரியாகத்தான் வந்திருக்கு. கிழவர் எங்கேன்னு பாக்கறேளா? கவலைப்படாதீங்கோ. ஆர்.ஆர். ரூமுக்கு போயிருக்கார். வந்திடுவர். ஜோலார்ப் பேட்டையிலே ரண்டு கொய்யாப் பழம்தான் பாக்கி. ஸ்டாக் பண்ணிக்காமல் போயிட்டார். தவியாத்தவிச்சுப் போயிட்டார் மனுஷன். சங்கரி துர்க்கத்திலே வகையா ஒண்ணும் காணும். சிவனேன்னு ஒரு சோடா வாங்கிக் குடிச்சார். சும்மாயிருக்காரேன்னு வெற்றிலைப் பெட்டியை நீட்டினேன். குட்டஹள்ளி வெத்திலை நன்னாருக்கும்னு வச்சிருந்தேன் சார். அரைக் கவுளியை அரைச்சு தீத்துப்பிட்டாரையா மனுஷன். சேலத்துலே இறங்கி ஒரு டஜன் பச்சை வாழைப்பழம் வாங்கி வந்தார். எனக்கு ரண்டுகிடைச்சுது. தீத்துக் கட்டினார். இதுதான் கதை. ஈரோடு வந்தாச்சு. நீங்களும் முழிச்சுண்டாச்சு. இனிமே நீங்களே பாத்துக்கலாம்"

கிழவர் முசும்பி வாங்கிக்கொண்டிருந்தார்.

"என்ன சார், காபி சாப்பிடலையா?" என்று கேட்டேன்.

“சாப்பிட்டாச்சு, போங்க. பூரி கிழங்கும் வடையும்தான் போட்டிருக்காங்க. உப்புமா சுமார்தான்” கிழவர் முகம் சுண்டிக் கிடந்தது.

அவர் முசும்பியை முடிப்பதற்குள் கரூர் வந்துவிட்டது. இறங்கினார். எனக்குக் கை ஒடிந்துவிட்டதுபோலிருந்தது. ஜன்னல் பக்கம் வந்தார்.

“அப்ப வரட்டுங்களா, கும்பகோணத்திலே சந்திக்கிறேன்.”

“அவசியமா வாங்க”

“அப்ப, இந்த மருந்தையே சாப்பிடலாம்னு சொல்றீங்க”

“சாப்பிட்டுப் பாருங்களேன். ஒரு பாட்டில் பரீக்ஷை பார்க்கிறது.”

“ஒரு பாட்டில் என்ன? ரண்டோ, மூணோ குணம்தெரியற வரைக்கும் சாப்பிடறோம். இல்லாட்டி பாத்துக்கறோம்.”

“இல்லாட்டி பாத்துக்கறோம்”

“அப்ப வர்றேன். வரேங்க உங்களைத்தானே, வந்தேன்” என்று சொல்லிக்கொண்டு கிளம்பிவிட்டார்.

“அடேடே, பட்டு அங்கவஸ்திரம் போட்டுக் கொடுக்க சொல்லலாம்னு நெனச்சுக் கிட்டே இருந்தேன். மறந்து பூட்டேன்” என்று இரண்டு நிமிஷம் கழித்து ஞாபகம் வந்து சொன்னேன்.

“நீங்க ஞாபகம் வந்தாலும் அவரைக் கேட்டிருக்க முடியாது.” என்று சாஸ்திரியார் சொன்னார்.

“ஏங்க?”

“அவருக்கு வாயிலே வார்த்தைக்கு இடம் எங்கே இருந்துது?”

பிளாட்பாரத்தில், தங்க எழுத்து மின்னிய காக்கிச் சட்டைக் காரருக்குப் பின்னால் ஒரு கிழவி தேம்பித் தேம்பி அழுது கொண்டே வந்தாள்.

“படி ரண்டு ரூபா கொடுத்து வாங்கியாந்ததுங்க, மகராசரே. வயித்திலே அடிக்காதீங்க சாமி”

“சீ சீ பேசாம வா”

“பட்டினி போடாதிங்க சாமி. கால்லே உளுவரேன்”

“நீ மாத்திரம் பக்காப்படி சாப்பிடணும். நாங்க அஞ்சு அவுன்ஸ் சாப்பிடணும். மரியாதையா வா. சும்மா சத்தம் போடாதே”

அவர்களோடு கையாலாகாத வேடிக்கை பார்க்கிற கூட்டம் போய்க்கொண்டிருந்தது.

“இந்த அன்னவிசாரம் என்னிக்கி ஒழியப் போகிறதோ பகவானே. பணத்தைக் கொட்டி அரிசியை வாங்கிப்பிட்டு அதைப் பறிகொடுக்க வேறே அழணுமா?” என்று பாட்டி வேதனையாகக் கொட்டினாள்.

வாயே திறக்காத மலையாளி சொன்னார், “இறங்கிப் போச்சே, இந்த செட்டியார் அவரை நோக்கலியோ? அன்ன விசாரத்துக்கு என்ன பஞ்சம்? ஜன்மா ஆயிரமாக்கும் கிடைக்கும். அன்னம் அந்த சுலபமாக கிடைக்குமா, நல்ல ஞானம் படைச்ச கிழவராக்கும்” என்று தங்கப்பல்லைக் காட்டிச் சிரித்தார்.

எனக்கு மருந்து ஞாபகம் வந்தது.

***சிவாஜி*, 18ஆம் ஆண்டுமலர், அக்டோபர் 1952**

ஆறுதல்

இன்று அவளிடமிருந்து கடிதம் வந்திருக்கும். நேற்று வராததால் இன்று கட்டாயம் வந்திருக்கும். குடித்தனம் செய்கிற பெண்ணுக்குக் கடிதம் எழுதுவது என்றால், கலியாணம் செய்கிறதுபோல. கை ஒழிந்து, குழந்தையைத் தூங்கச் செய்து . . . குழந்தை உட்கார்ந்துகொள்கிறதாம். போன கடிதத்திலேயே எழுதி இருந்தாள். மூன்று வாரம் முன்னால் ஊருக்குப் போயிருந்தபோது, வேகமாகத் தவழ்ந்துகொண்டிருந்தது, உட்காரத் தெரியவில்லை. அதற்குள் உட்காரத் தெரிந்துவிட்டது. பிடித்துக் கொண்டு நிற்கிறதாம். குழந்தைகள் எவ்வளவு விரைவாக வளர்கின்றன. ஆனால் அந்தக் கண்ணின் நீலம்தான் இல்லை. மூன்றரை மாதத்தில் பார்த்தபோது, கண்ணின் வெள்ளையில் ஒரு நீலம், கத்தரிப்பூ நீலம். ஆனால் மூன்று வாரம் முன்னால் போயிருந்தபோது அதைக் காணவில்லை. தலையில் மயிர் வளையம் வளையமாக அடர்ந்து கிடந்தது. அறுபது வளையத்திற்கு மேல் எண்ணிய ஞாபகம். அதற்குள் அவள் விரலைவிட்டு தலையைக் கலைத்து விட்டாள். கண் பட்டு விடுமாம்! ஆனால் அத்தனை வளையமும் மறுபடியும் வந்து சுருண்டன. இன்று புதிதாக ஏதாவது எழுதியிருப்பாள்.

பனகல் பார்க் ஸ்டாப்பில் பஸ் நின்றது. இறங்கினேன். புழுக்கமான புழுக்கமாக இல்லை. கோட்டுக்குள் கசகசவென்று பனியனும் சட்டையும் முதுகோடு ஒட்டிக்கொண்டிருந்தது. ஆடு சதை, எங்கு பார்த்தாலும் வியர்வை. முகம் எண்ணெய் வழிந்தது. ஆபீஸுக்குப் போவதற்கும் திரும்பி

தி. ஜானகிராமன்

வருவதற்கும் எவ்வளவு வித்தியாசம்! ஜிலீர் என்று குளிர்ந்த ஜலத்தை வாளிவாளியாக மொண்டு தலையில் விட்டுக்கொண்டு – நல்ல வேளையாக பழைய மாம்பலம் மனிதர்கள் குழாயை நம்பி கிணறுகளைத் தூர்த்துவிடவில்லை – தலையை வாரி, ஸ்னோவை விரலால் தடவி, மேலே பவுடரைத் தூவி மொட மொடவென்று வெள்ளைச் சட்டையும் கால் சட்டையும் போட்டு, கமகமவென்று அமர்ந்த குளிர்ந்த மனத்துடன் புதுமை மொரமொரக்கக் கிளம்பு வதற்கும், இப்படி ஆடி, அயர்ந்து, உடல் கசகசக்க, முகம் எண்ணெய் வழிய வருவதற்கும் எவ்வளவு வித்தியாசம்! பசி வேறு! கோரமான பசி! இந்த ரூபாய் முழுங்கி ஹோட்டல்களில் ஆறாத பசி. சீக்கிரம் ஒரு ஜாகையைப் பார்த்து அவளை அழைத்துவந்து விட வேண்டியதுதான். மூன்று மாதத்திற்கு முன்னால் முதல், அதாவது அவள் பிரசவித்து ஆறு மாதம் கழிந்தவுடனேயே – இங்கு வீடு தேடும் வேலை தொடங்கியாகிவிட்டது. பலன்தான் இல்லை. இன்னும் ஒரு மாதத்தில் கோவிந்து தெருவில் ஒரு போர்ஷன் காலியாகுமாம். அது கிடைக்கும் போலிருக்கிறது. அது வரையில் பல்லைக் கடித்துக்கொண்டு, அவளுடைய கடிதங்களை மட்டும் பார்த்துக்கொண்டு திருப்திப்பட வேண்டியதுதான். அது வரையில் இந்த அரைவயிற்றுச் சாப்பாட்டைச் சாப்பிட்டுத்தான் ஆகவேண்டும்.

இப்படியே இந்தக் கசகசப்புடன் டிபன் சாப்பிடவும் வேண்டி யிருக்கவில்லை. ரூமுக்குப் போய் இந்தக் குழாய், கோட்டு, சட்டை யெல்லாம் அவிழ்த்து எறிந்து ஒரு வேட்டியும் சட்டையுமாக, குளிர்ந்த நீரில் உடலையும் முகத்தையும் நனைத்துக் கழுவித் துடைக்காமல் எதைத் தின்பது?

இன்று நல்ல வேளை! தினமும் நாம் வரும்போது லெவல் கிராஸ்ஸிங் மணி அடிக்கும். பிறகு இப்படியும் அப்படியுமாக திடுதிடுவென்று இரண்டு மினசார ரயில்கள் ஓடிப்போகிற வரையில் காத்துக்கொண்டிருக்க வேண்டும். இன்று நல்ல சமயம். துரைசாமி ரோட்டு கோடியை அடைவதற்குள்ளாகவே ஒரு வண்டி போய் 'கேட்'டையும் திறந்துவிட்டான். அவசரம் அவசரமாக நடந்தேன். வீட்டு மாடியேறும்போது, வீட்டுக்காரன் குழந்தை "மாமாவ், சாக்லேட்டு தராம போறியே?" என்றான்.

"ஏய், பேசாம இருடா" என்று குழந்தையின் தாயார் அதட்டினாள். அதட்டலாகக்கூட இல்லை. ஒரு நாளும் அவள் இப்படிச் சொன்னதில்லை.

"அடடே, மறந்து போயிட்டேண்டா, இந்தா" என்று கோட்டுப் பையில் கிடந்த ஒரு சாக்லேட்டை அதன் கையில் கொடுத்துவிட்டு மாடிக்குப் போனேன். அறையின் நிலைப்படியில்

கச்சேரி   127

கோபால் உட்கார்ந்திருந்தான். நானும் அவனும்தான் அந்த ரூமை வாடகைக்கு எடுத்திருந்தோம். மெடிகல் காலேஜில் மாணவன் அவன்.

"என்ன கோபால்?"

"சங்கர், கெட்ட செய்தி ஒன்று இருக்கிறது" என்று மட்டும் சொல்லி, கதவிடுக்கில் இருந்த கடிதத்தை என்னிடம் கொடுத்து மொட்டைமாடிக் கட்டையைத் தழுவி நின்ற வாதா மரத்தைப் பார்த்துக்கொண்டு நின்றான். ஒரு கார்டு. அவள் கையெழுத்துக்கூட இல்லை. மேலே தஞ்சாவூர் என்றுதான் போட்டிருந்தது.

"அன்புள்ள நண்பனுக்கு, எனக்கு என்ன சொல்வதென்று தெரியவில்லை. இந்தத் துரதிர்ஷ்டச் செய்தியை எழுதும் துர்ப்பாக்யம் எனக்கு வந்துவிட்டது. உன் சித்தப்பா போன வாரம் வந்து உன் மனைவியையும் குழந்தையையும் ஒரு வாரம் இருக்கட்டும் என்றும் திருச்சிக்கு அழைத்துப் போனார். போன இடத்தில் குழந்தைக்கு உக்ரமான அம்மை போட்டு, கண் மூக்கு எல்லாம் மறைத்து, கடைசியில் குழந்தை குளிர்ந்துவிட்டது. உனக்கு நான் என்ன ஆறுதல் சொல்வதென்று எனக்குப் புரிய வில்லை. இன்று ஐந்தாவது நாள். அம்மையானதால் உன் தகப்பனார் தாங்கள் எழுதக்கூடாது என்று என்னை எழுதச் சொன்னார்கள். உன் தகப்பனாரையும் என்னால் சமாதானப் படுத்த முடியவில்லை.

இப்படிக்கு,
'பஞ்சாபகேசன்'

நாலைந்து தடவை வாசித்தேன். பிறகுதான் புரிந்தது. செய்தி மனதில் பதிந்தது. உதட்டைப் பல்லால் கடித்தேன். நெஞ்சை வலித்தது. "சங்கர், சட்டையெல்லாம் கழட்டிப் போட்டுவிட்டு வாங்கோ. நான் தண்ணியிழுத்து விடறேன்."

நான் வந்த நிலையிலேயே மாடிப்படியில் இறங்கினேன். கிணற்றண்டை முகத்தைத் திருப்பிக்கொண்டு நின்றேன். ஜன்னலில் இருந்து அந்தக் குழந்தையின் தாயார் என்னை வெறிச்சென்று பார்த்துக்கொண்டிருந்தாள். தலையைக் குனிந்து கண்ணீரை மறைத்தேன்.

"உட்காருங்கோ, சங்கர்."

தலையில் தண்ணீர் விழுந்தது. கோட்டு, கால் சட்டை யெல்லாம் வழிந்து ஓடிற்று.

தி. ஜானகிராமன்

"கோட்டைக் கழட்டிவிடுங்களேன்."

கழட்டினேன்.

"சட்டையையும் கழட்டிப்பிட்டாத் தேவலை."

சட்டையை உரித்துக் கீழே போட்டேன். கால் சட்டையையும் அவன் கொடுத்த துண்டைக் கட்டிக்கொண்டே கழற்றினேன்.

நாலைந்து வாளி தண்ணீர் தலையில் விழுந்தது. அவன் கொடுத்த துவாலையால் தலையையும் உடலையும் துவட்டிக் கொண்டு, சட்டை, கோட்டு எல்லாவற்றையும் பிழிய ஆரம்பித்தேன்.

"பேசாம போட்டுட்டுப் போங்கோ. நான் பிழிந்து கொண்டு வந்து கொடுக்கிறேன்." என்று குரல் வந்தது ஜன்னலிலிருந்து. வேறு சமயத்தில் இந்த வார்த்தை திகைப்பைக் கொடுத்திருக்கும். "வேண்டாம்" என்று வாய்விட்டுச் சொல்ல முடியாமல் தலையை அசைத்து மீண்டும் பிழிந்தேன்.

"பேசாமல் போட்டுடுங்கோ. நான் பிழிந்துகொண்டு வந்து கொடுக்கிறேன்" என்று மறுபடியும் அதே குரல். அப்படியே நழுவ விட்டுவிட்டேன்.

"சங்கர், நீங்க போங்கோ, நீங்கள் பிழியச் வேண்டாம். கூட்டுக்காரி வந்தால் பிழியச் சொல்லுங்கள்" என்று ஜன்னல் பக்கம் பார்த்து சொல்லிவிட்டு கோபால் என் பின்னாலேயே மாடிப்படி ஏறினான். எனக்குக் கட்டிக்கொள்ள வேஷ்டி, சட்டைகளை எடுத்துக் கொடுத்துவிட்டு, "வாங்கோ, டிபன் சாப்பிட்டுவிட்டு வந்துவிடலாம்" என்று ரூம் கதவைப் பூட்டினான்.

அந்த நீலக் கண் அதற்குள்ளாகவே மூடிவிட்டது. போன வாரம் எழுதியிருந்தாளே... உட்கார்ந்து கொண்டு வாவா என்று அழைக்கிறதென்று. அதையே யாரோ அழைத்துக்கொண்டு போய்விட்டானே. கமலி, உனக்குப் பதினைந்து வயதில் கலியாணம். பதினாறு கடந்து பதினேழு முடிவதற்குள், பத்து மாதம் சுமை சுமந்து, குழந்தை பெற்று, ராத்திரியெல்லாம் கண்விழித்து அதோடு மன்றாடி, வளர்த்து, கடைசியில் அதையும் பறிகொடுத்து... பதினேழு வயதுக்குள் இப்படி ஒரு அனுபவமா? இதற்கு யார் பாத்யம், நானா? அதற்குள் உன்னைக் கலியாணத்தைச் செய்து வைத்துக் குடித்தனத்தில் பூட்டிவிட்ட உன் அப்பா அம்மாவா? இல்லை, எல்லாவற்றையும் தட்டிவிட்டுத் தன்னிஷ்டப்படி படிபோட்டு, முடிபோட்டு அடியும் போடும் தெய்வமா?... கமலி... சின்னஞ்சிறு பெண், எப்படி இதைத் தாங்கிக்கொண்டிருக்கப் போகிறாள்?

ஒன்றுக்கும் அர்த்தம் புரியவில்லை. ஒரு பெண் நாட்கள் யுகம் யுகமாகக் கழிய, பட்ட வேதனையும் துன்பமும் கடைசியில் இப்படிப் பறிகொடுத்துவிட்டு நிற்கவா? இதற்கு இவ்வளவு ஏன் பட்டிருக்க வேண்டும்? கடுமையான தவம், உடல் பருத்து, வரவரப் பெருகுஞ் சுமையை ஏந்திக்கொண்டு, நாட்களைத் தள்ளுவது தவத்திலும் தவம். வியர்க்க வியர்க்கக் கொத்தி, நீர்பாய்ச்சி வளர்த்த பூச்செடிகள் திடீரென்று காற்று மோதி சாய்ந்து மாய்ந்துவிடுகின்றன. அர்த்தமில்லாத உழைப்பு, அர்த்தமில்லாத தாக்குதல். செய்யும் தவத்தையும், கடைசியில் பலனை இழந்து படும் வயிற்றெரிச்சலையும் பார்க்கும்போது நினைக்கவே முடியாத ஒரு அதிர்ச்சி, கண்ணராவி.

தளிர்க் கைகளைத் தூக்கி, தலையில் கரிய மயிர்ச் சுருள்கள் ஆட, புன்னகை மலர, குழந்தை கூப்பிடுவது போலிருந்தது. இதை வந்து அவித்து, மண்ணில் மக்கும்படி அடிக்க ஒரு சக்திக்கு எப்படி மனம் வந்தது?

கிரிப்பித் ரோடு முழுவதும் அழுதுகொண்டே நடந்தேன். மௌனமான அழுகை. கோபாலன் அதற்குத்தான் நடமாட்டமில்லாத அந்தத் தெரு வழியாக அழைத்துக்கொண்டு போனான் போலிருக்கிறது.

"சங்கர், கண்ணைத் துடைச்சுடுங்கோ, என்ன செய்றது? நாம கொடுத்து வச்சுது அவ்வளவுதான்."

எனக்கு மீண்டும் அழுகை குமுறிக்கொண்டு வந்தது. உஸ்மான் ரோடு இன்னும் பத்து தப்படியிலிருந்தது. நின்றுகொண்டு மேலே முகத்தை நிமிர்த்தி வானத்தைப் பார்த்து ஒருமுறை அழுது முடித்தேன். கண்ணைத் துடைத்து மூக்கைச் சிந்தினேன். சுமை கொஞ்சம் இறங்கியது போலிருந்தது.

ஹோட்டலில் நான் சாப்பிட்டது கொஞ்ச நஞ்சமில்லை. இரண்டு தோசை, பஜ்ஜி, வடை, ரொட்டி – பசி கோரமான பசி. வயிறு நிரம்புகிற மட்டும் தின்றேன். கோபால் மேலும் மேலும் கொண்டுவரச் சொன்னான். இதற்கு முன் நான் இந்த மாதிரிச் சாப்பிட்டதே இல்லை. காபியைச் சாப்பிட்டு வெளியே வந்ததும், ஒரு பீடாவை நீட்டினான் அவன். அதையும் மென்றேன்.

வெளியே வந்ததும் அவன் சொன்னான், "சங்கர், ஒரு விஷயம் சொல்லணும். நீங்கள் வருத்தப்படக்கூடாது" என்றான்.

நான் நிமிர்ந்து அவனைப் பார்த்தேன்.

"என் அப்பாவிடமிருந்து கடிதம் வந்திருக்கிறது. அம்மாவுக்கு உடம்பு சரியாக இல்லையாம். கிணற்றடியில் சறுக்கி விழுந்து கை கால் எல்லாம் அடியாம்."

தி. ஜானகிராமன்

“எப்ப?”

“முந்தாநாள் சாயங்காலம், கிணற்றங்கரையில் ஒரே பாசி. வழுக்கி விழுந்துவிட்டாளாம். என்னைப் பார்க்கணும் பார்க்கணும் என்று முனகுகிறாளாம். நான் இன்று கட்டாயம் போக வேண்டும். உங்களைவிட்டுப் போக எனக்கு விருப்பமில்லை. நீங்கள் சரியென்றால் நான் போகிறேன்.” என்று சொல்லவும் முடியாமல் மெல்லவும் முடியாமல் சொல்லி முடித்துவிட்டான் அவன்.

கள்ளங் கபடமில்லாத சுபாவம். இதைச்சொல்ல எத்தனை யோசனை. எத்தனை சங்கோசம். குற்றம் செய்வதுபோல ஒரு கூச்சம். இன்னொரு தாயும் துடிக்கிறாளா?

“கோபு, நீங்கள் செய்திருக்கிறது கொஞ்சமா? உடனே புறப்படுங்கள். உங்களைப் பார்த்தால் புறப்படுகிறவராகத் தோன்ற வில்லையே, எப்போது கிளம்புவது? நாழி ஆகவில்லையா?”

“உங்களைத் தனியாக விட்டுவிட்டுப் போகவேண்டுமே என்ற நினைத்துக்கொண்டிருந்தேன். டவுனுக்குப் போய்க்கொஞ்சம் பழம் வாங்கிக்கொண்டு அப்படியே ஸ்டேஷனுக்குப் போக வேண்டும்.”

“சரி, புறப்படுங்கள்.”

“நீங்கள் . . ?”

“நான் இப்படி... போய்விட்டு பிறகு ரூமுக்குப் போகிறேன்.”

“அப்படியானால் சாவியை கீழே வீட்டுக்காரர்களிடம் கொடுத்துவிட்டுப் போகட்டுமா?”

“சரி.”

அவன் போனதும் எனக்குத் திடீரென்று நடுக்காட்டில் நிற்பதுபோலிருந்தது. நடக்க ஆரம்பித்தேன். கோபதி நாராயணசாமி ரோடு ஹோவென்று வழக்கம்போல, எப்பொழுதும் போல ஓய்ந்து கிடந்தது.

“சார் சார்!”

திரும்பிப்பார்த்தேன். வீட்டுக்காரர். “என்ன சார் இப்படி? கோபால் சொன்னார். எனக்கு ஒன்றும் ஓடவில்லை. பத்மாவும் அப்படியே இடிஞ்சு போயிட்டா. வசூரியாமே என்ன அக்ரமம்! வசூரி வந்து உயிரைக் கூடவா கொண்டுபோகணும்! வைசூரி வந்து எல்லாருமா போயிடறா? ரொம்ப அநியாயம், அநியாயம். எனக்கும் ஒண்ணும் சொல்லத் தெரியலே.”

எனக்கு மீண்டும் அழுகை பீறி வந்தது. உதட்டைக் கடித்துக் கொண்டும் கண்ணீர் பெருகிற்று.

"இது என்ன கஷ்டம்? இவ்வளவு பால்யத்துலெ இப்படி யெல்லாம் ஒரு அனுபவமா?"

பிறகு சற்றுப் பேசாமல் என்னைப் பார்த்துக்கொண்டே நின்றார்.

நான் கண்ணைத் துடைத்துக்கொண்டு ஒருவாறு அடங்கி னதும், "ஸார், ராத்திரி என்னோடவே வீட்டில் சாப்பிட்டு விடலாம். ஏழரை மணிக்குள் வந்துவிட்டால் நல்லது.எனக்கு இன்னிக்கி 'நைட் டூடீ' எட்டு மணிக்குப் போகணும். அதுக்காக என்ன பண்றது? வயத்தைக் காயப்போட முடியுமா?"

"காயப் போடவில்லை. இப்போதே இரண்டு ஆள் சாப்பிடு கிற மாதிரி டிபன் பண்ணிவிட்டு வருகிறேன். ராத்திரி சாப்பாடு வேண்டியிருக்காது."

"அப்படிச் சொல்லாதிங்க சார். உங்கள் சௌகரியம் போல சாப்பிடுங்கள். பத்மாவை உங்களுக்கு எப்பொழுது வேண்டுமோ அப்போது போடச்சொல்லுகிறேன். நீங்கள் சங்கோசப்பட்டுக் கொண்டு சும்மா இருந்துவிடக்கூடாது."

"என்னமோ, பசியில்லை. பசித்தால் பார்த்துக்கொள்கிறேன்."

"பார்த்துக்கொள்கிறேன் என்று சொல்லக்கூடாது. கட்டாயம் எதாவது, கொஞ்சமாவது சாப்பிடத்தான் வேண்டும். கோபாலும் ஊருக்குப் போகிறேன் என்று சொன்னார். அவர் அம்மாவுக்கு சறுக்கி விழுந்து காயமாம்."

"ஆமாம் சொன்னார்."

"அவர் இருந்தால்கூட நான் இவ்வளவு சொல்ல மாட்டேன். நீங்கள் எதாவது சாப்பிடுங்கள். பட்டினிபோடக் கூடாது."

மிகவும் பரிவுடன் என் துயரத்தை மனதில் வாங்கி கெஞ் சினார் அவர். துயரப்பட்டவனுக்கு தானும் எதாவது செய்ய வேண்டும் என்று அவர் துடித்த துடிப்பு அவர் முக வேதனையில் தெரிந்தது.

"சரி சார், சாப்பிடுகிறேன்."

"அப்படிச் சொல்லுங்கோ, சார். இப்பதான் எனக்கு ஆறுதலாயிருக்கு ... சரி. இப்ப எங்க போறேள்?"

"சும்மா ... இப்படீ போய்விட்டு வரேன்."

“ஜாக்கிரதையாகப் போங்கள். நடைபாதையில் போங்கள். ரோட்டில் இறங்க வேண்டாம்... நீங்கள் தனியாகப் போகிறீர்களே... எனக்கு கவலையாக இருக்கிறது.”

“பரவாயில்லை சார்”

“நீங்கள் என்னோடு வந்துவிடுங்களேன். நீங்கள் இருக்கிற நிலையில், இப்படி காரும் பஸ்ஸும் போகிறபோது. ஜாக்கிரதை யாகப் போகணுமே என்று பயமாயிருக்கிறது.”

“அதெல்லாம் ஒன்றுமில்லை...” என்று நான் நடந்தேன்.

“சரி, ஜாக்ரதை. இப்படியே போய்த்திரும்பிவிடுங்கள். பாண்டிபஸார்ப் பக்கம் போகவேண்டாம்... ட்ராபிக் ஜாஸ்தி.”

“சரி சார்.”

மனிதருக்கு எவ்வளவு கவலை! சோகம் அபூர்வமான ஒரு அனுபவம். சோகப்படுகிறவன் மற்ற மனிதர்கள் அனைவரினும் உயர்ந்துவிடுகிறான். அதன் காலடியில் மற்ற உணர்ச்சிகளும் ரஸங்களும் விழுந்து அடிமைப்பட்டுவிடுகின்றன...

குழந்தையில்லாமல் அவள் என்ன செய்வாள்! போனதடவை ஊருக்குப் போகையில், வாசலில் நுழையும்போது, அவள் குழந்தையை முகத்திற்கு நேராக இருகைகளாலும் தூக்கிப் பிடித்துக் கொஞ்சிக்கொண்டிருந்தாள். கூடத்தில் ஒருவரும் இல்லை. ஏகாந்தமாக அந்த ஆனந்தத்தை அனுபவித்துக்கொண்டிருந்தாள். மாமனார், மாமியார் இருக்கும்போது, அவர்களுக்கு நேராகக் குழந்தையைக்கூடக் கொஞ்ச முடிவதில்லை. கிட்டிய சந்தர்ப்பத்தை விட்டுவிடாமல் பயன்படுத்திக்கொள்கிறாள் என்று எனக்குப் பட்டது.

“அட எப்ப வந்தது” என்று மலரும் வியப்புடன் என்னைப் பார்த்தாள். “எல்லாரும் எங்கே?”

“கோயிலுக்குப் போயிருக்கா.”

“அடி, கண்ணு,” என்று அவளையும் குழந்தையையும் சேர்த்து அணைத்தேன்.

“போதும், எத்தனை நாழி? குழந்தை பயந்துக்கப் போறது. பப்பி, அப்பாவைப் பார், அசட்டு அப்பா”

“ம்ம்ம்... நீ பூனைக்குட்டி மாதிரி இருக்கே. அதுக்குள்ளே ஒரு குழந்தை உனக்கு.”

“ஏன், என்னைப் பார்த்தா அம்மா மாதிரி இல்லையா? நீங்களும்தான் துளியூண்டு பள்ளிக்கூடத்துப் பையன் மாதிரி இருக்கேள்...” என்று சிரித்தாள்.

அவ்வளவு சின்னப் பெண்ணைக் குழந்தையுடன் பார்க்கும் போது எனக்கு வேடிக்கையாயிருந்தது. விதைத்த ஒரு மாதத்திற்குள் பூத்துவிடம் காசித்தும்பைப் போல மலர்ந்து நின்றாள் அவள்.

"என்ன ஸார், எண்ணெய் தேச்சுக் குளிச்சீங்களா?" என்று எதிரே குரல் கேட்டது. நிமிர்ந்து பார்த்தேன். ஹோட்டலில் என்னோடு சாப்பிடுகிறவர். கேட்டுக்கொண்டே என்னைக் கடந்துவிட்டார். கண்டால் புன்சிரிப்புச் சிரித்துக்கொள்கிற நட்புதான்.

தேனாம்பேட்டை அந்த இடம். இவ்வளவு தூரமா நடந்து விட்டேன். அப்புறம் எங்கே போவது? மவுண்ட்ரோடு அவ்வளவு காரும் பஸ்ஸூம் போயும் சூன்யமாகவே தோன்றிற்று. அங்கு நடக்கலாமா?

நன்றாக இருண்டுகொண்டிருந்தது. நீல விளக்குகள் எரியத் தொடங்கின. மேற்குக் கோடியில் வானத்தில் தங்கக் கால்வாய் சிறிது சிறிதாகப் பொன்னையிழந்து நரைத்துக்கொண்டிருந்தது.

திரும்பி நடக்கத் தொடங்கினேன்.

❍❍❍

சித்தப்பா பதறிப் போயிருப்பார். ஆசையாக நாலைந்து நாள் அவளையும் குழந்தையையும் வைத்துக்கொள்ள வேண்டும் என்று அழைத்துப் போனவருக்கு எவ்வளவு அதிர்ச்சி. வைத்தியம் கூடப் பார்க்க முடியாத அம்மை வந்து புகுந்து குழந்தையைச் சூறையிட்டுவிட்டது. சித்தப்பா தன் கைராசியை நினைத்துப் புழுங்கிக்கொண்டிருப்பார்.

ஊரில் அப்பா என்ன பாடுபடுகிறாரோ? ஒன்றுமில்லாததற் கெல்லாம் கவலைப்படுவதும் பயப்படுவதும் அவர் இயல்பு. பாதிநேரம் குழந்தை அவரிடம்தான் கிடக்கும். அவர் பூஜை, பாராயணம் செய்யும்போதும் குப்புறப் படுத்து, புஸ்தகத்தைப் பிடித்து இழுக்கும். அவர் சாப்பிடும்போதும் அது பக்கத்தில்தான் கிடக்கும். "அழாத குழந்தைடா இவ. காளிமாதிரி எப்பவாவது கத்தறாளா பார்! அது பாட்டுக்குச் சிரிச்சுண்டே கிடக்கும்... எப்பப் பார்த்தாலும் மந்தஹாஸம்தான்... இதோ, பார், சுமுகி, ஏய், சுமுகி" என்று கூப்பிடுவார். அந்த காரணப் பெயரில். அதற்கு, வேப்பிலை கட்டி, உரல் இடித்து வைத்த பெயர்கூட மறைந்துவிட்டது. அவருக்கு யார் சமாதானம் சொல்லப் போகிறார்கள்?...

இருட்டி வெகுநேரமாகிவிட்டது. வாசல் 'கேட்' உள்ளுக்குள் தாளிட்டிருந்தது.

“ஸார்!”

வீட்டுக்காரரின் மனைவி வந்து திறந்துவிட்டாள்.

“இத்தனை நாழிகாத்துண்டிருந்தா. ‘டூடி’க்கு நாழியாயிடுத்துன்னு புறப்பட்டுப் போயிட்டா. கால் மணியிருக்கும். இன்னிக்கி மீனம்பாக்கத்தில் வேலையாம். சாப்பிட்டு விடுகிறீர்களா?”

“பசிக்கவில்லை, சற்றுப் போகட்டும் என்று நினைக்கிறேன்.”

“சரி, கோபு சாவியைக் கொடுத்துவிட்டுப் போனார்.”

சாவியை வாங்கிக்கொண்டு, மாடிக்குப் போய், அறையைத் திறந்து பாயை உதைத்துப் படுத்துக்கொண்டேன்.

ஊருக்குப் போகலாமா? எதற்குப் போவது? பத்தாம் பசலிகள் இந்த நிலையில் அவளைத் தனியே கண்டு பேசக்கூட விடமாட்டார்கள். பிரியம் ஒரு பக்கம்! கட்டுப்பாடு ஒரு பக்கம். தனியாகச் சற்று சேர்ந்து இருந்தால், சந்தேகம் வந்துவிடும் அவர்களுக்கு! வாஸ்தவம் தான். ஆனால் இந்த சந்தர்ப்பத்தில் கூடவா? அவர்களுக்கு அது புரியாது. சற்றுத் தனியாக இருந்தால், சரீரத்தைப் பற்றிய சந்தேகம்தான் அவர்களுக்கு வரும். நாம் போய் என்ன ஆகப்போகிறது?.

எழுந்து ஒரு கடிதம் எழுதினேன் சுருக்கமாக. “சித்தப்பாவுக்கு அநேக நமஸ்காரம். செய்தி வந்தது. கடவுளாகப் பார்த்துக் கொடுத்ததை அவரே எடுத்துக்கொண்டுவிட்டார். என்ன செய்கிறது?. கமலிக்கு ஆறுதல் சொல்லவேண்டும். இவ்வளவு சிறியவள் எப்படி இதைத் தாங்கப் போகிறாள்?”–

கடிதத்தைத் திருப்பித் திருப்பிப் படித்தேன். விளக்குக் கண்ணைக் குத்திற்று. அணைத்துவிட்டு மீண்டும் படுக்கை.

அடுத்த காலிமனையில் பனைமரம் காற்றில் படபடத்தது. மாடிக்கட்டையைத் தவழ்ந்து வளர்ந்த வேம்பின் கிளைகள் அசைந்து கொடுத்துக்கொண்டிருந்தன.

“சாப்பிட வரலாமா?”

நிலையில் பத்மா, வீட்டுக்காரப் பெண் நின்றுகொண்டிருந்தாள். எங்கிருந்தோ தெரியும் இருண்ட வெளிச்சம் அவள் கன்னத்தில் பட்டதும் படாததுமாக விழுந்திருந்தது.

“யாரு, நீங்களா?” என்று திகைத்து எழுந்தேன். அவள் மாடிக்கு வந்து நான் பார்த்ததில்லை.

“மணி பன்னிரண்டு அடிக்கப்போகிறது. பசிக்கவில்லையா? பட்டினி கிடக்கிறீர்களே?”

"பசி இல்லைதான்."

"எனக்காகக் கொஞ்சம் சாப்பிடுங்களேன். எனக்கு மட்டும் வருத்தமில்லையா?."

பேச்சு நின்றது. விசும்பி விசும்பி அழுகை கேட்டது.

எனக்கும் நெஞ்சை அடைத்து வந்தது. அழுதேன். அப்படியே உட்கார்ந்து படுக்கையில் சாய்ந்துவிட்டேன். அப்படியே கண்ணை மூடிவிட்டேன்.

"கோபு கடிதம் வந்ததை அவரிடம் சொன்னார். கேட்டது முதல் இருப்பாக இருக்கவில்லை. ஓடிவந்து உங்களிடம் எதாவது சொல்லி ஆற்றலாம் என்று மனசு கிடந்து பறந்தது. இந்த ராஜம் இருக்கிறாளே, அதற்குமுன்னால் ஒரு பெண் பிறந்து பத்துமாசம் இருந்துவிட்டு இப்படித்தான் அம்மைகொண்டு போச்சு அதை. எனக்குமட்டும் இல்லையா?."

அருகே உட்கார்ந்திருந்தாள் அவள். தலைப்பால் என் கண்களைத் துடைத்தாள். தலையைக் கோதிவிட்டாள்.

"பசிக்கவில்லையா?"

கை என் மார்பின்மீதுகிடந்தது.

"இல்லை."

கையைப் பிடித்து மார்பின்மீது அழுத்திக்கொண்டேன். விடுவித்துக்கொள்ள முயற்சி இல்லை. என் உடல் நடுங்கி, சூடேறிக்கொண்டிருந்தது.

"கொஞ்சம் சாப்பிட வேண்டாமா?"

"சற்றுப் போகட்டும்."

கையை எடுத்து என் கைகளையும் மார்பையும் தடவி விட்டுக்கொண்டிருந்தாள். ஒரு கை என் கழுத்தை அணைத்துக் கொண்டிருந்தது.

"பத்மா!"

"ம்!"

"பத்மா!"

"ம்!"

என் கைகளுக்குள் அந்த உடல் துவண்டு விழுந்தது. பிரிக்க முடியாத அணைப்புப்போலிருந்தது. மனத்தின் சூன்யம் சூடு நிரம்பி பால் பாத்திரம்போலப் பொங்கி வழிந்தது.

தி. ஜானகிராமன்

"பத்மா!"

"ம்..."

மணி மூன்று அடித்தது.

"இப்போது சாப்பிடலாமா?"

"–"

"கொஞ்சம் சாப்பிடுங்கள். எனக்குப் பசிக்கிறது"

"நீ சாப்பிடவே இல்லையா?"

"இல்லை; உங்களுக்காகக் காத்துக்கொண்டிருந்தேன்..."

"அப்பவே சொல்லக்கூடாதா?"

"பாதகமில்லை. எனக்குமட்டும் என்ன?"

"அப்ப எழுந்திரு."

தலையை முடிந்துகொண்டு எழுந்தாள் அவள். எனக்கும் வயிறு பசித்தது.

எழுதியவர் குறிப்பு:

> இரண்டு வருஷம் முன்பு, நெருங்கிய நண்பர் ஒருவர்தன் அனுபவத்தை என்னிடம் சொன்னதுதான் கதை. தன்மையிலேயே எழுதியிருக்கிறேன். பிரசித்தி பெற்ற ஆங்கில நாவல் ஒன்றில் இதைப் போன்ற ஒரு அனுபவம், சற்று வேறுபட்ட சந்தர்ப்பங்களில் ஏற்பட்ட ஒரு அனுபவம், சூசகமாக எழுதப்பட்டிருந்ததைப் பார்த்தேன். இரண்டு தடவை சொன்னாலும், வெவ்வேறு ஆசாமிகள் அனுபவித்தாலும் உண்மை உண்மைதான். மீண்டும் சொன்ன தவறோ, இரவல் என்ற பெயரோ ஏற்பட்டுவிடாது என்ற தைரியத்தில் இதை எழுதிவிட்டேன்.

காதல், ஆண்டுமலர், நவம்பர் 1953

பரமபாகவதன்

அண்ணக்குடி சம்புசையர் கண்டு முதலைக் கவனிப்பதற்காக ஒரு மாத லீவில் ஊருக்கு வந்துசேர்ந்தார். ஆனால், விதி வேறு ஏற்பாடு செய்திருந்தது.

அறுப்பு அறுத்த தாள் களத்திற்கு வரத் தாமதமாயிற்று. சிவந்தான் மச மசவென்று எருமை மாதிரி அசைந்தான். "நடையை வீசிப் போடுடா, சிவந்தான்!" என்று எரிச்சலுடன் ஒரு சத்தம் போட்டார் சம்பு. ஆனால் வார்த்தையை முழுவதும் முடிக்கவில்லை. "சிவ..." என்றுதான் அவரால் சொல்ல முடிந்தது.

மூன்று தடவை 'சிவந்தான் சிவந்தான்' என்று சொல்லப் போராடினார். மூன்று தடவையும் "சிவ..." என்பதற்கு மேல் சொல்ல முடியவில்லை.

அவ்வளவுதான்! கையிலிருந்த குடை நழுவிக் கீழே விழுந்தது. கால் துவண்டது. ஆள் கீழே பொத்தென்று விழுந்துவிட்டார். இந்த உலகில் அவரது காலம் முடிந்துவிட்டது!

சிவகணங்கள் ஓடோடி வந்தார்கள், யமதூதர்களை விரட்டியடித்துவிட்டுச் சம்புவையரை அழைத்துக்கொண்டு கைலாசத்தை நோக்கிப் புறப்பட்டார்கள்.

என்ன உபசாரம்! என்ன மரியாதை! எவ்வளவு அன்பு! சம்புவுக்கு ஒன்றும் புரியவில்லை.

"ஸ்வாமி, நாங்கள் சிவகணங்கள். பூவுலகத்தைத் துறக்கும்போது தாங்கள் 'சிவ, சிவ, சிவ!' என்று

தி. ஜானகிராமன்

மூன்று தடவை எங்களப்பன் நாமத்தைச் சொன்னீர்கள். ஓடி வந்துவிட்டோம். கைலாசநாதரின் சன்னதியில். தங்களைக் கொண்டுசேர்க்கப் போகிறோம். சாகும்போது 'சிவ' என்று ஒரு தடவை சொன்னாலே போதும் மூன்று தடவைகள் சொன்னீர்களே!"

"மூன்று தடவையா! சிவா என்றா!... நானா?" என்று திகைப்புடன் கேட்டார் சம்பு.

"ஆமாம். மூன்று தடவை! யாருக்குக் கிடைக்கும் இந்த பாக்கியம்? பாபிகள்தான், பெண்டாட்டி, பிள்ளை, எருமைமாடு, பாங்கிப் பணம், சொத்து எல்லாவற்றையும் நினைத்துக்கொண்டு உயிரை விடுவார்கள். நீங்கள் எங்களப்பன் நாமத்தைச் சொல்லி விட்டீர்களே? அந்தப் பதர்கள்மாதிரி இனிமேல் நீங்கள் பிறவித் துன்பத்தில் விழப்போவதில்லை" என்றனர் கணங்கள்.

"சிவனடியார்க்கு ஜே! அண்ணக் குடி சம்புமூர்த்திக்கு ஜே!" என்ற ஜய கோஷங்கள் எல்லா மார்க்கம் முழுவதும் எதிரொலித்தன.

சம்பு விழித்துக்கொண்டு ஜாக்கிரதையாகி விட்டார். "ஒகே! அதைச் சொல்லுகிறீர்களா? ஆமாம்! மாரடைப்பு மாதிரி இருந்தது. 'சுருக்'கென்று மார்பிலும், நெஞ்சிலும் ஒரு வலி ஏற்பட்டது பாருங்கள். சரி. நமக்கு நோட்டீஸ் வந்துவிட்டது என்று தெரிந்துவிட்டது. உடனே யம கிங்கரர்கள் ஏழெட்டுப் பேர் இருக்கும். ஏழெட்டா... ம்... ஏன், பதினைந்து பேர்கள் கூட இருக்கும். ஆளுக்கு ஒரு கயிற்றை எடுத்துக் கொண்டு வந்து நின்றார்கள். அந்த அடர்ந்த ரோமமும், கறுப்பு உடம்பும் நெருப்பு முழியும் பார்க்கவே நடுக்கமாக இருந்தது. என்ன செய்வதென்று தயங்கினேன். நல்ல வேளையாக ஞாபகம் வந்தது. உங்களப்பன் ஞாபகம் வந்தது. "சிவா, சிவா, சிவா!" என்றேன். எடுத்தான் பார் ஓட்டம் அந்தப் பசங்கள் எல்லாம்! எல்லாம் என் அப்பன், கைலாச நாதன், கருணாநிதி, ஆபத்பாந்தவன், அனாதரக்ஷகன் அருள்தான்!"

"சந்தேகமென்ன... மகா தேவருக்கு ஜே! பரமேச்வரருக்கு ஜே!" என்று சிவகணங்கள் நக்ஷத்திரங்களை இறைப்பதுபோல் சிவநாமத்தால் ஆகாசத்தை நிரப்பினார்கள்.

"ஸ்வாமி, பதினாயிரம் வருஷத்துக்கு ஒரு முறைதான் இந்த அதிர்ஷ்டம் ஒருவருக்குக் கிட்டும். இனிமேல் சிவனடியார்களின் முன்னணியில் உங்கள் நாமம் நின்று சுடர்விடப் போகிறது. சிவபக்த சரித்திரத்தில் இனிமேல் உங்களுக்குத்தான் முதலிடம் என்று சிவகணங்கள் தங்கள் பக்தியையும் வியப்பையும் வெளியிட வார்த்தையும் வன்மையுமில்லாமல் மிகவும் தவித்தார்கள்.

"சரி ... நாம் இப்பொழுது நேரே எங்கே போகிறோம்?" என்று கேட்டார் சம்பு.

"ஏன், நேராகக் கைலாசத்திற்குத்தான்" என்றனர்.

அவர் திகைத்து நிற்பதைப் பார்த்துச் சிவகணங்களும் நின்றுவிட்டார்கள்.

"ஏன், என்ன செய்ய வேண்டும்?" என்றனா கணங்கள்.

"ஒன்றுமில்லை. கொஞ்சம் காரியமிருக்கிறது. அரை மணி நேரம் நீங்கள் இங்கேயே காத்துக்கொண்டிருந்தால், நான் போய் வேலையை முடித்துக்கொண்டு வந்துவிடுகிறேன் ..."

"ஏன், நாங்கள் செய்கிறோமே. எதற்கும் தாசானுதாசர்களாகக் காத்திருக்கிறோம். அடியர்க்கு அடியர்கள் நாங்கள்"

"இதெல்லாம் உங்களுக்குத் தெரியாது. ஒரு சிநேகிதரைப் பார்த்துவிட்டு வரவேணும்."

"எங்கே இருக்கிறார் உங்களுடைய சிநேகிதர்?"

"அவர் மைசூர் ராஜ்யத்திற்கு வடக்கே இருக்கிறார். ஆனால் அவரை நேர்ப்பட எனக்குத் தெரியாது. அவரை மதராஸில் இருக்கிற ஒரு சிநேகிதர் மூலமாகத்தான் பார்க்கவேணும். முதலில் மதராஸ் போக வேண்டும். அப்புறம் மைசூர் போய்விட்டு வரவேணும்."

"அதெல்லாம் பூலோகத்தில் அல்லவா இருக்கிறது?"

"பின்னே மதராசும் மைசூரும் எங்கே இருக்கும்?"

"அங்கே திரும்பிப் போவதானால் சிரமமாயிற்றே?"

"பரவாயில்லை. நான் போய்விட்டுத்தான் திரும்பி வரவேணும். ரொம்ப அவசரம்!"

"நீங்கள் செத்துப்போய்விட்டீர்களே. எப்படித் திரும்பிப் போக முடியும் அங்கே?"

"முடியாததினால்தான் உங்களைக் கேட்கிறேன். யாராவது ஒருத்தர் என்னோடு வாருங்கள், போதும். அதிகநேரமாகாது, அரை மணிதான்."

"சரி, அப்படி அவசியம் போய்த்தான் ஆகவேண்டும் என்றால் நான் வருகிறேன். நீங்களெல்லாரும் இங்கேயே இருங்கள்" என்று கணங்களிடம் சொல்லிவிட்டு, வக்ரநாஸன் என்ற ஒரு பூதம் சம்புவை அழைத்துக்கொண்டு பூலோகத்தை நோக்கித் திரும்பினான்.

முதலில் வண்ணாரப்பேட்டை சிவநேசர் சங்கத்தில் நுழைந்தார் சம்பு. ஐந்து நிமிஷத்திற்கெல்லாம் வெளிப்பட்டார். வெளியே காத்திருந்த வக்ரநாஸனுடன் நேராகப் பங்களூருக்குப் போய்ச் சேர்ந்தார்.

அங்கும் வீரசைவக் கழகத்தை அடைந்து வெளியே பூதத்தை இருக்கச் சொல்லிவிட்டு உள்ளே போனார். மூன்று நிமிஷத்துக்குப் பின் வந்தார்.

இருவரும் அங்கிருந்து தார்வார் ஜில்லாவில் ஒரு பஞ்சாயத்து டவுனுக்குச் சென்று வீர சைவ லிங்காயத் ஆசார்யரைச் சந்தித்துவிட்டு மடத்தைவிட்டுக் கிளம்பினார்கள்.

அங்கும் வக்ரநாஸன் வெளியேதான் காத்திருந்தான்.

"என் அலுவல் முடிந்தது, இனிமேல் உன் இஷ்டம்" என்றார் சம்பு. இருவரும் அங்கிருந்து வேகமாகக் கிளம்பிவிட்டார்கள்.

"என்ன ரொம்ப 'லேட்' ஆய்விட்டதோ? அரை மணி என்று சொன்னேன். முக்கிய காரியம் கொஞ்சம் முன்னே பின்னேதான் ஆகிறது. என்ன பண்ணுகிறது..?" என்று ஆகாசத்தில் காத்துக் கொண்டிருந்த சிவ கணங்களிடம் மன்னிப்புக் கேட்கிற பாவனையில் சம்பு வருத்தத்துடன் சொல்லிக்கொண்டார்.

"அதனால் என்ன ஸ்வாமி! அடியார்க்கடியார்கள் நாங்கள். பக்தர்களுக்குக் காத்திருப்பதைவிட நாங்கள் என்ன வெட்டி முறிக்கிறோம்?" என்று வக்ரநாஸன் சொன்னான்.

"நல்ல வேளையாக என் வயிற்றில் பாலை வார்த்தீர்கள், ஸ்வாமி. எனக்குவேறு சந்தேகம் வந்துவிட்டது" என்றான் தண்டு என்ற பூதம்.

"என்ன சந்தேகம்?"

"தாங்கள் கோபித்துக்கொண்டு போய்விட்டீர்களோ! என்றுதான்"

"எனக்கு என்ன ஐயா கோபம்?"

"இல்லை. 'சிவா' என்று ஒரு தடவை அழைத்துவிட்டாலே போதும். நாங்கள் அலறிப் புடைத்துக்கொண்டு ஓடி வந்திருக்க வேண்டும். மூன்று தடவை நீங்கள் சொன்ன பிறகுதானே வந்தோம். என்னடா, அத்தனை நாழிகை காக்க வைத்துவிட்டார்கள் என்று தாங்கள் கோபித்துக்கொண்டுதான் திரும்பிவிட்டீர்களோ என்று வயிற்றில் நெருப்பைக் கட்டிக்கொண்டிருந்தேன். என் நல்ல காலம். திரும்பி வந்துவிட்டீர்கள்."

“ஹஹ்ஹஹ்ஹ... மூன்று தடவை என்னப்பன் நாமத்தைச் சொல்ல வைத்தீர்களே, அதை நினைத்து நான் பூரித்துப் போய் விட்டேன். நீ என்னமோ, கோபம், வயிற்றிலே பாலு, நெருப்பு என்று என்னென்னமோ சொல்கிறாயே? என்னப்பன், கைலாச நாதன் ... மகாப் பிரபு.”

மீண்டும் பரமேச்வரனுக்கு ஜயசப்தமிட்டு அஷ்ட திக்கு களும் எதிரொலிக்க வாழ்த்தினார்கள் கணங்கள். கைலாசம் வந்துவிட்டது. அங்கங்கே இருந்த கணங்களும் புது பக்தரை வணங்கி நமஸ்கரித்து ஊர்வலத்தில் கலந்துகொண்டார்கள். சம்போ, மஹாதேவா, சங்கரா, என்று அங்கு வானம் முழுவதும் சங்கரநாமம் தான் முழங்கிக்கொண்டிருந்தது.

❍

அதோ வந்துவிட்டது பரமேச்வரனின் இருப்பிடம். ஸ்வர்ணமும் ரத்னங்களும் மின்னிப் பளிச்சிட, ஒரே ஜாஜ்வல்யமயமாகக் கண்ணைப் பறித்தது அந்த முன் வாசல். அங்கு பிரம்பும் கையுமாக நந்தி காவல் புரிந்துகொண்டிருந்தார்.

ஊர்வலம் சம்புவுக்கு ஜய சப்தத்தை எழுப்பி நின்றது.

“என்னடாது கூச்சல்?” என்று கேட்டுக்கொண்டே நந்தி கூட்டத்தின் முன்னால் வந்து நின்றார்.

“யாருடா அவன்?” என்று சம்புவை முகத்தைச் சுளுக்கிக் கொண்டே முறைக்கப் பார்த்தார்.

“ஸ்வாமி, பரம பக்த சிகாமணி. அப்பன் நாமத்தை மூன்று முறை சாகும்போது ஹிருதய பூர்வமாகச் சொன்ன பரம பாகவதன்.”

“யாரு? இவனா?... இந்த அயோக்கியனா? இந்த மோசக் காரனா?”

சம்புவுக்குத் தூக்கிவாரிப்போட்டது. சிவ கணங்கள் திகைத்துப் போய்விட்டார்கள். வக்ரநாஸன் முகம் செத்துவிட்டது. அவனுக்கு ஆத்திரம் புகைந்தது.

“ஒரு பக்தனை ஒரு நொடியில் அலக்ஷ்யமாகத் தூக்கி எறிந்து பேசிவிட்டாரே? பதவியல்லவா இப்படிப் பேசச் சொல்லுகிறது?” என்று உள்ளுக்குள்ளேயே புகைந்தான்.

“ஸ்வாமி, தாங்கள் அவ்வாறு சொல்கிறீர்களே? சாகும்போது சங்கரா என்பவர்களுக்குக் கைலாசம் என்றுதானே நியதி? சட்டத்தை மீறி நாங்கள் ஒன்றும் செய்துவிடவில்லையே” என்று தைரியமாகச் சொல்லிவிட்டான்.

"மூடு வாயை."

வாய் மூடிவிட்டது.

"ஓய், நீர்தானே அண்ணக்குடி சம்பு?" என்று கேட்டார் நந்தி.

"ஆமாம்."

"போன வாரம் உமது வீட்டுக்கு யார் வந்திருந்தது?"

"என் மருமான் குப்புசாமி."

"எதற்கு வந்தான்?"

"குழந்தைக்குக் கட்டி. பெரிய டாக்டரிடம் காண்பிக்க வந்தான்."

"ஊருக்குப் போகும்போது ஸ்டேஷனுக்கு நீர் ரயிலேற்றி விடப் போனீரா, இல்லையா?"

"'கரெக்'டாகச் சொல்கிறீர்கள். நீங்களும் ஸ்டேஷனுக்கு வந்திருந்தீர்களா, என்ன?... ஹஹ்ஹஹ்ஹ."

"போதும் உம்முடைய போலிச்சிரிப்பு."

"மன்னிக்கவேணும்... ஓஹோ! உங்களுக்கு ஞான திருஷ்டி உண்டு இல்லையா? நீங்கள் தேவர்கள் அல்லவா?"

"ஞான திருஷ்டி இருக்கிறதினால்தான் உமது பாடு இப்பொழுது அந்தரத்திலே ஊஞ்சலாடுகிறது!"

"ஏன் அப்படி! நான் என்ன அபசாரம் பண்ணினேன்?"

"வண்டி கிளம்ப இரண்டு நிமிஷம் இருக்கிறபோது ஒரு ஆரஞ்சுப் பழக்காரன் வந்தான். அப்போது அந்த குழந்தை ஆரஞ்சு என்று கேட்டது. நீர் காதிலே விழாதது போல மறுபுறம் முகத்தைத் திருப்பிக்கொண்டு நின்றீர். அது இரண்டாம் தடவை கேட்டபோது யாரோ சிநேகிதரோடு பேசப் போகிறது போல் போய்விட்டீர். வண்டி ஊதின பிறகு ஓடி வந்து 'அப்பா, போய் விட்டு வருகிறாயா, குப்பு! டெட்டேய், போயித்து வதியா, பாப்பா' என்று அன்பு பொங்கி வழிய விடை கொடுத்தீரா, இல்லையா..."

"எனக்கு என்ன சொல்கிறது என்று தெரியவில்லையே? அந்தக் குழந்தைக்குக் கக்குவான் வந்து இரண்டு மாசத்துக்கு முன்னால்தான் குணமாயிற்று என்று சொன்னான் குப்பு. நான் ஒன்றும் வித்தியாசமாக அப்படிச் செய்யவில்லை."

தடார் என்று சத்தம் கேட்டது. நந்தி கதவைச் சாத்திக் கொண்டு உள்ளே போய்விட்டார்.

கோபமும் வேதனையும் நெஞ்சை வதைக்க, நந்தி சங்கரரின் சன்னதியில் போய் நின்றார்.

"ஸ்வாமி, ஒரு விண்ணப்பம்."

"என்னப்பா திடீரென்று விண்ணப்பம்?"

"எனக்கு இனிமேல் இந்தத் துவார பாலக உத்தியோகம் வேண்டாம்."

"ஏன்?"

"நான் அதற்கு லாயக்கில்லை. என் மனச்சாட்சி, ஊரில் திரிகிற அயோக்யன், புளுகன் இவர்களைக் கைலாசத்திற்குள் அனுமதிக்க இடங்கொடுக்க மாட்டேன் என்கிறது."

"அப்படி ஒருவரும் இங்கு வரமாட்டார்களே!"

"வரமாட்டார்களா? ஸ்வாமி நம் கண்ணிலேயே மண்ணைத் தூவிவிட்டான் ஒருத்தன். இந்தக் கணங்கள் ஒரு பெரிய அசட்டுக் கூட்டம். கிருபணனுக்கெல்லாம் ராஜாவான சம்பு என்ற ஒரு ஆளைப் பக்தனென்று இழுத்து வந்து நிற்கிறார்கள். களத்து மேட்டில் உட்கார்ந்து சிவந்தான், சிவந்தான் என்று தன்னுடைய ஆளைக் கூப்பிட்டான். ஆனால் திடீரென்று மாரடைப்பினால் அந்த வார்த்தையைச் சொல்ல முடியாமல் 'சிவந், சிவந், சிவந்' என்று முக்கிமுக்கிச் சொல்லப் பார்த்துவிட்டுப் பிராணனை விட்டுவிட்டான். உடனே கணங்கள் உங்கள் நாமத்தைச் சொல்லிவிட்டான் என்று இழுத்து வாசலில் கொண்டுவந்து நிறுத்தியிருக்கிறார்கள். அந்த 'சிவந்', சிவந்தானில் பாதி. உங்கள் பெயரே இல்லை. மேலும் உங்கள் ஞாபகமே அந்த க்ஷணத்தில் அவனுக்கு வரவில்லை. இந்த அஜங்கள் அவனை இழுத்து வந்து நிற்கின்றன."

"அவன் மேல் நீ இவ்வளவு ஆத்திரப்படுவானேன்?"

"அவன் பாபி, அதனால்தான்!"

"அப்படி என்ன பாபம் செய்துவிட்டான் அவன்?"

"சொல்லட்டுமா? இவனுக்கு ஒரு பெண்ணும் ஒரு பிள்ளையும்தான். அந்தக் குழந்தைகள் வாசலில் மிட்டாய்க்காரன், பழக்காரன் யாராவது வந்தால் சப்தநாடியும் ஒடுங்கிப்போய் ஓடி ஒளிந்துகொள்ளும். மிட்டாய்க்காரன் என்றால் அத்தனை பீதி அந்தக் குழந்தைகளுக்கு!"

"என்னது?"

"ஆமாம், ஸ்வாமி! ஒரு நாளைக்கு வாசலில் மிட்டாய்க்காரன் கூவலைக் கேட்டு இந்த இரண்டு குழந்தைகளும் 'அப்பா மிட்டாயப்பா!' என்று கேட்டன. 'மிட்டாயா?' என்று வைத்தான் பாருங்கள் இரண்டு முதுகிலும்! அப்படியே ஒரு மணி நேரம் அலறிக் கேவிப் புழுவாகத் துடித்துப் போய்விட்டன இரண்டு குழந்தைகளும். அன்றிலிருந்து மிட்டாய்க்காரன் என்று சொன்னாலே குலைநடுக்கம் அந்தக் குழந்தைகளுக்கு."

"பேஷ், பேஷ்! ரொம்ப ஸ்வாரஸ்யமாயிருக்கிறதே!"

"இவன் ஏதாவது தின்றுகொண்டிருப்பான். அடுத்தவீட்டுக் குழந்தை வந்தால், மெதுவாக யார் காதிலும் படாமல் 'ம்... சீ, போ போ! போடா!' என்று அதட்டி விரட்டிவிடுவான். குழந்தை ஏன் அங்கு நிற்கிறது? அப்படியும் போகாமல் நின்று கொண்டிருந்தால், ஆசாமி திரும்பி உட்கார்ந்து அதற்கு முதுகைக் காட்டிக்கொண்டே தின்ன ஆரம்பித்துவிடுவான்."

"ஆஹா, நல்ல மனசு! பார்வதி, புதிதாகக் கதை வேணும் என்றாயே, எப்படியிருக்கிறது?"

"முழுக்கச் சொல்லட்டும் அவர். இன்னும் இருக்கிறாற் போலிருக்கிறதே! என்றாள் பார்வதி உற்சாகத்துடன்."

"இருக்கிறது. நிறைய இருக்கிறது. சொல்லத்தான் வேண்டி யிருக்கவில்லை. மனுஷனுக்கு ஆயிரம் ரூபாய் சம்பளம். வயிற்றில் பிறந்த பெண்ணின் வீட்டுக்குப் போகிறபோதுகூட, ஒரு கடைக்கு நாலு கடையாகப் பார்த்துக் கொட்டைப் பாக்கு அளவுக்கு அரை டஜன் ஆரஞ்சு வாங்கிக்கொண்டு போய்விடுவான். 'இந்தாம்மா, எனக்குப் பாரு, அவசரம். ரயிலுக்கோ நாழியாகிவிட்டது. துரை ஏழுமணிக்குத்தான் விட்டான். அவசரம் அவசரமாக ஓடிவந்தேன். ரயில் புறப்பட இரண்டு நிமிஷம்தான் இருந்தது. கடையிலே இதைத்தான் வாங்க முடிந்தது' என்று மன்னிப்புக் கேட்டுக்கொண்டு, அந்த அரை டஜன் 'கொட்டைப் பாக்கை'யும் பெண் கையில் வைத்துவிடுவான்.

"இப்படியே அவசரம் அவசரம் என்று வாழ்க்கை முழுவதும் எல்லாக் காரியத்தையும் கால் செலவில் ஒப்பேற்றிவிட்டான் பெண்ணுக்குக் கல்யாணத்தை மூன்று நாள் முந்தித்தான் நிச்சயம் பண்ணினான். பத்திரிகை அடிக்க நேரமில்லை. உறவினர்களை நினைத்துப் பார்த்து அழைப்பு அனுப்ப முடியவில்லை. எல்லாம் அவசரம், நான் என்ன செய்ய? பிள்ளை வீட்டுக்காரர் அவகாசமே கொடுக்கவில்லை. அதனால் உங்களுக்குப் பத்திரிகை அனுப்ப முடியவில்லை" என்று கூறிவிட்டான்.

"போன வருஷம் இவன் பெண் பிரசவத்துக்கு வந்திருந்தாள். இரத்தமற்ற உடம்பு. 'அப்பா, ஏதாவது இரத்தவிருத்திக்கு, டானிக் சாப்பிட்டால்தான் தேறும் என்கிறார் டாக்டர் ...' என்று குழந்தையை மடியில் போட்டுக்கொண்டு இழுத்தாள். இந்தக் கருமி காதிலேயே போட்டுக்கொள்ளவில்லை."

○

மேற்படி விவரங்களையெல்லாம் சிவனும் பார்வதியும் புன்னகை யுடன் கேட்டுக்கொண்டிருந்தார்கள். "ஸ்வாமி, எனக்கு ஆத்திரம் வருகிறது. நீங்கள் சும்மா மந்தஹாசம் செய்கிறீர்கள்? இவன் உங்களையே மாற்றிவிட்டானே" என்றார் நந்தி.

"எங்களையேவா?"

"ஆமாம், இரண்டு மூன்று வருஷம் முன்னால் இவன் ஸ்தல யாத்திரை செய்தான். திட்டம் போடுவதில் புலி. வெளியூருக்குப் போனால் காப்பி, ஹோட்டல், தங்க இடம் என்றெல்லாம் காசை இளக்கிவிட மாட்டான். அந்தந்த ஊரில் இருக்கிற நண்பர்களுக்கெல்லாம் தன் நண்பர்களிடமிருந்து அறிமுகக் கடிதங்கள் வாங்கிப் போவான். 'உங்கள் பையனுக்கு அந்த வேலை செய்து கொடுக்கிறேன், இந்த வேலை செய்து கொடுக்கிறேன். முற்றத்துக்கு கம்பிதானே போடணும். ஸப் கலெக்டரிடம் சொல்லிக் கண்ட்ரோல் விலைக்கு ஏற்பாடு செய்து விடுகிறேன்' என்று எதையாவது சொல்லி 'ஷடக்' காகச் சாப்பிட்டு விட்டு, வண்டிச் சத்தத்தையும் அவர்கள் தலையில் கட்டிவிட்டு ரயில் ஏறிவிடுவான்."

"இதில் நாங்கள் எப்படி, ஏமாந்துவிட்டோம்?"

"அதைத்தானே சொல்ல வருகிறேன் ஸ்தல யாத்திரை போகும்போது, மனுஷன் கோயில் செலவுகளுக்காக அர்ச்சனை, உண்டிகளுக்குக் காலணா அவிழ்க்கவில்லை. அந்தந்தக் கோயில் எக்ஸிக்யூடிவ் ஆபீஸர்களுக்கு ஒவ்வொரு சிபார்சுக் கடிதமாக வாங்கிக்கொண்டு எல்லாக் காரியங்களையும் இனாமாக முடித்துக் கொண்டுவிட்டான். சர்க்கரைப்பொங்கல், பிரசாதங்கள் வேறு!"

சிவனும் பார்வதியும் சிரித்தார்கள்.

"இவ்வளவு நாழியாக வாசலில் நிறுத்திவிட்டாயே அவனை. நான் அவனைப் பார்க்கவேண்டும். போ, உடனே அழைத்து வா!" என்று மகாதேவர் உத்தரவிட்டார்.

நந்தி வெளியே போனார். அண்ணக்குடி சம்பு உள்ளே வந்தார். சிவ சன்னதியில் விழுந்து சாஷ்டாங்கமாக நமஸ்காரம்

செய்தார். எழுந்தவர் இடுப்பில் இருந்து எதையோ எடுத்து மகாதேவரிடம் பரம பக்தியுடன் நீட்டினார்.

"என்ன அது?"

இந்த மாதிரி ஏதாவது அசந்தர்ப்பமாக நடக்குமென்று தெரிந்துதான், தார்வாடத்துப் பஸவண்ணா இருக்கிறாரே, வீரசைவர் – லிங்காயத், அவரிடமிருந்து ஒரு சிபார்சு லெட்டர் வாங்கி வந்தேன்."

"என்ன எழுதியிருக்கிறது? நீயே வாசியேன், கேட்போம்" என்று சிவன் சொல்ல, சம்பு வாசித்தார்.

"கடிதம் கொண்டுவரும் அண்ணக் குடி சம்புவையர் நல்ல உயர்ந்த சர்க்கார் பதவியிலிருந்தவர். நல்ல அறிவாளி. இவர் அறிவு எந்த லோகத்திலும் பயனுள்ளதாக இருக்கும். சிவ, சிவ, சிவ என்று தங்கள் நாமத்தைத் தேக வியோக காலத்தில் மூன்று தடவை ஜபித்த மகத்தான சாதனையால் தங்கள் திருவடி நிழலில் யாண்டும் இருக்கத் தகுதி பெற்றுவிட்டார். இப்படிக்கு, பக்தன் பஸவண்ணா."

"ஓய், உம்மை யமகாதகர் என்று சொன்னால் போதாது. சிவகாதகர் என்று சொன்னாலும் தகும்" என்று சிவன் ஆத்திரத்துடன் கத்தினார். நெற்றி 'பளிச்'சென்றது.

ஏதாவது ஆபத்து நேர்ந்துவிடுமோ என்று பயந்து, சரேலென்று அந்த நெற்றிக் கண்ணை வலது கையால் மறைத்தாள் பார்வதி.

"போ, வெளியே" என்று சிவ பிரான் சீறினார்.

அண்ணக்குடிக் களத்து மேட்டில் கிடந்த சம்பு கண்ணைத் திறந்தார்.

"அட, பாவிகளா? மூச்சுப் போயிடுத்து என்று வயிற்றில் கல்லைத் தூக்கிப் போட்டுவிட்டீர்களே? வைத்தீசுவரா, மாங்கல்யப் பிச்சை கொடுத்தாயே ... உங்களைத் தானே. கண்ணை முழிச்சுப் பாருங்கள்?" என்று புலம்பினாள் அவர் மனைவி.

"ஒன்றுமில்லை. எதோ படபடவென்று வந்தது ... விழுந்து விட்டேன் போலிருக்கிறது" என்று சம்பு மெதுவாக எழுந்து உட்கார்ந்து கண்களைக் கசக்கிக்கொண்டார்.

***கல்கி*, தீபாவளி மலர் 1953**

தர்மம்

சகோதரர் சங்கரைப் பார்க்க வந்தார் விகித மகரிஷி. சங்கர் அப்போது ஆசிரமத்தில் இல்லை. அண்ணா வளர்த்த தோட்டத்திற்குள் புகுந்து பொழுதைக் கழிக்கச் சென்றார் அவர்.

மாம்பழம் கண்ணையும் அறிவையும் மயக்கிற்று. அதன் அருணோதய நிறத்தைக் கண்டு விகிதரின் நாபல்யம் கிளர்ந்து தவித்தது. எடுத்துக் கடித்தார். தேனின் மணம், இல்லை, மல்லிகையின் மணம், இல்லை, பாரிஜாத மலரின் புனிதமான மணம்... யோசித்துப் பார்த்ததில் அதுகூட இல்லை. மனம் நினைக்கும் மணம் அனைத்தும் அதில் வீசிற்று. அமிருதத்தின் ஒரு கலையே அதில் கசிந்தது. 'அண்ணா, என்னுடைய யோக சித்திகளை எல்லாம் இந்த ஒரு பழத்துக்கு விலை கொடுப்பேன்' என்று அண்ணா வந்ததும் சொன்னார் விகிதர்.

'வாஸ்தவம்தான். நான் மாத்திரம் பாடு படவில்லை. ஆசிரமம் முழுவதும் இந்தப் பழத்தை சிருஷ்டிக்கப் பாடுபட்டிருக்கிறது. முதல் பழத்தை ரஸிகனான உனக்குத்தான் முதல் முதலில் கொடுக்க நினைத்திருந்தேன்.

'அப்படியா? நல்லதாகப் போயிற்று. நீங்கள் கொடுக்குமுன்னே நான் தின்றுவிட்டேன்.'

'அதில்தான் ஆபத்து வந்துவிட்டது.'

தி. ஜானகிராமன்

‘ஆபத்தா?’

‘நீ செய்தது திருட்டுக் குற்றம்,’

‘திருட்டா?’

‘கேட்காமல் எடுப்பது திருட்டுத்தான்.’

‘என்னை மன்னிக்கவேண்டும்.’

‘மன்னிக்கிறேன். அது என்னுடைய கடமை. ஆனால் உன் கடமையும் திருடாமல் இருப்பதுதான். என் அனுமதியில்லாமல் எடுத்தது திருட்டு. அதற்கு நீ தண்டனை அடைந்துதானாக வேண்டும்.’

‘தண்டனையா?’

‘ஆமாம்’

‘அண்ணா, தாங்கள் தர்ம ஸ்வரூபம். தாங்கள் இடும் எந்த தண்டனையும் ஏற்கக் காத்திருக்கிறேன்.’

‘தண்டிக்கும் அதிகாரம் எனக்கேது? அரசனுடைய உரிமை அது. நீ ஸுத்யும்ன அரசனிடம் தான் தண்டனை பெறமுடியும். ஸுத்யும்னன் அறத்தின் கத்தி முனையில் நடப்பவன்’.

○○○

ஸுத்யும்னன் விகிதருக்கு அர்க்யம், பாத்ய உபசாரங்கள் எல்லாம் செய்யவந்தான்.

‘ஸ்ுத்யும்ன, பூஜை, மரியாதை முதலியவற்றை ஏற்கும் ரிஷியாக நாள் வரவில்லை. திருட்டுக் குற்றத்திற்காகத் தண்டனை பெற வந்திருக்கிறேன். நான் திருடன்’ என்றார் மகரிஷி.

ஸுத்யும்னன் சிரித்தான்.

‘வேடிக்கையில்லை. உண்மைதான். இன்று காலையில் என் சகோதரர் சங்கரின் உத்யானத்திலிருந்து மாம்பழம் ஒன்றைத் திருடித் தின்றுவிட்டேன்.’

‘தின்றால் என்ன? தாங்கள் தின்பதென்றால், அந்தப் பழமும் அண்ணாவும் கொடுத்து வைத்திருக்க வேண்டுமே!’

‘அவர் தான் என்னை இங்கே அனுப்பினார். அவர் என்னை மன்னித்துவிட்டார். ஆனால், இல்லாத சமயத்திலும், கேட்காமலும் எடுத்தது திருட்டுதான். அதைத் தண்டித்துத்தானாகவேண்டும். அவருடைய உத்தரவு இது. தண்டனை கொடு.’

'இதுவா திருட்டு? இது போலித் திருட்டாக இருக்கிறதே.'

'திருட்டில் போலி, அசல் இதெல்லாம் உண்டா என்ன?'

'உண்டு...... அப்படியே இது அசல் திருட்டாக இருந்தாலும் பாதகமில்லை. திருடர்கள் தண்டனையைத் தேடி வருவதில்லை. தாங்கள் தானாகவே வந்திருப்பதால் பரிஹாரம் செய்தாகிவிட்டது.'

'நீ சொல்லுவது பரிஹாரம். தண்டனையில்லை.'

'பரிஹாரம் வேறு, தண்டனை வேறா?'

'வேறு தான். செய்த காரியத்தை நினைத்து வருந்தும் சின்னம்தான் பரிஹாரம். குற்றத்தை அது போக்கில் விடாது. குற்றத்தைத் தண்டித்துத்தான் ஆக வேண்டும்.'

'ஸ்வாமி, அப்படியானால் தங்களுக்குத் தண்டனைதான் வேண்டுமா?'

'ஆமாம்'

'அதற்கு என்னிடம் வருவானேன்.'

'உனக்குத்தான் உரிமை உண்டு. நீ அரசன்.'

'எனக்குத்தான் உரிமை உண்டா?'

'ஆமாம்'

'அப்படியானால், நான் தண்டனை அளிக்கவில்லை. தண்டனை தருவதும் தராததும் அரசன் உரிமை.'

'ஸுத்யும்ன, நீ என்னை மன்னிக்கிறாயா?'

'மன்னித்துவிட்டேன்.'

'மன்னிப்பு தண்டனையாகிவிடுமா?'

'என்னுடைய தீர்ப்பு மன்னிப்புத்தான்.'

'நான் தீர்ப்பைக் கோரி வரவில்லையே. தண்டனை தான் என் லட்சியம். தீர்ப்பு ஆகிவிட்டது.'

'தீர்ப்பு ஆகிவிட்டது என்று எப்படிச் சொல்லமுடியும்? தாங்கள் திருடினீர்கள் என்பதற்கு சான்று என்ன?'

'என் சத்யவாக்குதான்.'

'ஒரு திருடனிடமிருந்து எப்படி உண்மையை எதிர்பார்க்க முடியும்?'

'நான் திருடன் என்பதை ஒப்புக்கொள்கிறாயல்லவா?'

'ஸ்வாமி நான் படும் வேதனை தெரியவில்லையா உங்களுக்கு?'

'நீ வேதனைப்படுவது தான் விரும்பத்தகாத செயல். என் மீதுள்ள அன்பும் கௌரவ புத்தியும் உன் அறிவை மறைக்கின்றன.'

'தண்டிக்காமல் விட்டுவிட எனக்கு உரிமையில்லையா?'

'உரிமை இருக்கலாம். ஆனால் கடமையில்லை. ராஜதர்மம் அல்ல இது. ராஜ தர்மத்தின் ஆணிவேர் நடுநிலை. அது நசிந்தால் தர்மம் ஆட்டங் கண்டு வாடிக் கருகிவிடும். உலகத்தைத் தவறான வழிகளில் இழுத்துச் சென்று துயரில் வீழ்த்திவிடும். நடுநிலையி லிருந்து பிறழ்வது தர்மத்திற்கு இழைக்கும் துரோகம். மேலும், மனிதர்களின் செயல்களை எடைபோடும் கடைசி நீதிபதி அல்ல நீ. உன் செயல்களைத் தர்மம் எடைபோட்டுக்கொண்டிருக்கிறது. நீ கடமை தவறினால் அது உன்னைத் தண்டிக்கும்.'

'தண்டிக்கட்டும். மகிழ்வுடன் ஏற்கிறேன்.'

'இது விதண்டாவாதம். உலகிற்கு அழிவுப் பாதையைக் காட்டி விட்டு, நீ தண்டனை அடைந்தால் என்ன? அடையாவிட்டால் என்ன? உலகத்தைப் பலியிட்டு நீ மட்டும் தண்டனை அனுபவிக்க உனக்கு உரிமை எது? நீ அரசன் – காவலாளி. தர்மம் சூறை போகாமல் காப்பதும், மக்களை நடத்துவதும் உன் கையில் ஒப்படைக்கப்பட்டிருக்கிறேன்,

'இந்த அரச பதவியை விட்டுவிடுகிறேனே. வேறு அரசன் வந்து உங்களை விசாரித்துத் தண்டிக்கட்டும்.'

'அப்போது மட்டும் வினை விட்டுவிடுமா? தர்மத்தை செய்ய மறுத்துத்தானே நீ அந்தப் பதவியை விட்டு ஓடுகிறாய். ராஜ தர்மம் அப்போதும் குலைந்துதான் ஆகிறது.'

'ஸ்வாமி, என் மெய் சிலிர்க்கிறது. என் உள்ளம் நடுங்குகிறது. மகிழ்வும் துயரமும் என்னை ஆட்டி அலைக்கழிக்கின்றன. நீதியின் நெருப்புத் தூணை அணைய வரும் தங்களைக் கண்டு மயிர்கூச்செரிகிறது எனக்கு.'

ஸுத்யும்னன் நடுங்கிக்கொண்டு நின்றான்.

அரசனின் கட்டளையை ஏந்திய வாள் விகிதரின் கையைத் துண்டித்துத் தரையில் வீழ்த்திற்று.

○○○

கதையை வாசித்துக்கொண்டிருந்த ஹரிஹரய்யரை தர்மம் பயமுறுத்திக்கொண்டிருந்தது.

கோயிலை மாதக் கணக்காக மாசுபடுத்திக்கொண்டிருந்தான் நாகரத்தின குருக்கள். தாம்புக்கயிற்றைத் தட்டில் வைத்து துணியைப் போட்டு மூடி, அன்னம் என்று சாமிக்கு நிவேதனம் செய்தான். சாமியையும், ஊரையும் ஏமாற்றினான். அதோடு நிற்கவில்லை. தர்மகர்த்தா தண்டபாணி முதலியாரின் மனைவி அன்று மாலை கோயிலுக்கு வந்தபோது கண்ணைக்கூசும் காட்சியைக் கண்டான். ஆனால் அந்த அதிர்ச்சியிலிருந்து சமாளித்துக்கொள்வதற்குள் நிலைகுலைந்த பெண்ணுருவம் ஓடிவிட்டது. நாகரத்தினக் குருக்களும் தலையைத் தொங்கப் போட்டு நடந்தான்.

மறுநாள் காலையில் எண்ணெய் தேய்த்துக் குளித்துவிட்டு காய்கறி நறுக்கிக்கொண்டிருந்தாள் தர்மகர்த்தா மனைவி. வீட்டில் ஒருவரும் இல்லை. தர்மகர்த்தா பக்கத்து ஊருக்குச் சென்றிருந்த சமயம்.

திடீரென்று நாகரத்தினக் குருக்கள் ஒரு சாயபுவுடன் நுழைந்தான். அம்மாளின் வாயைப் பொத்தித் துணியை அடைத்துக் கட்டினார்கள்.

சாயபு நடுங்கினான்.

'சாமி, வாண்டாம் ஐயா.'

'சீச்சீ ... கோழை... கசாப்புக்கு ஆடு ஓட்டுகிற ஆளாடா நீ... பரதப் பயலே... இப்படி கொடுடா அரிவாளை'.

வழக்கு நடந்தது. சாயபு எல்லாவற்றையும் சொன்னான். செஷன்ஸுக்குப் போயிற்று. பட்டப்பகலில் நடந்த கொலை. நீதிபதி ஹரிஹரய்யர் விசாரிக்கிறார்.

'ஆகா, பரம பாபிசார்... எப்படி சார் பட்டப்பகலில் கொல்ல மனசு வந்தது? அதுவும் சுமங்கலியை. வயிற்றைப் புரட்டுகிறதே!' என்று கொலை நடந்த மாலையிலேயே வந்து தர்மகாத்தாவை சாயங்கால பூஜைக்கு வந்த முதல் எதிரி நாகரத்னக் குருக்கள் துக்கம் விசாரித்தானாம்! எப்படி அவர் முகத்தைப் பார்த்தான்! எப்படி பேச வாய் வந்தது. ஒரு மனித வாயா இப்படிப் பேசிற்று?

என்ன குரூரம்! ஆரமாரச் செய்த கொலையல்லவா?

ஹரிஹரய்யர் தவித்தார். கால தர்மம் பயமுறுத்திற்று தூங்காமல் கலங்கினார்.

சாட்சியில்லை. குற்றத்தை ருஜுப்படுத்த சாட்சியம் போத வில்லை.

நாகரத்தினக் குருக்கள் விடுதலையாகி வெளியே வந்து விட்டான். அரசனைவிட மேலான தர்மத்தின் கையில் அவனை ஒப்படைத்துவிட்டு, மாலையில் ஆயிரத்தெட்டு காயத்ரி பண்ண வேண்டும் என்று முடிவு செய்துவிட்டு காரில் ஏறிக்கொண்டு டவுன் கிளப்புக்குக் கிளம்பினார் ஹரிஹரய்யர்.

***சிவாஜி*, 20ஆம் ஆண்டுமலர் 1954**

உண்டை வெல்லம்

பதினையாயிரம் ரூபாயைக் கொட்டிப் போட்ட 'ஸெட்டு' காத்துக்கொண்டிருந்தது. ஒலிப் பதிவு செய்கிறவர் காத்துக்கொண்டிருந்தார். படம் பிடிக்கிறவர் காத்துக்கொண்டிருந்தார். எக்ஸ்ட்ராக்கள் இருபது பேர் காத்துக்கொண்டிருந்தார்கள். படியளக்கிற 'ப்ரட்யூசர்' காத்துக்கொண்டிருந்தார். எல்லாரையும் ஆட்டிவைக்கிற டைரக்டர் காத்துக் கொண்டிருந்தார்.

மகாராணி இன்னும் வரவில்லை.

மேலே இருந்த தகரச்சார்ப்பு தீ மூச்சாக அள்ளி வீசிற்று. ஹா ஹா என்று கூடியிருந்த உயிரினம் வேர்வையைத் துடைக்க முடியாமல், கையாலாகாமல், வெந்துகொண்டே தபித்தது. வேர்வையைத் துடைத்துக்கொள்ளுகிற பாக்கியம் டைரக்டர், முதலாளி, எழுதுகிறவர், படம் பிடிக்கிறவர் என்று ஐந்தாறு பேருக்குத்தான் கிடைத்தது. மற்றவர்கள் பவுடரிடம் உடம்பை அடகு வைத்திருந்தார்கள். சேனாதிபதி வேஷம் போட்டுக்கொண்டிருந்தவர் மார்பிலும் கையிலும் காலிலும் தொடையிலும் அணைத்துக் கட்டியிருந்த கவசங்களுக்குள் மாட்டிக்கொண்டு, கழுவில் ஏறுகிற மாதிரி மனதுக்குள்ளே அழுதுகொண்டிருந்தார். கவசத்திற்குள் அரிக்கிறது. சொறிந்துகொள்ளுகிற புண்ணியத்தை அவர் பண்ணவில்லை.

கொட்டகை முழுவதும் ஒரு அலுப்பும், சோர்வும் பெருமூச்சு விட்டுக்கொண்டிருந்தது. நேரத்தை வீணாக்க வேண்டாம் என்று பத்து

தி. ஜானகிராமன்

தடவை அவரவர்கள் பாடத்தை ஒத்திகை பார்த்துவிட்டார்கள் படம் பிடிக்கிறவரும் டேப்பை வைத்து அங்குலக் கணக்கில், நிற்கிற இடம், பாய்கிற இடம் எல்லாம் சொல்லி பார்த்து ஏழெட்டு தடவை தன் கடனைத் தீர்த்துவிட்டார். மகாராணி வந்தவுடனே சேதமில்லாமல் பிடித்துவிடலாம்.

மகாராணி இன்னும் வரவில்லை.

டைரக்டர் மணிக்கட்டைத் திருப்பிக் கடிகாரத்தைப் பார்த்தார். ஒன்றடிக்க ஆறு நிமிஷம் இருந்தது. படியளக்கிற முதலாளி தன் மணிக்கட்டைத் திருப்பிப் பார்த்துவிட்டுச் சொன்னார்:–

'ஒன்பது மணின்னா ஒன்பது மணிக்கு வரவாண்டாம். பத்து மணி, பதினோரு மணிக்காவது, பன்னிரண்டு மணிக்காவது வரலாம். இப்படிச் சுணங்கறாங்களே? ஆனாலும் – இப்படியா –!'

டைரக்டரின் காதில் விழுந்தது அது. பதில் சொல்லாமல் சூன்யத்தைப் பார்த்துக்கொண்டிருந்தார் அவர்.

'இந்தமாதிரியெல்லாம் பண்ணுவாங்கன்னு தெரிஞ்சிருந்தா, புக்கே பண்ணிருக்கமாட்டேன்' என்று டைரக்டர் காதில் மட்டும் விழும்படியாக முணுமுணுத்தார் முதலாளி.

அதற்கும் டைரக்டர் பதில் பேசவில்லை.

அவர் மனதிலே நிராசை. பொருமல். படுகிற ஆத்திரம் எல்லாம் பட்டுவிட்டு அவர் உண்டை வெல்லத்தை நினைத்துக் கொண்டிருந்தார்.

'என்னங்க ஷூட்டிங்கைக் கான்ஸல் பண்ணிடலாமா?' என்றார் முதலாளி.

டைரக்டர் அவர் பக்கம் திரும்பவேயில்லை.

'என்னங்க ஆசிரியர் சார்!' என்று வசனகர்த்தாவிடம் திரும்பிவிட்டார் முதலாளி.

டைரக்டருக்கு இவன் என்ன பதில் சொல்லப்போகிறான் என்று கேட்க அந்த அலட்சியத்துக்கு நடுவிலே ஒரு ஆவல்; ஆனால் திரும்பவில்லை. திரும்பாமலேயே வசனகர்த்தாவின் புகையிலைக் குதப்பல், குங்குமப் பொட்டு – முதலியவற்றைப் பார்க்க முடிந்தது. வசனகர்த்தா பதில் பேசவில்லை. வாயில் புகையிலைச் சாறு. இல்லாவிட்டால்தான் என்ன? என்றைக்குத் தன் அபிப்பிராயம் என்று வாயைத் திறந்தான் இவன்? முதலாளி சிநேகிதர்களிடம் கதை கதை என்று நச்சரித்து,

யாரோ ஒருவன் ஒரு இங்கிலீஷ் புத்தகத்தை எடுத்துக் கொடுத்து – முதலாளிக்குத் தமிழும் தெரியாது, இங்கிலீஷும் தெரியாது, பணம் சம்பாதிக்க ஆசைப்படத்தான் தெரியும் – 'ஆசிரியர் சார், இந்தக் கதை நல்லாருக்குங்கராங்க, இதைத் தமிள் நாட்டுக்கு ஒத்து வராப்பல செஞ்சு கொடுங்க!' என்றதும் இவன் அதைப் படித்துக் குடுகுடுப்பாண்டி சட்டை ஒன்று தைத்துக் கொடுப்பான். கைக்குட்டை, பழைய சட்டையின் முதுகு, கௌபீனம், மேல் துண்டு – இவற்றையெல்லாம் ஒட்டிச் சட்டையான ஒரு கதை. இதைத் தவிர இந்த வசனகர்த்தாவுக்கு வேறு ஒரு பாவமும் தெரியாது. எது கேட்டாலும் வாயைத் திறக்கமாட்டார். புகையிலைச் சாறு இந்தத் தட்சிணாமூர்த்தி நிலைக்குக் கையாளாக உதவி வருகிறது.

எனக்கு எப்படி ராஜமுழி முழிக்கத் தெரியும் என்று முனகுவதுபோல, மூடிய அவர் வாயிலிருந்து ஒரு சிரிப்பு வந்தது.

'வேடிக்கையில்லே, நெசமாகவே கேக்கறேன்' என்றார் முதலாளி.

'பப்ஹ்ம்க்கும்க்கும்' – வசனகர்த்தா அதே விடையைத்தான் சொன்னார் – சிரித்து வைப்போம், எப்படி வேண்டுமானாலும் அர்த்தம் பண்ணிக்கொள்ளட்டும்.

'டைரக்டர் சார் சொல்லட்டும் – வாயே திறக்கலையே' என்றார் முதலாளி. டைரக்டர் இப்போதும் திரும்பவில்லை. ஆனால், ஒரு நிமிஷம் கழித்து 'ஹல்லோ... வாங்க சார்' என்று எங்கோ பார்த்துக் கத்தினார். நிராசையும் வேதனையுமாகத் துவண்ட அவர் முகத்தில் திடீரென்று ஒளி பாய்ந்தது.

'உக்காருங்க சார். ரொம்ப நாளாச்சே பார்த்து' என்று டைரக்டர் உற்சாகமாக அவரைப் பார்த்தார். 'என்னையும் சினிமாக்காரன்னு ஒதுக்கிப்பிட்டீங்களா?'

'ரொம்ப அழகாயிருக்கே! தலைநகரம் எல்லாம் உங்க பேச்சாவே இருக்கு, முதல் க்ளாஸ் டைரக்டர்னு...'

'நான் வாழ்ந்தேன் போங்க. முதல் க்ளாஸ் டைரக்டர் படற பாட்டை இங்கே பார்க்கணும். ஒன்பது மணிக்கு 'கால் ஷீட்' போட்டிருக்கு. இப்ப மணி என்ன ஆச்சு?'

'ஒண்ணு, சரியா'

'இன்னும் எங்க கதாநாயகி, மகாராணி வரலே. ஆளானப்பட்ட கதாநாயகனே வந்துட்டான், கறுப்புப் பணம்

இருபதினாயிரம் ரூபா வாங்கி, பொட்டியிலே வச்சாத்தான் நடிக்கிறேன்னு ஒப்புக்குவான். அப்புறம் அமீனாக்குப் படிகட்றாப்பல ஒரோரு நாளைக்கும் ஆயிரம் ரண்டாயிரம் கொடுத்தாத்தான் ஷூட்டிங்குக்கு வருவான். அப்பேர்ப்பட்ட தலைசிறந்த தமிழ்நாட்டுத் தவப் புதல்வனே இன்னிக்கி பதினோரு மணிக்கு வந்துட்டான். இன்னும் மகாராணி வரலே. எங்கே போயிருக்காங்களோ?'

வந்திருந்தவர் அவருடைய வேதனையையும், சுற்றி விழுந்திருந்த அலுப்பையும் புரிந்துகொண்டுவிட்டார்.

'இந்தமாதிரி சந்தர்ப்பத்தில் கையை நீட்டிக்கொண்டு ஹோவென்று ஒரு பாட்டம் அழுதால், தேவலைபோலிருக்கும், இல்லையா?'

'இல்லே சார். எனக்கு அழணும் போலில்லை. பெருவியாதி பிடித்தவன்போல ஒரு கசப்பு, எல்லாம் என்னைக் கைவிட்டு ஒதுக்கிவிட்டாப்பல இருக்கு எனக்கு. அந்த நிலைக்கு வந்துட்டேன்' டைரக்டரின் முகம் வெறுப்பாகப் படர்ந்தது.

'நீங்களே இப்படிச் சொல்றீங்களே?'

'நீங்களேன்னா? எப்பேர்ப்பட்டவனுக்கும் எதையும் அடக்கி ஆள முடியாத ஒரு கட்டம் ஆயுசிலே வரும். எனக்கு வந்திருக்கு அது. எதெதை எந்தெந்த இடத்திலே வைக்கணுமோ, அந்த நிதானம் இல்லை இப்ப. மதிப்பு இடம் மாறிப்பிடுத்து.'

'அப்படியா சொல்றீங்க?'

'நான் சொல்லணுமா? நீங்கதான் நேர பார்க்கிறீங்களே?... சார், உண்டை வெல்லத்தைப்போல இனிப்பும் சுகமும் இந்த உலகத்திலேயே இருக்க முடியாதுன்னு தீர்மானம் வந்திடுத்து.'

'உண்டை வெல்லமா!'

'அதான் சார், உண்டை வெல்லம்' என்று கையால் உண்டை வெல்லத்தை 'ஆகாச உருண்டை' செய்துகாட்டினார் டைரக்டர். கறுப்புத் தோல்பட்டையுடன் அவர் கை பளபளவென்று மின்னிற்று 'எனக்குப் பரம்பரையா குடும்பத் தொழில் உண்டை வெல்ல வியாபாரம். ஆந்திரா, தமிழ் தேசம் எல்லா மூலைங்கள் சேர்ந்தும் உண்டை வெல்லம் கொள்முதல் பண்ணி வியாபாரம் பண்றது. ஏன் ஆச்சரியப்படறீங்க! எங்கப்பா என்னையும் என் தம்பியையும் எம்.ஏ. வரைக்கும் வாசிக்க வச்சாரு. பாஸ் பண்ணினோம். வேலைக்குப் போகவேண்டாம், வியாபாரத்தைக்

கவனிங்கன்னாரு. பத்து வருஷம் சேர்ந்து கவனிச்சோம். நான் பேசாம இருக்கப்படாதா? எழுத ஆரம்பிச்சேன். ஒரு நாவல் எழுதினேன். கதை எழுதினேன். நாடகம் எழுதினேன். நடிச்சாங்க. அதைப் பார்த்தப்பறம் நாமளேதான் நம்ம நாடகத்தைக் காப்பாத்த முடியும்னு தோணித்து. நானே நாடகத்தை ஒரு புது கோஷ்டியைப் பொறுக்கிச் சேர்த்துத் தயார் பண்ணினேன். புடிச்சிடுத்து. அதிலே ஆரமிச்சது. வியாபாரத்திலேந்து ஒதுங்கிப்பிட்டேன். பத்து வருஷம் வேலை கத்துக்கிட்டு டைரக்டரானேன். இந்த வாதனைங் களுக்கு நடுவிலே ஒரேஒரு அசட்டுத் தித்திப்பு. குழந்தை வாயை முத்தம் கொடுக்கறப்பல! அதாவது, எனக்குத் திருடி எழுதத் தெரியாது. அப்பறம், அடிபட்டு, வேத்து விறுவிறுத்து கடைசியிலே டைரக்டர்னு சொல்லிக்கிட்டேன். ஆனா, இன்னிக்கி, பாம்பு விரலுக்கும் கட்டை விரலுக்கும் நடுவிலே, நுனியிலே நாசூக்கா சிகரட்டை வச்சிட்டுப் பிடிக்கத் தெரிஞ்சாப் போதும். டேக்கு, கட்டு, ரெடி, சைலன்ஸுன்னு நாலு வார்த்தை சொல்லத் தெரிஞ்சாப் போதும். டைரக்டர்னு நெத்தியிலே எழுதி ஒட்டிக்க லாம். மேதாவியாயிருக்க வாண்டாம். உதைபட்டு, குட்டு வாங்கி, விஷயம் தெரிஞ்சவங்க கிண்டலையெல்லாம் மென்னு ஜீரணம் பண்ணி, ரத்தத்திலே கலந்து ஆளாக வாண்டாம். தெரியாததைத் தெரியும்னு சொல்லிக்கிறதுக்கு, வெக்கப்படாம இருக்கணும். பொய் சொல்லணும். தடாலடி அடிக்கணும்... இல்லாட்டி நான் இப்ப உக்காந்திருக்காப்பல பெருமூச்சு விட்டுக் கிட்டு உக்காந்திருக்க வேண்டியதுதான்.'

அவர் பேசுவதையே பார்த்துக்கொண்டிருந்தார் வந்தவர்.

'நீங்க எப்பவும் உற்சாக புருஷர். உங்களைப் பார்த்தா தைரியம் வரும்னு வந்தேன். நீங்களே இப்படி?'

'மறுபடியும் பாத்தீங்களா? நீங்களே நீங்களேன்னு, இதென்ன சார் பேச்சு? நான்தான் சொல்லிட்டேனே, மதிப்பு இடம் மாறிடுத்துன்னு, ஒருத்தருக்கொருத்தர் நம்பிக்கை கிடையாது. தமிழ்நாட்டுத் தவப் புதல்வன்லாம் கையெழுத்துக்கு நாலு மடங்கா முன்னாடியே கறுப்புப் பணம் கொடுத்துடுங்கறான், கேளுங்க, என்ன பதில் வரும் தெரியுமா? இந்தச் சர்க்காரை இப்படித்தான்யா பண்ணணும்பாங்க' பரஸ்பரம் மரியாதை, மதிப்பு கிடையாது. உனக்குத் தெரியலியா? தெரியலேன்னு சொல்லி, தன் மதிப்பை இழந்துபடாதே – அகம்பாவப் படு– நேரங்கழிச்சு வா. யாரு என்ன சொல்லக்கிடக்கு?' வந்த கோபத்தில் தொடர்பில்லாமல் பேசிக்கொண்டிருந்தார் டைரக்டர்.

வந்தவர் சற்றுப் பேசாமலிருந்தார். 'வாஸ்தவம். காலம் மாறித்தான் போச்சு' என்றார்.

‘மாறட்டும், மாறட்டும். ஆனால், கசையும், துப்பாக்கியும் எடுத்துக்கிட்டு எல்லாத்தையும் நிமித்தற காலமும் வந்துப்பிடும்.’

‘வாண்டாம் சார்’

‘வாண்டாம்னு நானும், நீங்களும் சொன்னால் போதுமா? மலையிலேர்ந்து உருள்ற பாறையை எப்படித் தடுக்க முடியும்? வீட்டைச் சுத்தி வருஷக்கணக்கிலே எச்சிக்கலையைப் போட்டுப் பிட்டு, தண்ணியைத் தேங்க விட்டுட்டு கொசுகடிக்குதே, சீக்கு வருதேன்னு அழுது என்ன பிரயோஜனம்?’

மௌனமாக ஒரு நிமிஷம் கழிந்தது.

‘சரி, இது கிடக்கு. வந்ததும் வராததுமா என் கஷ்டத்தை யெல்லாம் சொல்லி அழுதாச்சு. வேற எதாவது பேசலாம்’ என்றார் டைரக்டர்.

‘பரவாயில்லை. எனக்குப் பல உண்மைகளைத் தெரிஞ்சுக்க முடிஞ்சுது.’

‘பெரிய உண்மை! சகதி! சரிதான் சார். சொல்லுங்க. உங்க பிஸினஸ் எல்லாம் எப்படியிருக்கு?’

அவர் பதில் சொல்வதற்குள் நாலைந்து பேர் திறப்பின் திரையை விலக்கிக்கொண்டு, உள்ளே வந்தார்கள். ‘மகாராணி’ வந்துவிட்டாள். மகாராணியாக வரவில்லை. கமலாட்சியாக வந்தாள். கமலாட்சிக்கு முப்பத்தைந்து வயதாகிவிட்டது. இன்னும் பாவாடையை விடவில்லை. பெண்ணினத்துக்கு இருக்க முடியாத ஒரு மார்பு – வயது முப்பத்தைந்தில்லை என்று சொல்வதற்காக அழைத்து நிறுத்தப்பட்ட பொய் சாட்சி. பிருஷ்டபாகத்தை அசைத்து அசைத்துப் போட்டுவந்த அந்த நடையைக் கண்டு மரத்துப்போனாற்போல உட்கார்ந்திருந்தார் டைரக்டர். மரப்பு வந்து ஒரு மாமாங்கம் ஆகிவிட்டது அவருக்கு.

முதலாளியின் கண்ணில் வைகறை புலர்ந்தது. ‘ஒரு கவலை தீர்ந்தது சார்.’

‘என்ன முதலாளி சார்? என்னமோ சாப விமோசனம் வந்துட்டாப்பல எழுந்துட்டீங்களே. இனிமே அவ மேக்அப் போட்டுவர, ஒரு மணியாகப் போறது’ என்றார் டைரக்டர். அவர் முகத்தைப் பார்த்து என்ன நினைத்துக்கொண்டாளோ, கமலாட்சி துர்வாச கோபத்தையே சிதற அடிக்கிற புன்னகையுடன் அசைந்து அசைந்து எதிரே வந்தாள்.

‘மன்னிக்கனும் சார்’

‘எதுக்கு?’

‘ரொம்ப லேட்டாப் போயிடிச்சு.’

‘நான் இப்ப ஏன் லேட்டுன்னு உங்களைக் கேட்டேனா?’

‘இல்லே சார், பிறந்த நாள் விஸாரிக்கிறதுக்காக மகா கணபதி வந்தாங்க.’

‘போன வாரம்னா பிறந்த நாள்னு சொன்னீங்க?’

‘போன வெள்ளிக்கிழமைதான் பொறந்த நாளு. ஆனா, அன்னிக்கி மகா கணபதி ஊர்லே இல்லியாம். இன்னிக்கித்தான் காலமே வந்தாங்களாம் ப்ளேன்லெ. ஏரோட்ராம்லேந்து வீட்டுக்கு வந்த உடனே, குளிச்சு, உடை மாத்திக்கிட்டு வீட்டுக்கு வந்திட்டாங்க. இத்தனி நேரம் பேஸிட்டிருந்துட்டாங்க. எனக்கும் ஒண்ணும் ஸொல்ல முடியலெ. ஸாதாரணப்பட்ட வங்களா இருந்தா விறுக்குனு சொல்லிட்டு வந்திரலாம்.’

‘எந்த மகா கணபதி?’

‘மகா கணபதி தெரியாது? முன்னே டில்லியிலேகூட மெம்பரா இருந்தாங்களே.’

‘அந்த மகா கணபதியா? அவரா உங்க வீட்டுக்கு வந்தார்?’

‘அவங்கதான் சார்.’

‘உங்க பிறந்த நாளை விசாரிக்கவா?’

‘ஏன் சார், அப்படிக் கேக்கறீங்க?’

‘அவர் இந்த மாதிரி இடத்துக்கெல்லாம் வரமாட்டாரே!’

‘ஏன் சார்?’

அவரேயா வந்தார்?’

‘நீங்க வேணும்னா போன்லெ கூப்பிட்டுக் கேளுங்களேன்.’

‘அவர் ரொம்ப கண்டிப்பான பேர் வழியாச்சே.’

கமலாட்சியின் உதட்டில் புன்னகை நெளிந்தது.

‘ஏன் சார், அவர் வரப்படாதா?’

‘வந்தா என்ன? புத்தர் ஆம்ரபாலி வீட்டுக்கு வந்தார். ஏசுநாதர் மக்தலேனுக்குக் கருணை காட்டினார்.’

‘யார் அவங்க?’

‘உங்களுக்குத் தெரியாதா? நீங்க கட்டாயம் தெரிஞ்சுக்கணும்.’

‘யாரு அவங்க? நடிகைங்களா?’

‘ரொம்ப சிரமமான கேள்வியாப் போட்டுப்பட்டீங்கம்மா.’

‘யாரு அவங்க?’

‘அதோ, ஆசிரியர் சாரைக் கேளுங்க... சார், ஆம்ரபாலி, மக்தலேன் இவங்கள்ளாம் யாருன்னு இவங்களுக்குச் சொல்லுங்க. நான் போய்ட்டு வரேன் ப்ரட்யூ சர் சார்.’

‘எங்கேங்க’ என்று முதலாளி அவரோடு பின்னால் ஓடினார். டைரக்டரின் நண்பரும் வியப்புடன் பின்னே சென்றார். கொட்டகைக்கு வெளியே மூவரும் வந்துவிட்டார்கள்.

‘எங்க சார் கிளம்பிட்டீங்க?’

‘இவ பிறந்த நாளுக்கும் மகா கணபதிக்கும் என்னையா சம்பந்தம்? அவரே இவளை ஒரு மனுஷியா மதிச்சு நாலு மணி நேரம் இவளோட பேசிட்டிருந்தாராம். அவ பொய் சொல்லலே. மகா கணபதி கட்டாயம் வந்திருப்பார். இவர் சொன்னாப்பல காலம் மாறித்தான் போச்சு. நான் வரேன்.’

‘எங்கே?’

‘உண்டை வெல்லம் வியாபாரம் பண்ணப் போறேன்.’

‘என்ன சார், இது?’

‘நான் இப்ப கொஞ்ச நேரம் முன்னாடி ஆச்சரியப்பட்டேன். அது மாதிரி நீங்க ஆச்சரியப்படறீங்க. அறிவு அதிர்ச்சியைத் தணிச்சுதுன்னா, பழகிப் போய்ட்டா ஆச்சரியம் போயிடும். இதைப் பாருங்க – நீங்க எனக்குக் கொடுத்திருக்கிற அட்வான்ஸ் பணத்தைச் சாயங்காலம் திருப்பி அனுப்பிச்சிடறேன். முழுப் பணம் வேணும்னாலும் தந்துபிடறேன்.’

‘என்ன! என்ன! என்ன சொன்னா அவ.’

‘அவ ஒண்ணும் சொல்லலே. எனக்குத்தான் பைத்யம். வியாதி வந்துட்டுது. இவர்கிட்ட சொல்லிட்டிருந்தேன். பெருவியாதி வந்தவன்மாதிரி ஒரு கசப்புன்னு. அது இப்ப நெஜமாவே வந்திடுத்து. சட்ட சபையில் உட்கார்ந்தவர் – அந்த மகா கணபதியே வந்தாச்சு... டைரக்ஷனுக்கு நான் வாண்டாம். அது யாருக்கு வராது? லைட் பாய்க்கும் டேக்கு, கட்டு – எல்லாம் சொல்லத் தெரியும்... சார் ஏறிங்க சார்.’

நண்பர் தயங்கினார்.

‘நீங்க வீட்டுக்குத்தானே போகணும்.’

‘ஆமாம்’

'பின்னே ஏறுங்க.'

நண்பர் பேசாமல் ஏறிக்கொள்வதைத் தவிர, வேறு வழியில்லை.

'சார், சார், முதலாளிக்குப் பொறி கலங்கிவிட்டது.

'ஒண்ணும் பயப்பட வாண்டாம். லைட்பாய்க்கு சிகரட் குடிக்கத் தெரியும். இல்லாட்டி நீங்களே டைரக்ட் பண்ணலாம். விடுப்பா.'

கார் புறப்பட்டது.

'நம்ம தம்பி கடைக்கு விடப்பா.'

"மகா கணபதியா இவ வீட்டுக்கு வந்தார்? என்ன, ஸ்காண்டலஸா இருக்கே" என்றார் நண்பர்.

'பேஷா வரட்டும். நமக்கு உண்டை வெல்லம் இருக்கவே இருக்கு . . . பேசாம வாங்க. நமக்கும் இதுக்கும் என்னையா சம்பந்தம்? ஏதோ பதினஞ்சு வருஷம் கெட்ட கனாக் கண்டோம். என்னாத்துக்கு மாஞ்சு போறீங்க இப்படி?'

சுதேசமித்திரன், தீபாவளி மலர் 1958

தி. ஜானகிராமன்

சங்கீத சேவை

தஞ்சாவூரில் ஒரு பொந்தில் எலி ஒன்று வாழ்ந்து வந்தது.

“இந்தாங்க உங்க பாட்டை நிறுத்தப்போறீங்களா இல்லியா?” என்று ஒருநாள் பாடிக்கொண்டே பொந்துக்குள் நுழைந்த அந்தப் புருஷ எலியைப் பார்த்துச் சொல்லிற்று மனைவி எலி.

“நிறுத்தற காலம் வந்துரும். சும்மா ஆளைப் பிராண்டாதே.”

“இதை என்னாலே கேக்கமுடியலே.”

“ஏன், இப்ப என் பாட்டுக்கு என்ன வந்திடுத்து?”

“என்ன வந்திடுத்தா? பாட்டுன்னா அதுக்கு ஒரு சுருதி, லயம், நல்ல சாரீரம் இதெல்லாம் வாணாம் போலிருக்கு!”

“ஹட பைத்யமே! ஹ்ம்... தேவுடா” என்று பெருமூச்சு விட்டு ஆண் எலி விரக்தியுடன் சாய்ந்து கொண்டது. “சுருதி, லயம், நல்ல சாரீரம் இதெல்லாம் இருந்தாப் போதுமா? ரயில்லே போற பிச்சைக் காரன்கிட்ட கூடதான் இதெல்லாம் இருக்கு. நான் இதெல்லாம் தாண்டி பெரிய ஆராய்ச்சியிலே ஈடுபட் டிருக்கேன். உன் அக்ஞானத்துக்கு அதெல்லாம் எப்படிப் புலப்படப்போகுது ம்... ராமராமா!”

“எனக்குப் புலப்படாம இல்லே. அதான் உங்க வாயிலேர்ந்து பழங்கடுதாசி வாடை அடிக்குதே இப்ப லைபராரியிலேருந்து வர்றீங்கன்னுதான் நாலு ஊருக்கு வாசனையடிக்குதே.”

“போவுது அந்த முட்டாவது கண்டுபிடிக்கத் தெரிஞ்சுதே.”

“தெரிஞ்சு என்ன, யாருக்கு என்ன பிரயோசனம்? முன்னெல்லாம் வித்வாங்க வீட்டு முற்றம் அலமாரியிலெல்லாம் இருந்திட்டு நாலு பிஸ்தாப்பருப்பாவது கொண்ணாந்திட்டிருந்தீங்க. இப்ப அதுவும் போச்சு!”

“பிஸ்தாப் பருப்புக்காகத்தான் வித்வானுங்க வீடுங்களுக்குப் போனேன்னு நெனச்சியா? அடமண்டூகமே, அந்த வித்வாங்கள்ளாம் சிஷ்யப் புள்ளைங்களுக்கு சங்கீதத்தைப்பத்தி சொல்லிட்டிருப்பாங்க, பாடிக் காமிப்பாங்க. அலமாரியிலே உக்காந்து அதையெல்லாம் கேட்டுக்கிட்டே இருந்தேன். ரொம்ப நாள் கழிச்சுத்தான் நான் உக்காந்திருக்கிற இடத்துக்குப் பக்கத்திலே பிஸ்தாப் பருப்பு இருக்கிறது தெரிஞ்சுது. தினம் சிஷ்யப் புள்ளைங்க வீட்டுக்குக் கிளம்பறப்ப வித்வானும் வாசல்லெ போவாரு. அப்ப நான் நாலு பிஸ்தாவைப் பிரசாதம் மாதிரி எடுத்துக்கிட்டு வருவேன். அவ்வளவு தான். பிஸ்தாவைத் தின்னுகிட்டேயிருக்க முடியுமா? லைப்ரரிக்குப் போகாட்டி இந்த மாதிரி ரண்டு புஸ்தகம் எப்படி எளுத முடியும்? என்னமோ கடுதாசி வாடை அடிக்குதுங்கிறீயே!”

“இந்த புஸ்தகம் எளுதறதெல்லாம் எதுக்காக? வேலையிலே முன்னுக்கு வரதுக்கு வழி தேடுவீங்களா?”

“புஸ்தகம் எளுதிக்கிட்டு வரதெல்லாம் பின்னே எதுக்காகவாம்? ஆபிஸிலே என் வேலையை மாத்திரம் செஞ்சிகிட்டிருந்தா யார் என்னை சீண்டப் போறாங்க? புஸ்தகம் எழுதினேன், நல்லபடியா அம்பலத்துக்குக்கொண்டு வந்தேன். ஆபீஸிலியும் முளிச்சிக்கிட்டாங்க. இல்லாட்டி இத்தனை பேரை விட்டுப்பிட்டு என்னைப்பார்த்து தென்னமெரிக்காவுக்கும் ஆப்ரிக்காவுக்கும் போய்ட்டு வறியான்னு கேப்பாங்களா?”

“என்னது! தென்னமெரிக்காவுக்கும் ஆப்பிரிக்காவுக்குமா!”

“படு படு! நல்லா ஆச்சரியப்படு!”

“என்னாது, கொஞ்சம் விவரமாச் சொல்லுங்களேன்!

“இதைப்பாரு” என்று க்ளோஸ் கோட்டின் பையிலிருந்து ஒரு கவரை எடுத்து நீட்டிற்று புருஷ எலி. மனைவி எலி அதை வாசித்துவிட்டு ஆச்சரியம் தாளாமல் கணவனைப் பார்த்தது. தன் கணவன் சாதாரண ஆளில்லை. அவன் மகிமையை இத்தனை காலமாகத் தெரிந்துகொள்ளவில்லையே என்று பெருமிதமும் பிரமிப்பும் பொங்கின.

"அந்த வித்வான்களைப்பத்தி இப்படி புஸ்தகம் எழுதி உலகம் பாராட்டினதாலே இந்த சந்தர்ப்பம், இந்த கௌரவம் எல்லாம் என்னைத் தேடிவந்திருக்கு தெரியுமா!" என்றது ஆண் எலி.

"நானும் வரலாமா அந்த தேசங்களுக்கெல்லாம்?"

"நீ இல்லாமியா?"

"எப்ப போகணும்?"

"அடுத்த மாசம். முதல் வாரம்"

"ஈ…" என்று ஒரு கூச்சல்போட்டு உடம்பு கொள்ளாத தன் ஆனந்தத்தைக் காட்டிவிட்டு உள்ளே ஓடிற்று மனைவி எலி.

கடுதாசைத் திருப்பித் திருப்பிப் படித்துப் பூரித்தது ஆண் எலி. அமெரிக்காவிலும் ஆப்பிரிக்காவிலும் உள்ள எலிகள் எப்படி வயல்களில் பொந்துகள் அமைக்கின்றன, புதிதாக மனிதர்கள் தெளிக்கும் நாசகாரி மருந்துகளைத் தின்று செத்துவிடாமல் ஜீரணமாக்கிப் பிழைத்திருக்க என்னென்ன விஞ்ஞான முறைகளை மேனாட்டு எலிகள் கையாள்கின்றன – இந்த இரண்டு விஷயங் களை ஆராய்ந்து வருவதற்காக அமெரிக்காவுக்கும் ஆப்பிரிக்கா வுக்கும் போய்வருமாறு விநாயகதாசனைத் தலைமைக் காரியாலயம் கேட்டுக்கொண்டிருந்தது அந்தக் கடுதாசியில்.

சுருத்ஜாதி விசாரதனாயும் வீணை வாசிப்பின் தத்வத்தை அறிந்தவனாயும் உள்ள சங்கீதக்காரன் பிரயாசமில்லாமல் மோக்ஷ மடைகிறான் என்ற யாக்ஞவல்கியர் எழுதிய சுலோகத்தை நினைத்து நினைத்துச் சிரித்தது எலி. "ஓய் யாக்ஞவல்கியரே, இந்த லோகத்தில் இந்த உடம்போடு சுகத்தையும் புகழையும் அடைய வேண்டும் ஐயா! அதற்கு சங்கீதத்தைப் பற்றிப் பேசினாலும் எழுதினாலுமே போதும் என்று இந்த விநாயகதாசன் சொல்லு கிறான்" என்று மனதிற்குள் சொல்லிக்கொண்டது அது. அந்த எலியின் பெயர் விநாயகதாசன்.

வயல்களிலும் வீடுகளிலும் எப்படிப் பொந்துகள் அமைப்பது, மனிதர்கள் விழித்துக்கொண்டிருக்கும்போதுகூட எப்படி ஆகாரதி களைச் சூறையாடுவது என்று சின்ன எலிகளுக்குப் பாடம் சொல்லிக் கொடுப்பதுதான் எலியின் மகத்தான உத்தியோகம்.

சந்தோஷச் செய்தியைக் கேட்டுச் சேமியாப் பாயசமும் வடையும் தயாரித்துக்கொண்டிருந்த மனைவி எலி நடுவில் வெளியே வந்து கேட்டது. "சங்கீதத்துக்கும் நீங்கள் அயல்நாடு போறதுக்கும் என்ன சம்பந்தம்?"

"சம்பந்தமில்லாமல் என்ன? நீ பார்க்கிற வேலை மட்டும் தெரிந்தால் போதாது. கலைஞானமும் உலக ஞானமும் இருந்தால் தான் வெளிநாடுகளில் நல்ல தொடர்பு வச்சுக்க முடியும்? ஒரு தேசத்துக்குப் பிரதிநிதியாய்ப் போறதுக்கு அந்தப் பிரதிநிதியாலே தேசத்தோட கௌரவமே ஒரு பிடியாவது உசர வாணாமோ?"

"என்னமோ, எனக்கு இதெல்லாம் என்னத்தைப் புரியுது?"

"புரியவாணாம். பேசாம நல்ல குடும்பப் பெண்ணா, வாய்க்கு வழங்க சமைச்சுப் போடு. உன் புருஷனோடு வெளிநாட்டுக்குப் போறபோது பேச்சை லிமிட்டா வச்சுக்க. உனக்கும் பெருமை; எனக்கும் பெருமை."

"சரி, கைகாலை அலம்பிட்டு வாங்க. சாப்பிடலாம்" என்றது மனைவி.

○○○

அமெரிக்காவுக்குப் புறப்பட இன்னும் பதினைந்து நாளிருக்கும் போதே, விநாயகதாசனின் வீட்டில் அடுப்பு மூட்ட விடவில்லை யாரும். எங்கே பார்த்தாலும் விருந்து, டீ பார்ட்டி, புகைப்படம். ஆயிர ரூபாய்க்கு ஒரு ரூபாய் குறைவாகச் சம்பளம் வாங்கினாலும் அவர்களை எலியாவே மதிக்காத உள்ளூர் ஆபீஸ் மேலதிகாரிகூட விநாயகதாசனையும் அவர் மனைவியையும் விருந்துக்கழைத்தார்.

விமான நிலையத்தில் ஏகக்கூட்டமாகக் கூடி விநாயகதாசன், அவர் மனைவி, உதவிக்காகப் போகும் குறுக்கெழுத்துக்கார மூஷிகினி – மூவரையும் கோலாகலமாக எலிகள் வழியனுப்பி வைத்தன.

நம் ஊரிலேயே இந்த அமர்க்களம் நடக்கும்போது அமெரிக்கா வில் கேட்க வேண்டுமா? விமானத்திலிருந்து இறங்கியதுமே பிடித்துக்கொண்டுவிட்டார்கள். அப்பா, எத்தனை நிருபர்கள். எத்தனை புகைப்படக்காரர்கள். எத்தனை பேர்களுக்குப் பேட்டி. "அப்பாப்பாப்பா! தூங்கவிட மாட்டார்கள் போலிருக்கிறதே!" என்று அலுத்துக்கொண்டது மனைவி எலி.

விநாயகதாசனும் ஒரு காமிரா எடுத்துச் சென்றிருந்தது. அமெரிக்காவின் அதிசயங்களைப் போட்டோ பிடித்தது. அந்த நாட்டு எலிகள் பொந்துகள் அமைக்கும் வகைகளைப் புகைப்படம் எடுத்தது. பேச்சு வார்த்தைகள் நடத்திற்று. தலைவர்களைக் கண்டது. மந்திரிகளைக் கண்டது. தொழில் நிபுணர்களையெல்லாம் கண்டது. பல ராஜ்யங்களின் பொந்து நிபுணர்களான எலிகளைக் கண்டு பேசிற்று. விருந்துகள் புசித்தது. லட்சோபலட்சம் பிரதிகள்

விற்கும் பத்திரிகைகளின் ஆசிரியர்களுக்குப் பேட்டி கொடுத்தது. சின்னச்சின்ன நகரங்களில் உள்ள உள்ளூர்ப் பத்திரிகைக்காரர் களுக்கும் பேட்டி கொடுத்தது. ஐந்து நாள் ஒரு காலேஜில் தங்கி ஒரு டாக்டர் பட்டம் வாங்கிக்கொண்டது. இன்னும் பல கல்லூரிகளுக்கும் பொதுஸ்தாபனங்களுக்கும் போய் இந்தியப் பண்பாட்டைப் பற்றிச் சொற்பொழிவுகள் ஆற்றிற்று. அவைகள் பத்திரிகைகளில் வந்ததும் கத்தரித்து ஜாக்கிரதையாக ஒட்டி வைத்துக்கொள்ளுமாறு மூஷிகினியிடம் சொல்லிற்று. மொத்தத்தில் வெற்றிகரமான பிரயாணம்.

தென்னமெரிக்கா பெரு நாட்டு இன் காக்களின் புராதனப் பண்பாடுகளைக் கண்டு பிரமித்தது. அந்த நாட்டுப் பூர்வகுடிகள் விநாயகதாசனுக்கு விருந்து வைத்து நடனமாடிப் பாடினார்கள். அதைப் பார்த்துக்கொண்டு ஆவலாகத் தன் மனைவியின் பக்கம் திரும்பிற்று. அதன் முகத்தில் வீசிய உவகையையும் வியப்பையும் ஒரு பத்திரிகை நிருபர் பார்த்துவிட்டார். வளைத்துக்கொண்டார்.

“எப்படி எங்கள் சங்கீதம்?”

“இப்பாட்டின் பெயர் என்னவோ?”

“டக்கோன டொட்டி”

“மறுபடியும் சொல்லுங்கள்”

“டக்கோன டொட்டி”

“டக்கோன – டொட்டி – டக்கோன டொட்டி டொட்டி, தோட்டி – தோடி” என்று தானே பரவசமாக முணுமுணுத்தது விநாயகதாசன்.

“என்ன?”

“இருங்கள். தோடி – டக்கோன – டக்கான – டக்கன – டக்கின – தக்கின – தட்சிண – ஐயோ ஐயோ!” என்று புளகித்தது விநாயகதாசன்.

“என்ன?”

“இது தட்சிண தோடி அய்யா – எங்கள் நாட்டில் பெரிய கனராகம். ஆகா, பாரத சங்கீதம் எங்கெல்லாம் தன் ஒளியை வீசியிருக்கிறது! அது தானே பார்த்தேன். என்னடாது ‘ஏ புண்யமு சேசிதிரா’ங்கிற தியாகையர்பாட்டு மாதிரி இருக்கே ராகம்னு பார்த்தேன். அது தோடி – இது தட்சிண தோடி! அதுதான் டக்கோன டொட்டி என்று மாறிவிட்டது.”

"உங்களுக்குச் சங்கீதம் தெரியுமா?" என்று கேட்டார் நிருபர்.

உடனே தான் செய்த ஆராய்ச்சிகளையும் எழுதிய புஸ்தகங்களையும் பற்றிச் சொல்லி, இந்தப் பிரயாணமே சங்கீதம் போட்ட பிச்சைதான் என்ற உண்மையை இங்கிதமாகக் கூறிவிட்டது விநாயகதாசன்.

அவ்வளவுதான். மறுநாள் பத்திரிகைகளில் "இந்தியாவின் பெரிய சங்கீத மேதை – இந்திய அதிகாரி அடக்கமாக வெளியிட்ட தகவல்" என்றெல்லாம் தலையங்கங்கள் வெளிவந்தன. "இந்திய சங்கீத நிபுணரின் அடக்கம் – தன் இசையறிவைப் பற்றி இதுவரை வாயைத் திறக்கவில்லை. இன்று சிரமப்பட்டு அவர் வாயிலிருந்து பிடுங்க வேண்டியிருந்தது. டக்கோன டொட்டியைப் பற்றி அவர் வெளியிடும் பிரமிக்கவைக்கும் வரலாறு" என்று உப தலையங்கங்கள்.

சொச்சமிருந்த மூன்று வாரமும் – பிரேசில், உருகுவே முதலிய பல இடங்களுக்குப் பறந்து சென்ற மூன்று வாரமும் வேலை நேரம்போக சங்கீதச் சொற்பொழிவுதான் விநாயகதாசனுக்கு.

போனஸ் அயர்ஸில் மாபெரும் கூட்டம் ஒன்று கூடி வரவேற்று விருந்தளித்தது. சங்கீத சப்தரிஷிகளைப் பற்றிச் சொற்பொழிவாற்றிற்று விநாயகதாசன். கடைசியில் போனஸ் அயர்ஸ் எலிகளின் மேயர் அதைப் பார்த்து "தாங்கள் இரண்டு மூன்று பாட்டுகள்பாடி எங்களை மகிழச்செய்ய வேண்டும்" என்று கேட்டுக்கொண்டது.

"ஓ பேஷாக. இருபது வருஷம் பல மேதாவிகளிடம் சிட்சை சொல்லிக்கொண்ட பிறகு மூன்று பாட்டுதானா பிரமாதம்!" என்றது விநாயகதாசன்.

"ஏன் புளுகிறீங்க?" என்று தமிழில் ரகசியமாகச் சிணுங்கிற்று மனைவி எலி.

"நீ சும்மா இரு."

"மேயர் சார்" என்று கூப்பிட்டது விநாயகதாசன்.

"என்ன?"

"பாடறேன். ஆட்சேபமில்லே. ஆனா தம்புரா இல்லாமல் பாட முடியாது."

"தம்புராவா?"

"ஆமாம். இந்திய சங்கீதகர் யாரும் தம்புரா இல்லாமல் பாடமாட்டார்கள். அது சுருதி வாத்தியம்."

"தம்புராவுக்கு இங்கு எங்கே போவது?"

"நான் என்ன செய்வேன்!" என்று பக்கத்திலிருந்த மனைவியை நிமிண்டிற்று தாசன்.

"உங்க சாமர்த்தியத்துக்குப் பிச்சை வாங்கணும்" என்று அவர் சமாளித்த அழகைத் தமிழிலே சொல்லி மெச்சிக்கொண்டது மனைவி.

பாட்டு நிகழ்ச்சி தம்புரா இல்லாததால் ரத்தாகிவிட்டது. பரவாயில்லை என்று மேயர் பல திசை மேதைகளை அறிமுகப் படுத்தினார். பேச்சாகவே அரைமணி நேரம் கழிந்தது. சிலப்பதிகாரம், ராமாமாத்யர், வேங்கடமகி என்று ஐஞ் சாமிருதமாக என்னென்னவோ சொல்லிப் பிரமிக்க அடித்தது விநாயகதாசன், அந்த இசை மேதைகளை, கடைசியில் நன்றிகூறும் சமயத்திற்கு மேயர் எலி ஓடிவந்தது.

"தம்புரா வந்துவிட்டது" என்றது மூச்சுத்தெறிக்க!

"தம்புராவா! ஏது?"

"இந்திய தூதர் காரியாலயத்திற்குப் போனேன். அங்குள்ள தூதர் எலியின் மனைவி பாடுவாராம். அவரிடம் இருந்தது. இதோ அவரே வந்துவிட்டாரே."

தென்னிந்திய எலிப்பெண் ஒன்று தம்புராவை எடுத்து உள்ளே வந்தது.

"இப்ப என்ன செய்யலாம்?" என்று முகத்தில் வேர்வை அரும்ப மனைவியிடம் நடுங்கிற்று விநாயகதாசன்.

"அப்பவே, சொன்னேனே கேட்டீங்களா? தெரியாததை தெரியாதுன்னு சொல்லிக்க வெக்கமா, என்ன ஆம்பிளைங்க நீங்க."

தூதர் மனைவி தம்புராவைக் கொடுத்து வணங்கி உட்கார்ந்து கொண்டாள்.

"மூஷிகினி, உனக்கு சுதி சேர்க்கத் தெரியுமா?"

"தெரியாதே."

"அட ஞானசூன்யமே"

திடீர் என்று விநாயகதாசன் தூதர் மனைவியைப் பார்த்துச் சொல்லிற்று: "விரல்லே காயம். பிருடையை முடுக்க முடியாது போலிருக்கு. நீங்க கொஞ்சம் சேத்துக் கொடுத்தா நல்லது. ரொம்ப நன்றியுள்ளவனா இருப்பேன்."

தூதர் மனைவி "ஓ" என்று அழகாகச் சுருதி சேர்த்து "நானே மீட்டுகிறேன்" என்று மீட்டவும் செய்தது.

விநாயகதாசன் வாயைத் திறந்தது. இரண்டு தியாக ராஜகீர்த்தனைகளைத்தப்பும் தவறுமாகப் பாடிற்று. ஆகா ஆகா என்று பிரமாதகோஷம் செய்தார்கள்.

"நாட்டுப் பாடலா இது?" என்றார் ஆவலோடு மேயர்.

"நாடோடிப் பாடல் இல்லை. இருந்தாலும் உங்களுக்குப் புரியவேண்டுமென்று எண்ணித்தான் இப்படிப் பாடிக் காண்பித்தேன்."

"அப்படியா?"

தூதர் மனைவியின் முகத்தில் ஈயாடவில்லை. கரகோஷங்கள் முடிந்ததும், அவனைத் தனியாக அழைத்து "உங்களுக்குப் பாடத் தெரியாவிட்டால் தெரியாது என்று சொல்லலாம். இப்படி நம்முடைய பெரிய மகான்களை அவமானப்படுத்த வேண்டாம். இந்த நாட்டு எலிகளுக்கு நம் சங்கீதம் தெரியாததனால் பிழைத்தீர்கள். நீங்கள் சற்றுப் பிரயாணம் முடிகிற வரையில் வேறு எங்காவது பாடினால் நான் நம் நாட்டுப் பத்திரிகைகளுக்குச் செய்தி அனுப்பி சர்க்காருக்கும் சொல்லி உங்கள் அறியாமையை அம்பலப்படுத்திவிடுவேன்" என்று கௌரவமாகக் கன்னத்தில் அறையாத குறையாகச் சொல்லித் தீர்த்தது.

"நீங்கள் என்னை நம்புங்கள். இனி ஊர்போகிற வரையில் வாயைத்திறக்க மாட்டேன். இந்தச் செய்தியை வெளியே விட வேண்டாம். சாகும்வரையில் இந்த நன்றியை மறக்கமாட்டேன்."

"இல்லை. ஆனால், இதனால் நம் சிநேகம் பங்கப்படவேண்டிய அவசியம் இல்லை. நீங்கள் மனைவியுடனும் அந்தரங்கக் காரியதரிசியுடனும் இன்றிரவு சாப்பிட வாருங்கள் என் வீட்டுக்கு. கனவுமாதிரி இதை மறந்துவிடுவோம்."

ஒரு வாரம் கழித்துத் தாய்நாடு திரும்பிற்று விநாயகதாசன். அது செய்த சங்கீதப் பிரசங்கங்களையெல்லாம் நம் நாட்டில் எல்லோரும் பார்த்து மகிழ்ந்தார்கள். இந்தியாவின் மாபெரும் தூதர் என்று விருந்துவைத்தார்கள். வழக்கம் போல் கூட்டங்கள் போட்டார்கள். பாராட்டினார்கள். ஏழாம் நாள் இரவன்று ஒரு பெரிய இடத்து எலி வந்தது. "சங்கீத மகார்ணவம் என்று உங்களுக்கு விருது கொடுப்பதாக எங்கள் சம்மேளனம் தீர்மானித்திருக்கிறது. தாங்கள் அதை ஏற்றுக்கெண்டால் எங்களுக்குக் கிடைத்த பெரும் கௌரவமாக அதைக் கருதுவோம்" என்றார்.

“பாடத்தெரியாதவருக்கு எப்படி இந்தப் பட்டம் கொடுப்பார்கள்?” என்று விழித்தது மனைவி.

பொங்கல் பண்டிகையன்று “சங்கீத மகார்ணவம்” என்று பொன்தகட்டில் எழுதி, எலியின் கழுத்தில் கட்டி மேளதாளத் துடன் வீட்டில் கொண்டுவிட்டார்கள்.

கல்கண்டுப் பொங்கலும் தவலை அடையும் செய்துபோட்டு அந்தத் திருநாளைக் கொண்டாடிய மனைவி எலி “ஒரு பாட்டு பாடுங்களேன்” என்றது.

“பாட்டா! இது வாங்கினப்பறம்யாராவது பாடுவாங்களா!” என்று கழுத்தைச் சுற்றியுள்ள பொன்பட்டியைச் சுட்டிக் காண்பித்தது எலி.

“மூத்த பயலுக்கு அகில உலக எலிகள் சங்கக் காரியாலயத்திலே சூப்பரிண்ட் வேலை வந்திடும். இப்பபோய் பாடச் சொல்றியே! பழைய லைப்ரரி எலின்னு நெனச்சியா?”

அடுத்த மாதம் அதற்கு ஒரு புதிய பதவி கிடைத்தது. ஆஸ்திரேலிய, நியூசிலாந்து நாடுகளில் இந்திய எலிகளின் நிரந்தரப் பிரதிநிதியாக ஆகி, அங்கே போய்ச் சங்கீதத்தை மறந்து இன்பமாய் வாழ்ந்து வந்தது.

“நிறுத்தற காலம் வந்துரும் என் சங்கீதத்தைன்னு ஒருநாள் சொன்னேனே, ஞாபகமிருக்கா?” என்று தன் மனைவியைப் பார்த்து அடிக்கடி சொல்லி மகிழ்ந்தும் வந்தது!

***நண்பன்*, பிப்ரவரி 1959**

குழந்தைமேதை

"நமஸ்காரம்"

"நமஸ்காரம்"

"நீங்கள் ..."

"நான் ஜடாதரன்."

"அதாவது"

"பேபி காமேச்வரியின் தகப்பனார்."

"அப்படியா, நமஸ்காரம். நான் வந்து – என் பெயர் தாண்டவ நடேசன்."

"தாண்டவ நடேசனா? ரொம்ப அழகான பேர்".

"ஆனால், ஆடத் தெரியாது."

"பரவாயில்லை."

"உலகத்திலுள்ள அதிசயங்களையும் சாகசமான காரியங்களையும் பற்றி எழுதிவருகிறேன். அதிசய மனிதர்கள், சாகசச் செயல்கள் இவற்றையெல்லாம் கண்டு கேட்டு ஆராய்ந்து பத்திரிகைகளில் எழுதி வருகிறேன்."

"அப்படியா! ரொம்ப சந்தோஷம்."

"இப்போது குழந்தை நாட்டியமேதை காமேச்வரியைக்கண்டு நாலு வார்த்தை பேச வேண்டும்."

"பேஷாகப் பேசுங்களேன். ஏய், காமு."

"ஒரு வேண்டுகோள்."

"என்ன?"

"குழந்தையை நான் தனியாகக் கண்டு பேட்டி காண விரும்புகிறேன்."

"பேஷா... காமூ... காமூ!"

"ஏம்பா"

"இங்க வாம்மா. இங்கே யார் வந்திருக்கா, பாரு... ஓடியா பாப்பம்!"

"நான் வாயெப்பாடு எழுதிண்டிருக்கேம்பா."

"அதை அப்புறம் எழுதிக்கலாம்டா கண்ணு. சித்தெ வந்துட்டுப்போ."

"உம்... ஆசை! எங்க வசந்தி டீச்சர் ஸ்கேலால பிச்சுப்பிடுவா."

"என்னடாது!"

"பரவாயில்லை... எழுதி முடித்துவிட்டு வரட்டும்."

"இன்னும் ரொம்ப நேரம் ஆகுமா?"

"மூணாம் வாயெப்பாடும் நாலாம் வாயெப்பாடும் எழுதணும் இன்னும்."

"சரி எழுதிவிட்டு உடனே வந்துடும்மா."

"மெதுவா வரட்டும்."

"அப்படியா! நீங்க எத்தனை நாழி காத்துண்டிருப்பேள்? ரொம்ப நன்றாயிருக்கே."

"காத்துண்டிருக்கிறதுதான் என் தொழிலே."

"ஹ்ஹ்ஹ் ஹ்ஹ்ஹ்."

"அதுவும் ஒரு குழந்தை மேதைக்குக் காத்திண்டிருக்கப்படாதா என்ன?"

"இருந்தாலும் நான் சட்டுனு முடிக்கச்சொல்லி அழச்சிண்டு வந்துட்றேன்."

○○○

"மாமாக்கு நமஸ்தே சொல்லு."

"நமஸ்தே."

“காமு, நீ மாமாவோட பேசிண்டுடிரு. நான் குளிச்சுட்டு வந்துடறேன்.”

“நீ எல்லா வெந்நீரையும் குளிச்சிப்பிடுவே.”

“இல்லை உனக்கு நிறைய வெச்சிருக்கேம்மா.”

“வப்பே, ரண்டு சொம்புக்கு மேலே விட்டுக்கோ, சொல்றேன்.”

“ரண்டு சொம்புக்கு மேலே விட்டுக்கமாட்டேன்”

“உக்காந்துக்கோம்மா.”

“நான் நின்னுண்டுதான் இருப்பேன் நீயாரு?”

“அப்பா சொல்லலியோ?... நான் பத்திரிகையிலெல்லாம் எழுதறவன். உன்னைப்பற்றி எல்லாம் எழுதப்போறேன்.”

“க்கும். அன்னிக்கி ஒரு மாமா என் போட்டோவை எழுதியிருந்தார் ஐய! மசியெல்லாம் கொட்டி, அழுக்காப் போட்டிருந்தார்.”

“நான் நன்னாப் போடறேனா இல்லியா பாரு.”

“அது என்னது.”

“சும்மா – பை கடுதாசி இருக்கு.”

“எங்கே? நீ ஒண்ணுமே கொண்டு வரலியே; அன்னிக்கி ரண்டு மாமா என்னைப் பாக்கவந்தா. பிஸ்கோத்து இத்தனை, பப்புருமுட்டு இத்தனை – எல்லாம் வாங்கிண்டுவந்தா.”

“நான் சொல்றதுக்கெல்லாம் கரெக்டா பதில் சொல்லு. நான் ஒரு பெட்டி சாக்கலேட் வாங்கித்தருவேன். ஆமா!”

“ரண்டு பொட்டி வாங்கித்தரணும்.”

“வாங்கித் தரேன்.”

“இன்னிக்கி எங்க வசந்தி டீச்சர் டிக்டேஷன் போட்டா. நான் அறவதுக்கு நூறு வாங்கினேன். ஜெயா வந்து அம்பதுக்குத் தான் நூறு வாங்கினா. அதுக்காக வந்து எனக்கு வசந்தி டீச்சர் வந்து ‘குட்’டுனு எழுதிக் கொடுத்தா.”

“பலே.”

“அப்புறம்... எங்கம்மாக்கு ஒரு பாப்பா பொறக்கப்போறது. அம்மா ஆஸ்பத்திரிக்குப் போவா அதுக்காக. அப்பாவந்து எனக்கு ரண்டு பெரிய டின் பிஸ்கோத்து வாங்கிக் கொடுக்கப்போறா.”

“ம்ஹ்ம்! தேவலியே, அந்தப் பாப்பாவுக்கு டான்ஸ் சொல்லிக்குடுப்பியா!”

“ஐய! டான்ஸே எனக்குப் புடிக்காது.”

“உனக்குப் புடிக்காதா?”

“ம்ஹ்ம்.”

“பின்னே நீ டான்ஸ் ஆடறயே.”

“அப்பாதான் ஆடச்சொல்றா. இல்லாட்டா விசிறிக்காம்பாலெ அடிக்கிறா. வாத்யார் வீட்டுக்குப்போகச் சொல்றா. வாத்யார் மாமா வந்து சொல்லிக் கொடுத்திண்டேயிருப்பா. அதுக்குள்ளியும் அந்த கங்கா மாமி வந்துருவா... வந்து, அந்த கங்கா மாமி வந்து “ஆயிரம் ஆண்டு அழுதுபுரண்டாலும் மாணடார் வருவரோ”ங்கிற படத்திலெகூட டான்ஸ் ஆடறாளே, அந்த கங்காமாமி வருவா – உடனே வாத்யார் மாமா சரி நீ நாளைக்கு வாம்மான்னு சொல்லிட்டு மாமியோட ஏறிண்டு கார்லே போயிடுவார்.”

“சரி, உனக்கு எந்த டான்ஸ் ரொம்பப் புடிக்கும்.”

“போங்க மாமா – எனக்கு டான்ஸே புடிக்கலெ.”

“அப்படி சொல்லப்படாது – குழந்தே! உனக்கு எது ரொம்பப் புடிச்சிருக்கு! பதமா, வர்ணமா, ஸ்வரஜதியா?”

“எனக்கு பாம்பாட்டி டான்ஸ் தான் ரொம்பப் பிடிக்கும். படம் எடுத்து ஆடறாப்பல, இப்படீ . . . இப்படீ ஆடி அப்பாவை டப்டப்புனு பாம்பு மாதிரி போடுவேன் அதுதான் எனக்கு ரொம்ப புடிக்கும். அப்பறம் அப்பா சிரிப்பா, நானும் சிரிப்பேன்.”

“நீ இதுவரையில் எத்தனை இடத்துலெ டான்ஸ் ஆடியிருக்கே.

கோயில் கிட்ட ரண்டு தடவை . . . தகரக் கொட்டகை போட்டிருக்குமே அங்கே – அப்புறம் கீத்துக் கொட்டகை போட்டிருக்குமே – அங்க ரண்டு தடவை ஆடினேன். அப்புறம் வெள்ளையா ஒரு இது இருக்கும்பாரு, பெரிய மாடி மாதிரி அங்கே ஆடினேன்.”

“உனக்கு எது ரொம்பப் புடிச்சிருந்தது?”

“கீத்துக்கொட்டகையிலேதான் நன்னாயிருந்தது. அங்கதான் கடசீலெ அப்பா அம்மா நான் வாத்யார் எல்லாரையும் உக்காத்தி வச்சு பொங்கல், ஜிலேபி தயிருஞ்சாதம் எல்லாம் போட்டா. பொங்கல்லே முந்திரிப்பருப்பு நிறைய ஆம்பட்டுது. மாமா அங்க வந்து தயிருஞ்சாதத்தில் திராட்சைப் பழம் போட்டிருந்தா மாமா . . . மொளகா போடாம.”

"நீ எந்த இடத்திலெ நன்றாக ஆடினே?"

"போங்க மாமா."

"நீ சினிமாவிலே டான்ஸ் ஆடுவியோ?"

"உம், ஆசை தோசை அம்மா வீட்டுப் போசை!"

"ஏன் சினிமாவிலே ஆடப் புடிக்கலியா!"

"உம் . . . நான் மாட்டேன். அப்புறம் வாத்யார் கங்கா மாமி மாதிரி என்னையும் காரிலே அழச்சிண்டு போவார்... ம் அப்பாதான் சினிமாவிலே போயி ஆடட்டும்."

"இப்ப டான்ஸ் ஆடறவாள்ளாம் கப்பல்லெ ஏறி ஏரொப்ளேன்லெ ஏறிண்டு வெள்ளைக்காரா இருக்கற ஊருக்கெல் லாம் போய் ஆடிப்பிட்டு வரா? உனக்கு அதுமாதிரி போணும்னு ஆசையிருக்கோ?"

"வெள்ளைக்காராள்ளாம் ஐஸ்க்ரீம் தானே சாப்பிடுவா தினமும்?"

"ஆமாம்."

"அப்படின்னா நானும் போய்ட்டு வரேன் மாமா. அன்னிக்கி வெள்ளையா ஒரு மாடிலே ஆடினேன் பாரு. அன்னிக்கி ஒரு வெள்ளைக்கார மாமி வந்தா – அப்பா கையைக் குலுக்கச் சொன்னா – ஜில்லு மெத்துன்னு ஐஸ்க்ரீம் மாதிரி இருந்தது மாமா. தலை மயிரு மாத்ரம் மஞ்சளாயிருந்தது. புஸ்ஸி புஸ்ஸின்று கூப்ட்டேன் அந்த மாமியை. அதுக்காக ஆத்திலே வந்து கன்னத்திலெ புடிச்சு நிமிண்டினா மாமா எங்கப்பா. வந்து மாமா எங்கப்பா ஜுரம் வந்து – படுத்துனுட்டா நான் ஆடாம இருக்கலாமோல்லியோ?"

"உங்கப்பாவுக்கு ஏன் ஜுரம் வரணும்?"

"எனக்கு மாத்ரம் வந்துதே. கீத்துக் கொட்டகையிலே முதத்தடவை ஆடற அன்னிக்கு சாயங்காலம் எனக்கு ஜுரமா யிருந்தது. நீ இன்னிக்கி ஆடிப்பாடு அப்பறம் தித்திப்பா ஒரு மருந்து தரச் சொல்றேன் டாக்டர்கிட்ட சொல்லின்னு ஆடச்சொன்னா. நான் ஆடினேன். அப்பறம் இந்த அப்பா வந்து டாக்டர்கிட்ட காமிச்சு கசப்பா ஒரு மருந்தை வாங்கிக் குடுத்தது. அப்பாவாம் கொப்பா – ஏரோப்ளேன்லெ போறபோது மாமா, அப்பா வாண்டாம் நீ மாத்ரம் வா, மாமா... அப்பதான் குறத்தி டான்செல்லாம் ஆடலாம். இஞ்ச அப்பா மாத்ரம் ஜுரம் வந்து குளுரு நடுக்கிண்டு கஞ்சியைக் குடிச்சிண்டு படுத்திண் டிருக்கட்டும்."

"சேச்செ. அப்பபடியெல்லாம் சொல்லப்படாதும்மா அப்பாவை"

"நான் அப்படித்தான் சொல்லுவேன்."

"சரி, உனக்கு எதிலே ரொம்ப ஆசை?"

"எனக்கு வந்து மாமா இது வந்து பெரிய்ய்ய்ய்ய வீடா இருக்கணும். அதிலே வந்து நிறைய்ய்ய்ய நாலு ரூம் இருக்கணும் வந்து, ஒரு உள்ளும் நிறைய வேர்க்கடலெ அடைச்ச்சு வச்சிருக்கணும். இன்னொரு உள்ளே வந்து சாக்கலேட்டா அடச்சி வச்சிருக்கணும். இன்னொரு உள்ளே வந்து எலிப் புழுக்கை பப்பரமுட்டா நிறைய்ய களஞ்சியம் மாதிரி கொட்டி வச்சிருக்கணும்"

"இன்னொரு ரூம்லே?"

"இன்னொரு ரூம்லே வந்து ஐஸ்க்ரீம் ஐஸ்க்ரீம்"

"சரி, அப்பறம் வேற என்ன ஆசை இருக்கு உனக்கு"

"வந்து, ராத்திரி படுத்துண்டு தூங்கறபோது, அப்பா வந்து நான் விசிறிக் காம்பாலெ அடிக்கறாப்பல சொப்பனம் கண்டு இல்லேன்னு கத்தணும். நான் வந்து புலிமாதிரி ஆகி, அப்பாவைப் பாத்து முர்முர்ருன்னு பண்ணணும். அப்பா கண்ணை மூடிண்டு பயமாருக்கே பயமாருக்கேன்னு அந்தண்டை திரும்பிண்டு கத்தணும் அப்பறம்தான், அது எல்லா வெந்நீரையும் குளிச்சுடாம எனக்கும் அண்டாவிலே வெந்நீர் வச்சிருக்கும். ரண்டேரண்டு சொம்பு தான் வைக்கும் இல்லாட்டா. அப்படியே சொம்பாலே மொத்தணும் தலைமேலே."

"காமூ, காமூ அடியே ... இங்கவாடி ... அப்பாவைப் பாருடீ ..."

"என்னம்மா ..?"

"என்ன! என்ன!"

"நீங்க சித்தை வாங்கோளேன்... வெந்நீர் உள்ளே அப்படியே விழுந்து கிடக்காரே அவர். எனக்கு என்னமோ பண்றதே!... சித்தை வாங்கோளோன்."

"ஏன் என்ன ஆச்சு!"

"என்னமோபோல விழுந்து கிடக்காரே. எனக்கு ஒன்னும் புரியலியே!"

"சார் சார்... ஒன்றுமில்லே... மூர்ச்சை போட்டிருக்கு."

“அப்பாவை நான் தான் கொன்னுட்டேன் ... ஊ—ஊ” ...

“ஐயோ குழந்தை இப்படி அழறதே.”

“ஒன்றுமில்லே ... பயப்படாதிங்கோ ... கொஞ்சம் குளிந்த ஜலம் கொண்டுவாங்கோ. முகத்திலே வீசி அடிக்கணும்.”

“நான்தான் அப்பாவைக் கொன்னுட்டேன் ... நான் தான் பாம்பு மாதிரி ஆடி ஆடி அன்னிக்கிக் கொத்தினேன் ... அப்பா ... நான் இனிமே சமத்தா ஆடறேம்ப்பா ...

“பகவானே.”

“ஊ ஊ.”

“இதோ கண்ணைத் திறந்துட்டாரே.”

“காமூ”

“அப்பா நான் இனிமே சமத்தா ஆடறேம்பா ... உன்னே வெய்யமாட்டேன்”

“கண்ணை முழிச்சுப் பருங்கோ”

“சார் சார்”

“ம் ... ம்”

“யாரு?”

“நான் தான்சார் நடேசன்.”

“ம் ... ஓகோ சரி ... காமூ.”

“காமு இதோ இருக்காளே,”

“கொஞ்சம் காபி கொண்டு வாங்கோ. சார்—ஏந்திருங்கோ.”

“ஒன்றுமில்லே எனக்கு ப்ளட் ப்ரஷ்ஷர் சார் ... மறந்து போய் வெந்நீரைத் தலையிலே சுடச் சுட விட்டுனுட்டேன்.”

“அப்பா ... நீ இனிமே சாக்கலேட் வாங்கித் தர வாண்டாம். நான் வெறுமியே ஆடறேம்பா ... ஏந்திருப்பா.”

“இந்தாங்கோ — இந்தக் காபியைச் சாப்பிடுங்கோ.”

“எனக்குப்பா காபி.”

***நண்பன்*, மார்ச் 1959**

கோவிந்தராவின் மாப்பிள்ளை

கோவிந்த ராவ், மொட்டை மாடிக் கைப்பிடிச் சுவர்மீது ஒரு காலை மடக்கிப்போட்டு உட்கார்ந்ததும் உட்காராததுமாக, எங்கோ தொலைவில் பார்த்துக்கொண்டிருந்தார்.

"ரொம்பப் பெரிய யோசனை போலிருக்கு!"

"ஆமாம் சார், எங்களுக்கெல்லாம் ஏன் பண்டிகை வருதுன்னு கேட்டுக்கிட்டிருக்கேன்."

"யாரை?"

"யாரையோ! உடுப்பி கிருஷ்ணனைக் கேட்டாச்சு, பதிலில்லை. வேறு யாரைக் கேட்க லாம்னு யோசனை" என்று வழக்கமாகப் பூக்கிற புன்முறுவலைப் பூத்தார். அந்தப் புன்முறுவல் சோடா பாட்டில் மூக்குக்கண்ணாடிக்குள் சிறுத்திருந்த கண்களை இன்னும் சிறிதாக்கிவிட்டது!

"உங்க எஜமானைக் கேக்கறது!"

"எதுக்கு எஜமானர்? வேலைக்கா, விச்வாசத் துக்கா? போனஸ் முப்பது ரூபா கொடுத்திட்டாரு, சும்மா அவர்தான் என்ன செய்வாரு?" என்று மறுபடியும் கண்ணைத் தொலைவில் வீசிவிட்டார் அவர்.

மாநிறமாயிருந்த உடலில் ஓயாத வேர்வையிலும் அடுப்புச் சூட்டிலும் தாமிரக் கறுப்பு ஏறியிருந்தது. கோவில் மூலவரைப்போல மாறாத ஒரு எண்ணெய்ப் பாடம் வேறு. கூராக மீசை, வளையம் வளையமாகத் தலைமயிர், நல்ல கறுப்பு மயிர், ஆனால் வாரிப்

பார்த்து வெகு காலமாகிவிட்டதாக ஞாபகம். இடையில் கடலைமாவு வேகம் வீசுகிற நரையும் கறையும் படர்ந்த நாலு முழவேஷ்டி. ஜோட்டி ஜோட்டியாக அரிசி உளுந்தைப் போட்டு ஆட்டுரல் முன் உட்காருகிற உடம்பு. கையும் காலும் மார்பும் கண்டுகண்டாக வைரம் ஏறிக்கிடந்தன. விரல்களில் நிரந்தரமாக ஏறிவிட்ட வேலைக் கறுப்பு இல்லாவிட்டால் சற்று அழகாகவே இருக்கவேண்டிய கை கால் தான்.

என்னதான் ஹோட்டலில் சாப்பிட்டுவிட்டாலும், ஆறு குழந்தைகளை வைத்துக்கொண்டு எழுபத்து நாலு ரூபாய்க்குள் பட்டணவாசம் நடத்துகிற பீதாம்பர ஜாலம் ஒரு ஜாலம்தான். இதைப் பார்த்திருந்தால் நரகாசுரனை அவன் கொன்றேயிருக்க மாட்டான். மகிஷாசுரனை அவள் மறந்து போய்க்கூடப் பார்த்திருக்க மாட்டாள்.

“மாப்பிள்ளை வந்தாச்சு, தெரியுமா?” என்றார் கோவிந்த ராவ், கண்ணைத் தொலைவிலிருந்து என் பக்கம் திருப்பி.

“மாப்பிள்ளையா, எப்படி?”

“ஒரு மணியாச்சு. வந்தாரு, காப்பி சாப்பிட்டாரு, இப்படிப் ‘பார்க்’ பக்கம் போயிருக்காரு.”

அவருக்கு மாப்பிள்ளை வாய்த்த அழகைத்தான் எப்படிச் சொல்வது? அவனும் உடுப்பிப் பையன் தான். ஹோட்டலில் வேலையாயிருந்தவன், திடீர் என்று அதை விட்டுவிட்டுச் சினிமாவில் சேர்ந்துவிட்டதாகச் சென்ற தடவை வந்தபோது சொன்னான்.

“சினிமாவா, நடிக்கிறியா?”

“ஆமா சார்.”

“இப்ப எதிலே நடிக்கிறே?”

“நாலு படத்திலே நடிக்கிறேன் சார் . . . ரண்டு தமிளு, ஒரு தெலுங்கு, ஒரு மலையாளம்.”

“தெலுங்கு, மலையாளம்லாம் தெரியுமா உனக்கு?”

“என்னத்துக்கு சார் தெரியணும்? நான் இப்ப ‘ஆடியன்ஸா’த் தானே வந்துட்டிருக்குறேன்.”

“என்னது?”

“ஆமா சார். கல்யாணம், டீ பார்ட்டி இந்த மாதிரி ஸீன்ஸ் வந்துதுன்னா அதிலே கூட்டத்திலே இருப்பேன்!”

"அதிலே, எத்தனை வந்துடும்?"

"ஒரு நாளைக்கு அஞ்சு ரூவா. ஏஜண்டு ரூபாய்க்கு கால் எடுத்துக்குவான். மூணே முக்கா ரூபா கிடைக்கும்."

"தினமும் இப்படி சான்ஸ் வருமா?"

"வராது, அதான் கஷ்டமாயிருக்கு. மாசத்துக்கு நாலு தபா வரும்!"

"வேலையிலிருந்துகொண்டே பாத்துக்கப்படாதா இதை யெல்லாம்?"

"அது ரொம்பக் கஷ்டம் சார், வேலையிலே இருந்தா அவங்க திடீர்னு வந்து கூப்பிட்டா போக முடியுமா? அப்புறம் சான்ஸ் போயிடும்."

கலைகளுக்கெல்லாம் தேவதையாமே சரஸ்வதி தேவி, அவள் நினைவுதான் வந்தது எனக்கு. என்ன ஆசையம்மா உனக்கு? யார் யாருடைய மனசில் எல்லாமோ புகுந்து பெயர் சொல்ல ஆசைப்படுகிறாயே. இவன் பிழைப்பையும் கெடுத்து.

பையன் நல்ல சிவப்பு. ஆனால் ரத்தம் செத்த சோகைச் சிவப்பு. எண்ணெய் மாந்தின செம்பட்டை மயிர். நல்ல கருநீலமாக ஒரு புஷ் சட்டை. கீழே ஒரு நாலு முழம். சாந்துப் பொட்டு. கையில் சுருட்டின ஒரு சினிமாப் பத்திரிகை. மெல்லிய குரல். அழுகையும் சிரிப்புமாக வந்தது எனக்கு அப்போது. இரண்டு மாதம் முன்னால் நடந்தது இது:

"மாப்ளைக்குத் தங்கச் செயின் வேணுமாம் கைக்கு" என்னைப் பார்த்துப் புன்சிரிப்புச் சிரித்தார் கோவிந்த ராவ்.

"போடு சக்கை!... ம்... மறுபடியும் வேலைக்குப் போ... பண்ணிப் போடறேன்னு சொல்றதானே?"

"பண்ணிப் போட்டுப்பிட்டு, அதைச் சொல்லலாம்னு இருக்குறேன்."

"எதுக்காக?"

"நீங்க சொல்றது மத்தவங்களுக்கு; மாப்ளைக்கு அந்த மாதிரி சொல்லலாமா?"

கோவிந்த ராவ் இப்படித்தான் என்னை வாயடைக்கிற வழக்கம். துரும்பைப் போட்டுவிட்டு மாப்பிள்ளை என்ற பெயர் வைத்தால் அது விடைக்குமாம்: விறைக்குமாம்! என்ன அசடா யிருந்தால் என்ன? மாப்பிள்ளை என்ற பெயர் கதாயுதம்போல

அதற்குப் பலம் கொடுத்திருக்கிறபோது? முகத்தில் வெள்ளைப் பொடியைப் பூசிக்கொண்டு கூட்ட 'ஸீன்' எப்போது வரப் போகிறதென்று ஸ்டுடியோ மரத்தடியில் உண்டைக் கட்டியைச் சாப்பிட்டுவிட்டுக் காத்துக் கிடக்கற ஒரு பதர், கோவிந்த ராவின் இந்த வைரம் பாய்ந்த உடலில் இவ்வளவு கிலியைப் பாய்ச்சியிருக்கிறதே? விதியின் திருவிளையாட்டுத் தானே? கோவிந்த ராவ் தானே தலையில் வாரிப்போட்டுக் கொண்ட அவதி இது. லல்லிக்குப் பதினாறு வயசு இன்னும் முடியவில்லை, அதற்குள் குடுகுடுவென்று ஓடிப்போய்க் கலியாணத்தைப் பண்ணிவைத்தானே இந்த மனிதன்! பையன் எப்படி, என்றுதான் யோசித்தானா?

நான் யோசித்துப் பார்த்தேன் பொறுக்கவில்லை. "நீர் தானய்யா சொன்னீர் சித்தே முன்னாலே, 'ஏழைகளுக்குப் பண்டிகை வரப்படாது'ன்னு" என்று சூடாகச் சொன்னேன்! "மாப்பிளே கேக்கறான்னு கைக்குத் தோடா வாங்கிப்போடும் நான் வாண்டாம்கலே! அதுக்கு இந்த அழுகை எதுக்கு? பேசாம வாங்கிண்டு வாரும்!"

"வாங்கியாச்சு சார். அதனாலே தான் சொன்னேன்."

"வாங்கியாச்சா!"

"ஆமா சார்... லல்லீ" என்று கூப்பிட்டுத் துளுவிலே என்னமோ சொன்னார்.

லல்லி ஒரு டிஷ்யூ காகிதப் பொட்டணத்தைக் கொண்டுவந்து நீட்டிற்று.

"நல்லாருக்கா மாமா பாருங்க!" என்று அடக்கமாகக் கேட்டாள் லல்லி. நாலு வயசிலிருந்து நான் தூக்கி விளையாடின லல்லி இது. என் முதுகு கை கால்களெல்லாம் துவைக்கும். ஆனால் இந்த – இப்போது கேட்கிற குரலில், அந்தக் காலம் மலையேறி மறைந்த தொலைவுதான் கேட்டது. நாயகனின் திருவடியில் வைக்கும் காணிக்கையைப் பயபக்தியுடன் காண்பித்தாள் அவள். இது என்ன உலகம். விலகி விலகிப் போகிற இது என்ன உலகம்.

பொட்டணத்தை வாங்கிப் பிரித்தேன். ஒரே பவுன் இருக்கும். ஒரு மெல்லிய சங்கிலி. மணிக்கட்டில் துவள்கிற சங்கிலி. புது மெருகும் பட்டையுமாக மின்னிற்று.

"செய்யறதையும் செஞ்சுப்பிட்டுத்தானா இந்தக் கூழைப் பாட்டுப் பாடினீர், ஏன்யா!"

அவர் குறும்புச் சிரிப்புச் சிரிக்கும்போதே மாடிப்படியில் காலடி கேட்டது. கோவிந்த ராவின் ஆறு வயதுப் பையன் ஏறி வந்தான். பின்னால் மாப்பிள்ளை. அதே வேஷம்: கருநீல புஷ் சட்டைக்குப் பதிலாக, இப்போது கருஞ்சிவப்பில் ஒரு புஷ் சட்டை. மற்றதெல்லாம் முன்மாதிரியே – கையில் சுருட்டின சினிமா பத்திரிகை உள்பட.

மாப்பிள்ளை என்னை க்ஷேமம் விசாரித்தான். கோவிந்த ராவின் மகன், அவர் ஐஸ்க்ரீம் வாங்கிக் கொடுத்ததைச் சொன்னான். "இங்கே வா" என்று மாப்பிள்ளையை அருகில் அழைத்து, மணிக்கட்டில் சங்கிலியைப் போட்டார். கோவிந்த ராவ். என்னை வணங்கச் சொன்னார். என்னோடு அவரையும் வணங்கி எழுந்தான் அவன்.

மாப்பிள்ளை உள்ளே போனான். லல்லியும் உள்ளே போயிற்று.

"வெள்ளை வர்ணம் அவரு. கைக்கு நல்லா இருக்குல்ல சங்கிலி?" என்றார் கோவிந்த ராவ்.

"அட கூறு கெட்ட மனுஷா!" என்று சொல்வதற்குப் பதிலாக, "ஆமாம்" என்று சொல்லி வைத்தேன். இந்த மனிதனின் சந்தோஷக் கண்றாவியைப் பார்க்கப் பொறுக்க முடியவில்லை. எழுந்து உள்ளே போனேன். 'தடிமுண்டம்' என்று கோவிந்த ராவை என் மனைவியிடம் மூன்றாம் காதில் விழாமல் வைதேன்.

"பார்த்தா சாது மாதிரியிருக்கு. கண்ணிலே விரலைக் கொடுத்து ஆட்டியிருக்கும் போலிருக்கு அவரை. இல்லாட்டா இது இப்படி ஓசைப்படாம வாங்கிண்டு வந்து நிக்குமா? ஆனா, அதுக்கும் ஆசைதான். மாப்பிள்ளை கேட்டுப்பிட்டார்னு அது ஜனகமகாராஜா மாதிரி பரந்த பரப்பைப் பார்க்கணுமே?" என்று கண் காதெல்லாம் வைத்து ஆரம்பித்துவிட்டாள் கௌரி.

"சரி, வேலையை முடி… அப்பறம் பேசிக்கலாம், கடைக்குப் போகணும்."

"இதோ இன்னும் நாலு ஈடு. அப்பறம் முகத்தை அலம்பிண்டு வேற புடவை கட்டிண்டு கிளம்பவேண்டியதுதான்" என்று ஓமப்பொடியை எண்ணெயில் பிழிந்தாள் கௌரி.

"ஆறு வச்சிண்டிருக்காளே கோவிந்த ராவ் பெண்டாட்டி. பேசாமே ஒண்ணை ஸ்வீகாரம் பண்ணினூடேன்."

"பொண்ணையா, புள்ளையையா?"

“பொண்ணைத்தான் எடுத்துக்கோயேன். காலாகாலத்திலே புருஷன் வீட்டுக்குப் போகும். கடியாரச் சங்கிலி போடலாம் மாப்பிள்ளைக்கு!”

“வேறே நாலு வடச் சங்கிலியா போட முடியும்? நீங்க போட்டிருக்கிற புகையிலைக் காசிலே இன்னொருத்தியாயிருந்தா ஒரு காசு மாலையும் புளூஜாகரும் பண்ணிப் போட்டிருப்பா!”

பிள்ளை வளர்க்கிற சாமர்த்தியத்தை மிச்சம் பிடித்த கௌரி, பேச்சில் அதை வளர்த்துக்கொண்டிருந்தாள். ஜிலுஜிலுவென்று பேசிக்கொண்டே இருந்தாள். எத்தனையோ நாலு ஈடு ஆகிவிட்டது. நான் உள்ளே பேசத் தொடங்கி ஒரு மணி நேரத்திற்குமேல் ஆகிவிட்டது. ஒரு பாடாக எண்ணெய்ச் சட்டியை இறக்கி, பட்சணங்களை டப்பாக்களில் வைத்துப் பூட்டிவிட்டு அவள் முகம் கழுவ ஆரம்பித்தாள்.

அமைதியாயிருந்த கோவிந்த ராவ் வீட்டில் பேச்சுப் பொரிந்தது. எனக்குத் துளுவும் தெரியாது, கன்னடமும் தெரியாது. ஆகே, கோட்ரே என்று கோவிந்த ராவும் மாப்பிள்ளையும் மாறிமாறிப் பொரிந்துகொண்டிருந்தார்கள்.

மாப்பிள்ளையின் குரல் சூடாக இருந்தது. இயற்கை தானே, அதே இயற்கையை ஒட்டி மாமனாரின் குரல் தணிந்து போயிற்று. கோவிந்த ராவின் மனைவியும் நடு நடுவே என்னமோ சொல்லிக் கொண்டிருந்தாள்.

பளார் என்ற ஒரு அறை யாரோ ஒரு குழந்தையின் முதுகில் விழுந்தது. அது வீல் என்று அழாமல் குற்றத்தை ஒப்புக்கொண்ட அழுகையாக விம்மி அழுதது.

“உமக்குப் புத்தி கித்தி இருக்கா?” என்று மாப்பிள்ளை கத்துவது போலிருந்தது. அடுத்த க்ஷணம் என் அறைக்குள்ளே அழுகிற மைத்துனனைக் கையுடன் அழைத்துக்கொண்டு வந்து நின்றான் மாப்பிள்ளை. அவன் உதடு துடித்துக்கொண்டிருந்தது.

“என்னப்பா?” என்றேன்.

“ஒண்ணுமிலே சார், உங்க சிநேகிதரு புத்தியையும் சேத்து ஆட்டுக்கல்லில் அரைச்சுப்பிட்டாரு” என்றான்.

“என்னது?” என்று பரபரப்போடு எழுந்தேன்.

“நான் சினிமாக்காரான்னா என்ன வேணாச் செய்யலாம்னு நெனச்சிருக்கார் சார் இவுரு!”

“என்னப்பா, சொல்லேன்.”

“கடியாரச் சங்கிலி போட்டுக்கிட்டிருக்கான் என்னோட நடிக்கிற கட்டாம்பிளின்னு சொன்னேன் சார், ஒரு நாளைக்கு லல்லிகிட்ட. அது போயி இவருகிட்ட சொல்லிருக்கு. இவரு பாருங்க சார் ...” என்று குழந்தையை விட்டுவிட்டு வெளியே ஓடினான் மாப்பிள்ளை. இன்னொரு குழந்தையைத் தூக்கிக் கொண்டுவந்து என் முன்னால் வைத்தான். நாலு வயசு டிக்கி அது.

“பாருங்க சார், இந்த கொளந்தைக்கு நான் என்ன சார் செஞ்சேன்? இதும் காதிலே இருக்கறதைப் பிடுங்கிக்கிட்டுப் போயி சங்கிலி வாங்கிட்டு வந்திருக்கார் சார். நான் இவரைக் கேட்டனா சார்? சத்தியமாச் சொல்றேன். கேக்கவே இல்லே சார். இவரை யாரு சார் குழந்தை காதிலே இருக்கிறதைப் பிடுங்கிக்கிட்டுப் போகச் சொன்னாங்க? சங்கிலியைப் போட்டுக்கிட்டு உங்களை நமஸ்காரம் பண்ணிட்டு உள்ளே போனேனா? இதைப் பார்த்தேன், காதிலே ஒன்னுமில்லே. என்னமோ தோணிச்சு, உடனே பட்டாசு வாங்கறாப்பல இந்தப் பையனைக் கடைத்தெருக்கு அளைச்சிட்டுப் போய்க் கேக்கறேன். அப்பாதான் களட்டினாங்கன்னு சொன்னான் இவன். எனக்கு என்னாத்துக்கு சார் இந்தப் பாவம்! உடனே சங்கிலியை வித்து லோலக்கு வாங்கியாந்து போட்டேன். ‘நான் மாமனாரு: நீ என்னமா நான் வாங்கிக் கொடுத்ததை வாண்டாம்கலாம்னு’ சட்டம் பேசறாரு சார் இவரு. நான் சினிமாவிலே நடிச்சிட்டா முட்டாள்னு நினைச்சிட்டார் போலிருக்கு... அப்புறம் நீ ஏண்டா சொன்னேன்னு இதை வேறே போட்டு அடிச்சிட்டாரு சார். சுத்தமா சென்சில்லாத மனுசன் சார் இவுரு.. !”

முகம் கோண, உதடு துடிக்கக் கத்திக்கொண்டிருந்தான் அவன்.

“என்னய்யா கோவிந்தராவ். என்ன இது?” என்றேன்.

“உம்” என்றுகொண்டே வந்து நின்றார் அவர்.

“என்ன?”

“என்ன, உம்ம மாப்பிள்ளை இப்படி”

“ஆமா சார், செஞ்சு போடறோம். வாங்கிட்டாத்தான் சந்தாஷமா இருக்கும். அதான் நான் சொல்றது.”

“ஏன் ஸார், நமக்கு மாத்திரம் சந்தோசம் கிடையாதா – வேணாமா – சொல்லுங்க சார்” என்றான் பையன். “இத பாருங்க, இந்தக் குளந்தை காதிலே லோலக்கு போடாட்டி, நான்

போப்போறே ஸ்டூடியோவிலேயோ, எங்கியோ குளாயிருக்கு. நான் அங்கே எண்ணெ போட்டு ஸ்னானம் பண்ணிக்குவேன்."

"அதென்ன பேச்சு?" என்றார் கோவிந்த ராவ்.

"அதான் பேச்சு!" என்றான் மாப்பிள்ளை.

அவன் கிளம்பிப்போய் ஒண்டிக்கட்டையாகத் தீபாவளியை ஸ்டூடியோ குழாயடியிலேயே கொண்டாடிவிடுவான் போலிருந்தது. நானும் அவன் பக்கம் சேர்ந்துகொண்டேன்.

"ஹூம்... இதெல்லாம் என்னா சார் புள்ளீங்க!" என்று சரணடைந்தார். லோலக்கை மாப்பிள்ளையின் கையில் கொடுத்தார் கோவிந்த ராவ். டிக்கியின் காதில் போட்டான் அதை மாப்பிள்ளை.

"மகா தெரிஞ்சவன் போல" என்ற பாவனையில் இருந்தது கோவிந்த ராவின் புன்சிரிப்பு.

ஆனந்த விகடன், தீபாவளி மலர் 1959

திருப்பதிக்குப்போன மயில்சாமி

மயில்சாமி இரண்டு நாட்களுக்கு முன்வந்த வாழ்த்துரையை சிரமப்பட்டுப் படித்துக் கொண்டிருந்தான்.

"வித்தக நடிகரே வாரும் வாரும்,
திரைக்கலைத்தூணே வாரும் வாரும்,
நடிப்புக் கலையின் மானிட வடிவே,
ஒன்றா உலகத்து உயர்ந்த புகழல்லால்
பொன்றது நிற்பதொன்று இல்"

என்று தமிழ்மறை தத்துவத் திருவள்ளுவன் மொழிந்தாற்கேற்ப ஒப்பில்லாப் புகழில் ஓங்கி வளர்க உத்தமநடிக!

1957ஆம் ஆண்டு அக்டோபர் திங்கள் தமது முதற்படம் வெளியாயிற்று. உருசியர் விட்ட ஸ்புட்னிக் உலகம் சுற்றத் தொடங்கிய கணமே தமது படமும் வெளியாயிற்று என ஆராய்ந்து நீவிர் கட்டிய புதுமனைக்கு சுபுத்தினியகம் எனத் திருப்பெயர் வைத்த விஞ்ஞான நடிகர் நீரேயாவீர்.

உண்ணுங்கள் உண்ணுங்கள் என்று உவகையுடன் நடிப்பு விருந்து படைத்து எங்கள் கலைப் பசியை ஆற்றிய தமிழ்ச் சுடரே, தமிழ்த்தாயின் கருவிழியே,

"நடிப்புக்கோன், திரைநடிப்பு வேங்கை, நடிப்பு வேழம், திரையுலக மன்னன், திரைப்பட இளங்கோ முதலிய எண்ணற்ற பட்டங்களை உமக்கு கலையுலகம் காணிக்கையாய் அளித்துள்ளது. என்றாலும் தமது நடிப்பின் எட்ட முடியாச் சிகரத்தினைச் சுட்டிக்

காட்டும் திறன் இவற்றிற்கு இல்லாததால் அகில உலக நடிகப் பேரரசன்” என்ற திருநாமத்தை தம் கலை விருந்துகளை உண்டு களித்த நாங்கள் சூட்டுகிறோம். பிழைபொறுத்து, பெருமனதுடன் ஏற்பீராக.

“வாழ்க அகில உலக நடிகப் பேரரசன்”

இப்படிக்கு
வீரானம் பட்டி மயில்சாமி
இளைஞர் மன்ற உறுப்பினர்கள்

வீரானம்பட்டி மட்டுமல்ல, பூங்காடு மிளகுநத்தம், படுவாச்சேரி, உழுப்பேடு, பாக்குப்பட்டினம், மோர்க்குறிச்சி, வக்கணையாரம், பசுந்தலை, – இப்படி தமிழ்நாடு முழுவதுமே அவனுக்குப் பட்டங்கள் கொடுத்திருந்தது. மூன்று ஆண்டுகள் முடிவதற்குள் முப்பது லட்சம் தாண்டிப் போய்விட்டது மயில்சாமி யின் சொத்து. மூன்று ஆண்டுகளுக்கு முன் வீராசாமி எங்கள் தெருவில் வேலய்யா வாத்தியாரோடு ஒண்டுக்குடியிருந்தபோது பால்கார கிராமணியாரும், வெற்றிலைக்கடைச் செட்டியாரும் பாக்கிக்காகப் படியில் நின்று சத்தம் போட்டதெல்லாம் போக, இப்போது அவனைப் பேட்டி காண நாள்கணக்கில் ஜட்ஜிகள் என்ன, தலைவர்கள் என்ன, பிரின்சிபால்கள் என்ன, வக்கீல்கள் என்ன, புலவர்கள் என்ன, மனைவி என்ன – எல்லோரும் காத்துக் கிடக்கிறார்கள். மனைவிகூடவா என்றால், மனைவி கூடத்தான். மாதம் இரண்டு மூன்றுதடவை அவள் புருஷனைப் பார்ப்பதே அரிது. துக்கம் தாங்காமல் அவள் ஒருநாள் கண்ணீர் சொரிந்ததைப் பார்த்து, “என்ன புள்ளே இது! நாலுலட்சம் அஞ் சிலட்சம்னு ஒரு படத்துக்கு வாங்கறப்ப ஊட்டுக்குள்ளாரவே குந்தியிருக்க முடியுமா? நான் என்ன அடுப்பாங்கரைப் பூனையா? இப்படி மாலாசு பண்றியே உலகம் தெரியுமா?” என்றான் மயில்சாமி.

“முப்பது லட்சம் சம்பாரிச்சது பத்தாதா? அரமனை மாதிரி நாலு வீடு வாங்கியாச்சு. ஏளுக்காரு வாங்கியாச்சு. பத்தாதா?”

“பணம் சம்பாரிக்கிறதுக்கு எல்லை கிடையாது கோமதி... இப்ப மொத்தம் முன்னூத்திநாலு படம் கையெழுத்துப் போட்டிருக்கேன். நூத்து நாற்பது படம் ரிலீஸ் ஆயிடிச்சு. சொச்சம் இன்னும் ஏழெட்டு வருடத்திலே முடிஞ்சிடும். அப்புறம் உன்கூடவே எப்பவும் இருக்கிறேன். போதுமா?”

“ம்க்கும்” என்று அவள் மேலே பேசுவதற்குள் “போன்” வந்தது. மயில்சாமி ஸ்டுடியோவுக்குக் கிளம்பிவிட்டான்.

அப்புறம் ஒரு வாரம் அவனை அவள் பார்க்கவில்லை. இன்றுதான் அவனுக்கு சிறிது ஓய்வு கிடைத்தது. தமிழ் நாட்டு மக்கள் தந்த பட்டங்களையும் வாழ்த்து மடல்களையும் பார்த்துக் கொண்டிருந்தான். இரவு இரண்டரைமணி இருக்கும்.

"அடா த்ரோகி" என்று திடீர் என்று கூச்சல் கேட்டது. மயில்சாமி திரும்பினான். உறங்குவதாக அவன் நினைத்துக் கொண்டிருந்த அவன் மனைவி எழுந்து விறைப்பாக முதுகை நிமிர்த்தி உட்கார்ந்திருந்தாள். சோற்றுப்பருக்கை ஆகாரக் குழாயைத் தப்பி மூச்சுக் குழாய்க்குள் சிக்கியது போல கண்ணில் ஒரு நெட்டுக்குத்தலான பார்வை.

"என்ன கோமதி?" என்று அருகே போனான் மயில்சாமி.

"கோமதியில்லேடா, கோணல் மதியா!" என்று அரற்றினாள் கோமதி.

"என்ன புள்ளே திடீர்னு அடுக்கு டயலாக் பேசுற?" என்று சிரித்தான் மயில்.

"அடுக்காதடா உனக்கு இது. நான் யாரு தெரியலே?"

"என்ன கோமதி இது? ராத்திரிவேளையிலே இப்படி ஊளையிட்டுக்கிட்டு?"

"கோமதியில்லேடா; இது ஏழு மலையான் வந்திருக்கேன். ஊளையில்லேடா உளறுவாயா உன் மூளைக்கிறுக்கைமாய்க்கவந்த ஏளுமலெடா."

உடனே இடுப்பில் சோமனைக் கட்டிக்கொண்டு தங்கப்பன், சுந்தரராசன், கருப்பையன் ஆகிய தன் தம்பிகளை எழுப்பிக் கொண்டு திரும்பி ஓடிவந்தான் அவன்.

"பிச்சைக்காரப்பயலே என் பிச்சையை ஏன்மறந்தே?" என்று ஏழுமலை சொல்லிற்று.

"விளங்கச் சொல்லேன்" என்று மயில் சாமி கும்பிட்டான். தழதழத்தான்.

"பட்டணத்திலே பிச்சைவாங்கி பதினாயிரம் ரூபா உண்டிக்கு சேர்க்கறேன்னியேடா, உம் பொஞ்சாதி புள்ளைத்தாச்சியா யிருக்கறப்ப?"

"அப்படின்னு கெனாக் கண்டேன்"

"கொணாந்து கொடு. உன்காருங்க, வீடுங்க, சொத்து, அல்லாம் கெனாவாப் போயிரும்டா இல்லாட்டி ..."

"அடுத்த வாரமே கொடுக்குறேன்"

"சத்தியமா!"

"சத்தியமா!"

ஏழுமலையான் மலையேற அரை மணியாயிற்று.

மறுநாள் காலை மானேஜர் கம்ப சேர்வையைக் கூப்பிட்டு விஷயத்தைச் சொன்னான் மயில்சாமி.

"ஒரு அரைமணி நேரம் தாங்க, ஒரு திட்டம் தயார் பண்ணிப்பிடரேன்" என்று கம்பசேர்வை தன் அறைக்குள் போனார். அப்போது காலை எட்டுமணி. சொன்னாற்போல எட்டரை மணிக்கு திட்டம் உருவாகிவிட்டது. கம்பசேர்வை கம்பநாட்டாருக்கு சமமானவர்.

மறுநாள் காலை 10 மணிக்கு மயில்சாமி வீட்டில் சென்னை சினிமாப் பத்திரிகைக் காரர்கள் மற்ற பத்திரிகைக்காரர்கள், மஞ்சள் கறுப்பு முதலிய பல வண்ணப் பத்திரிகைக்காரர்கள் கூடினார்கள். பாதாம் ஹல்வா சாப்பிட்டார்கள். சர்க்கரைப் பொங்கல் சாப்பிட்டார்கள். வெண்பொங்கல், அவியல் சாப்பிட்டார்கள். பகாளா பாத் சாப்பிட்டார்கள். அவர்களை இலையில் உட்கார்த்திவிட்டுப் போன மயில்சாமி வரவில்லை. சாப்பிட்டு அவர்கள் கையலம்பிவிட்டுப் போனபோது நெற்றியில் பட்டை நாமமும் மஞ்சள் வேட்டியும், மார்பில் துளசிமணிமாலையுமாக எல்லோரையும் ட்ராயிங் அறையில் வரவேற்றான் சாமி.

"அடடே!"

"ஏ அப்பா..."

"பிரமாதம்"

இதெல்லாம் ஓய்ந்த பிறகு மயில்சாமி ஒரு அச்சடித்த கடுதாசை ஒவ்வொரு பத்திரிகை ஆசிரியர் கையிலும் கொடுத்தான்.

"என்ன இது!" என்று ஒன்றும் புரியாமல் விழித்தார் 'திவ்யத்திரை'யின் ஆசிரியர்.

"அது தான் நம்ம 'ரூட்'டுப் பிளான். மெட்ராஸ்லே முக்கியமான வீதி, பேட்டைகளெல்லாம் 'கவர்' பண்ணிடும் படியாகத்தான் 'ரூட்' போட்டிருக்கேன். அதோ பாருங்க, அம்புக்குறியை! எங்கேருந்து புறப்படுது?"

"ஐயனார் ஸ்டுடியோவிலிருந்து".

“கருக்கல்லே முழுகிட்டு மஞ்சு வேஷ்டியும் மஞ்சப் புடவையும் கட்டிக்கிட்டு நானும் எம் பெஞ்சாதியும் கார்லே கோடம்பாக்கம் ஐயனார் ஸ்டுடியோவுக்குப் போகிறோம். அங்கேர்ந்து ராகு காலத்துக்கு முன்னாலேயே புறப்பட்டுடப்போறோம். கோடம்பாக்கம் ஸ்டேசன் வந்து மாம்பலம் பாண்டி பஜாரோட வந்து மௌண்ட் ரொட்டிலே ஏறி நேரே ரவுண்ட்டாணாபோய், அங்கேர்ந்து சிந்தாதிரிப் பேட்டை, எழும்பூர், புரசவாக்கம், அப்படியே ஓட்டேரி பார்க்டவுன், தங்கசாலைத்தெரு, வண்ணாரப்பேட்டை, ராயபுரம், அப்புறம் திரும்பி பிராட்வே வழியா மன்றோசிலை வழியா, வாலாஜாரோடு வழியா, திருவல்லிக்கேணி: அங்கேர்ந்து அம்டன் வாராவதி போகாம எலியட்ஸ் ரோடிலே மேற்கே திரும்பி, ராயப்பேட்டை ஹைரோட் வழியாலே மயிலாப்பூரு, மந்தவெளி, அடையாறு, கிண்டி, சைதாப்பேட்டை வந்து அப்புறம் திரும்பியும் மவுண்ட் ரோட் வழியா எல்டாம்ஸ் ரோட்லே திரும்பி—”

“ஏ அப்பா, ரொம்ப பெரிய ரூட்டா இருக்கே” என்றார் திரைத்தேன் ஆசிரியர்.

“என்னங்க செய்றது? மக்களையும் திருப்திப்படுத்தியாக வேண்டிருக்கிறதே? மக்களுக்கு நாமா, நமக்கு மக்களா? நீங்களே நெனச்சுப் பாருங்க,” என்றான் மயில்சாமி.

“இவ்வளவு தூரமும் கால் நடையா நடந்து . . .” என்று வியப்புடன் இழுத்தார் “முத்தமிழ் மித்திரை”யின் பிரதிநிதி.

“முடிஞ்சமட்டும் நடக்கறது. அப்பறம் திறந்த காரிலே ஏறிக்கிடறோம். நீங்கள்ளாம் இருந்து நடத்தி வக்யனும்” என்று முடித்தான் மயில்சாமி.

பிறகு அவனையும் அவன் பெண்ஜாதியையும் மஞ் சள் வேட்டியும் மஞ்சள் புடவையும் கையில் பெரிய வாய் அகன்ற பெரிய வெள்ளிக் குடத்துடனும் பத்திரிகைக்காரர்கள் புகைப்படங்கள் எடுத்தார்கள்.

அன்று மாலை தினசரிகளில் மயில்சாமி சென்னைத் தெருக்களில் திருப்பதிப்பிச்சை எடுக்கப்போகும் செய்தி பலவித புகைப்படங்களுடன் வெளிவந்துவிட்டது. மூவர்ணச் சுவரொட்டிகள் குடமேந்திய மயில்சாமியை சென்னை முழுவதும் தரிசனம் செய்துவைத்த அழகொன்றே போதும். கல்லூரிகள், பள்ளிகள், இளைஞர் மன்றங்கள் – எல்லாம் மயில்சாமியை வரவழைத்துக் கூட்டம் போட்டு “பிச்சை”யிட்டு அவனுடைய திருப்பதிப் பயணம் வெற்றிகரமாக நடக்க வேண்டும் என்று

பழங்காலத் தமிழகத்தின் வடக்கெல்லைக் கடவுளே இறைஞ்சி வாழ்த்துகள் கூறின.

ஆகா! ஆகா! பிச்சை நாளும் வந்தது. நினைத்தால் உடல் சிலிர்க்கிறது. மகாத்மா காந்திக்கு அந்தக்கூட்டம் கூடியதில்லை. மகாமகத்துக்கும் கூடினதில்லை. சினிமா ஸ்டூடியோக்களில், ஹோட்டல்களில், பள்ளியில், நட்சத்திர வீடுகளில், வீதிகளில், சினிமாத்தியேட்டர்களில், எங்கும் பச்சை, சிவப்பு காகிதத் தோரணங்கள் சரம்சரமாக ஞலஞலாவென்று காற்றில் அசைந்தன. மாடிகள், பால்கனிகள் சுவர்கள், மரங்கள் – எங்கு பார்த்தாலும் மக்கள் தொத்திக்கொண்டு நின்றார்கள். சந்திகளில் கூட்டம் கூட்டமாக மூன்று மணி நான்குமணி முன்னதாகவே இடம் பிடித்துக்கொண்டு நின்றார்கள்.

ஐயனார் ஸ்டூடியோவிலிருந்து வெள்ளிக்குடத்தைக் கையிலேந்தி பெண்ஜாதி பக்கத்தில்வர, கோவிந்தம் போடறா கோவிந்தா என்று பல லட்சரூபாய் நட்சத்திரங்களிலிருந்து ஐந்து ரூபாய் எக்ஸ்ட்ராவரை நடிக நடிகைகள் வானைமுட்டும் கோஷம் எழுப்ப, மயில்சாமி புறப்பட்டான். தமிழ் நாட்டின் பெரிய நாகஸ்வரக்காரர்கள் வாசித்துக்கொண்டு முன் நடக்க, பேண்டு வாத்திய கோஷ்டிகள் ஏழெட்டு முழங்க அந்த ஜனசமுத்திரம் மெதுவாக நகர்ந்தது. படமுதலாளிகள், படத்தொழிலாளிகள், மற்ற தொழிலாளிகள், உயிர்வாழ்வதையே தொழிலாகக் கொண்டவர்கள் – இப்படி சாரிசாரியாக வந்து மயில்சாமியின் குடத்தில் பிச்சை போட்டுவிட்டுப் போனார்கள். தோடுகள், மோதிரங்கள் இப்படி கைக்கு வந்ததைப் போட்டார்கள்.

சினிமா தேவதை அன்று தட்சிண ரயில்வேயை எக்காளமிட்டு வஞ்சம் தீர்த்துக்கொண்டது. கோடம்பாக்கம் லெவல்க்ராஸ் ஸிங்கில் மின்சார ரயில் போகும்போது இதே மயில்சாமியின் காரை எத்தனை தடவை கதவை மூடி அந்த தட்சிண ரயில்வே சிப்பந்தி நிறுத்தியிருக்கிறார்! ஆனால் அன்று என்னவாயிற்று, கூட்டம் முழுவதும் செல்ல ஒரு மணி நேரமாயிற்று. தட்சிண ரயில்வே மிச்சார ரயில்கள் ஸ்தம்பித்து நின்ற அந்தக் காட்சியை நீங்கள் பார்த்திருக்க வேண்டும். பல வருஷ ஆத்திரங்களைச் சேர்த்துவைத்து அன்று சினிமா தேவதை வஞ்சம் தீர்த்துக் கொண்டதாகத்தான் எனக்குத் தோன்றிற்று.

ரயில்வே கேட் தாண்டியதும் வெயில் நன்றாக ஏறிவிட்டது. மயில்சாமிக்கு வேர்த்து ஊற்றியது. பட்டை நாமம் வேர்வையில் ஊறிமங்கிற்று. நடக்க முடியவில்லை. காரில் போகவேண்டுமென்று சொல்லவே பாங்கர் வெங்கண்ணா முதலியார் தன்னுடைய

திறக்கிற தினுசுக் காரைக்கொண்டு வந்து நிறுத்தினார். மயில்சாமி அதை ஏற இறங்கப் பார்த்தான்.

"வாண்டாம் சார்" என்றான்.

"ஏன்?"

"பிச்சைக்குப் புறப்பட்டிருக்கிறோம். இவ்வளவு புதுக் காரிலேயா போறது?" என்று கூறி தனக்குக் கார் ஓட்டக் கற்றுக் கொடுத்த துலுக்காணத்தின் காரை எடுத்துவரச் சொல்லிக் காரைக்கொடுத்தனுப்பினான். லட்சக்கணக்கான ஜன சமுத்திரத்தைக் கடந்து கொண்டு துலுக்காணத்தின் கார் வந்தது. 1928ஆம் வருட மாடல் அது. பல தடவை பெயிண்ட் உரித்தவண்டி இப்போது கறுப்பும் பச்சை நிறமாக ஒரு அசட்டுக் கலவை வர்ணத்தில் கம்பிச் சக்கரமும் ரப்பர் ஹாரனுமாக மூட்டுவாயுக்காரன் மாதிரி வந்து நின்றது. திறந்த அந்த வண்டியில் மயில் சாமி மனைவியுடன் ஏறிக்கொண்டான்.

உடனே நட்சத்திரம் குமாரி நாட்டக் குறிஞ்சியின் அத்தைக்கு அத்தையான திரிலோக சுந்தரியம்மாளுக்கு நெஞ்சை அடைத்தது. அடக்கி அடக்கிப் பார்த்து கடைசியில் முடியாமல் ஹோவென்று அழுதுவிட்டாள் அந்த அம்மாள். "இந்தப் புள்ளையோட அடக்கத்தைப் பாருங்கோ. இந்த சின்னவயசிலே எவ்வளவு பக்தி! எவ்வளவு விநயம்! பணத்திலே புரள்ற உடம்பு! அதுக்கே ஏழு கார் இருக்கு! இருந்தாலும் புழுதியிலே பெரளறாப்பல இந்த ஓட்டையிலே ஏறி உட்கார்ந்துனுடுத்தே! என்ன நிச்சயபுத்தி! என்ன பணிவு! என்ன பக்தி! என்ன உறுதி! எனக்கெல்லாம் அந்த ஞானம் வல்லியே!" என்று அறுபது வயதைத் தாண்டிய அந்த அம்மாள் கண்மைக்கும் முகப் பூச்சுக்கும் சேதம் வராமல் கண்ணீர் விட்டுத் தழுதழுத்தாள். அதைப் பார்த்து குமாரி நாட்ட குறிஞ்சிக்கும் இன்னும் பல ஆண் நட்சத்திரங்களுக்கும்கூட கண்ணில் நீர் துளித்துவிட்டது.

நாதஸ்வரக்காரர்களையும் வேறு திறந்த கார் இரண்டில் ஏற்றினார்கள். ஊர்வலம் மீண்டும் புறப்பட்டது.

வழி நெடுகிலும் கூட்டம் கரைபுரண்டு வழிந்தது. கையில் வந்ததை மக்கள் குடத்தில் வீசினார்கள். தேனாம்பேட்டை முனங்கில் லேசாக லத்திப் பிரயோகம் செய்யும் அளவுக்குப் போலீசுக்குத் தொந்தரவு கொடுத்தார்கள் மக்கள். அப்படி சமாளிக்க முடியாத கூட்டம். எங்கு பார்த்தாலும் கார், வண்டி நடமாட்டம் எல்லாம் ஸ்தம்பித்துக் கிடந்தது. கல்லூரி மாணவர்கள் மாணவிகள் மவுண்ட் ரோட் மத்தியில் கலந்து கொண்டு கோவிந்தம் போட்டார்கள்.

காலணா, பைசா, நயா பைசா, நோட்டுகள், வளைகள், சங்கிலிகள் இப்படி விழுந்துகொண்டிருந்தன. சிங்கப்பூரிலிருந்து வந்த ஒருவர் கண்ணில் நீர் சொரிய சிகரெட் பெட்டியளவுள்ள தன் ட்ரான்ஸிஸ்டர் ரேடியோவை குடத்தில் மெதுவாகப் போட்டு மயில்சாமியின் காலைத் தொட்டுக் கண்ணில் ஒற்றிக் கொண்டார்.

மணி பன்னிரண்டாகிவிட்டது. திட்டப்படி எல்லா வீதிகளையும் முடிக்க நேரம் இராது போலிருந்தது. ஐந்து மைல் வேகத்தில் போன 1928 மாடலுக்கு பத்து மைல் வேகத்தில் போகுமாறு உத்தரவு பிறந்தது,

"கோவிந்தா கோவிந்தா" சிந்தாதிரிப் பேட்டை, எழும்பூர், புரசைவாக்கம், பிரம்பூர், ஓட்டேரி, திருவல்லிக்கேணி, மயிலாப்பூர் . . . வளர்த்துவானேன்? சென்னை முழுவதும் கோவிந்த மயமாக முழுங்கிற்று அன்று. மயில்சாமி கட்சிப் பற்றில்லாத நட்சத்திரம். ஆகவே ஆஸ்திகர், நாஸ்திகர்கள் எல்லோருமே அவன் மனிதன் என்ற முறையில் அவன் மேலுள்ள தனிப்பட்ட அன்பை நினைத்து பிச்சை போட்டார்கள். ஒரு குடம் இரண்டு குடம் மூன்றாவது குடம் வேறு வைத்துக் கொள்ளும் நிர்ப்பந்தம் வந்துவிட்டது.

பிச்சை ஊர்வலம் மயில்சாமியின் வீட்டில் வந்து முடியும் போது இரவு இருண்டு அடர்ந்துவிட்டது. கடைசி முறையாக நூறு முறை கோவிந்தம் போட்டுவிட்டு கூட்டம் எல்லாம் கரைந்தது.

எல்லோரும் சாப்பிட்ட பிறகு கம்பசேர்வை, மயில்சாமி, தம்பிகள், கோமதி எல்லோரும் குடங்களைக் கவிழ்த்து எண்ணிய போது நகையெல்லாம் கணக்குப்பண்ணாமல் ரூபாய் மட்டும் மூன்றேகால் லட்சத்திற்கு மேல் சேர்ந்திருந்தது.

மயில்சாமி மக்களின் அன்பை நினைத்து நெஞ்சு நெகிழ்ந்து கண்ணீர் விட்டான். தர்ம சங்கடமும் சேர்ந்துகொண்டது. திருப்பதி வேங்கடாசலபதி, தமக்கு வேண்டிக்கொண்ட பொருளோ, பணமோ சரியாக இருந்தால்தான் ஏற்றுக் கொள்ளுவாராம். உருமட்டை நார் போடுகிறேன் என்று நேர்ந்து கொண்டால் உருமட்டை நார்தான் போடவேண்டும். பதிலாக லட்சரூபாய் போட்டாலும் நடக்காது. யாரோ ஒருவர் தன் வைர மோதிரத்தைப் போடுவதாக வேண்டிக்கொண்டு கடைசீயில் உண்டிக்கு அருகில் போனதும், மோதிரத்தை விட்டுப் பிரிய மனமில்லாமல், அதைவிட மூன்று மடங்கு பணத்தை எடுத்து

உண்டியில் எறிந்தாராம். ஆனால் அப்படிப் போடும்போது அவர் விரலில் இருந்த அந்த மோதிரமும் நழுவி உண்டியில் விழுந்துவிட்டதாம்.

திருப்பதிக்குப் போன மயில்சாமி இதையெல்லாம் நினைத்துப் பார்த்தான். கடைசியில் வேண்டிக்கொண்டபடியே மரியாதையாகப் பதினாயிரம் ரூபாயைப் போட்டுவிட்டு ஊருக்குத் திருப்பினான். மீதிப் பணம் அவனைப் பார்த்து அன்புடன் விழித்தது.

"நாம் என்ன செய்வோம்? நாமாகக் கேட்கவில்லை. தானாக வந்தது. உதறித்தள்ள முடியாது" என்று சமாதானப்படுத்திக் கொண்டு இரும்புப் பெட்டியில் மீதிப் பணத்தையும் மற்ற பிச்சைகளையும் வைத்துப் பூட்டிவிட்டான்.

பாங்கியில் போடலாம். போடவில்லை. ஏனென்றால் வருமானவரிக்கு இந்தப் பணம் இலக்கா இல்லையா என்ற சந்தேகம் வந்துவிட்டது. பிச்சையாக வந்த பணத்திற்கு வருமான வரி எப்படிப் போடமுடியும் என்பது தான் அவன் கட்சி. ஆனால் கம்ப சேர்வைக்கு சந்தேகம். "எதற்கும் அய்யரை ஒரு வார்த்தை கேட்டுடலாங்க" என்று மயில்சாமியின் வருமான வரி ஆலோசகரான அட்வகேட் சங்குவையரைத் தேடிப் போனார் கம்பசேர்வை. இரண்டு மூன்று நாட்களாக சங்குவையரும் கம்ப சேர்வையும், இதைப்பற்றித்தான் யோசித்து வருகிறார்கள்.

முற்றிற்று.

கதை முற்றிற்று என்று எழுதுவதற்குள் நான் எழுத எழுத ஒவ்வொரு பக்கமாக வாசித்துக்கொண்டிருந்த சுயம்புலிங்க முதலியார் "நீரு அப்பவே முடிச்சிருக்கணும் கதையை" என்றார்.

"எப்ப?"

"அவன் வச்சுப்பூட்டினதோட, அதுக்கும் மேலே வருமான வரி கிருமான வரின்னு நிமிட்டு விஷமமாக என்னத்தையோ எழுதியிருக்கீமே கடைசீலே கும்பகோணத்தான் என்கிறதைக் காமிச்சிப்பிட்டீரே ... நீர் எழுதினதைப்பார்த்த உடனே வருமான வரி ஆபீசர் வந்து அவன் வீட்டிலே ஸெர்ச்சுப் போட்டுருவான்னு எண்ணமாக்கும்?" என்று கோபமும் கிண்டலுமாகக் கேட்டார் சுயம்புலிங்க முதலியார்.

சுயம்பு ஒரு பெரிய பத்திரிகையில் பொது உறவு அதிகாரி. ஆனால் முதலாளி, ஆசிரியர் எல்லாம் அவர் கைக்குள்

அடக்கம். கதைகளைக்கூட அவர்தான் படித்துத்திருப்பி அனுப்புவார், வெட்டுவார், போடுவார். "உம்மைக் கதை கேட்டா, ஊர்வம்பெல்லாம் எழுதியனுப்பறீமே" என்று என் கதைகளைத் திருப்பி அனுப்பி அனுப்பி சந்தோஷப்படுகிறவர். அவரிடம், "நீர் இப்போது வேணும்னாலும் போய்ப் பாருமே. சங்குவையரும் கம்ப சேர்வையும் இதே விஷயமாகத்தான் இந்த நிமிஷம் பேசிண்டிருக்காளா இல்லியான்னு நீரே தெரிஞ்சுப்பீர்" என்று எனக்குச்சொல்லத் தெரியாதா என்ன?

ஆனால் நான் ஏன் சொல்ல வேண்டும்? என்னைக் கண்டால்தான் அவருக்கப் பிடிக்கவில்லையே!

சௌராஷ்டிரமணி, **தீபாவளி மலர் 1960**

எருக்கம் பூ

தெருவோடு தண்டோராப் போட்டுக் கொண்டு போனான்.

'டமுட முட முட முட முடமு – நாளைக்கு நாளானக்கிம் பெரமாச்சி தோட்டத்துல பூப் போட்டி நடக்கப் போவுது. அவங்க அவங்க ஊட்டுலெ பூக்கற பூவுங்க பூச் செடிங்களை யெல்லாம் எல்லாரும் கொண்ணாந்து வக்கலாம். ரொம்ப நல்லா இருக்கிற பூவுக்கு தங்கப்பதக்கம் தருவாங்க அ அ அ . . . ட முட முட முட முட மு . . .'

தெருமுனை திரும்பினதும் புறம்போக்கு ஒன்று. அதிலே ஒரு எருக்கஞ் செடி ஆள் உயரம் வளர்ந்து நின்றது. அதிலே நிலமும் வெள்ளையுமாகக் கலந்த ஒரு பூ. தண்டோராவைக் கேட்டு அது செடியிடம் சொல்லிற்று:

'அம்மா மலர்க் கண்காட்சிக்கு நானும் போப்போறேன்'!

'எதுக்குடா கண்ணு'?

'பரிசு வாங்குவேன்.'

'நீயா!'

'ஆமாம்மா'

'உனக்கெல்லாம் தரமாட்டாங்க'

'ஏம்மா?'

'அதுக்கு வாசனை இருக்கணும். வர்ணம் இருக்கணும். அங்கே ரோசாப் பூ, மல்லிகைப் பூ, ஜவந்திப் பூ, தாமரைப் பூ, சூரியகாந்தி – எல்லாம் வந்திருக்கும். உன்னைப் பார்த்து சிரிப்பாங்க.'

'நான் போகத்தாம்மா போறேன்.'

எருக்கம்பூவுக்கு ஆசையை அடக்க முடியவில்லை. புறப்பட்டது.

'ஆசை வெக்கமறியாதும்பாங்க. இப்படிப் போகலாமா?' என்று கேட்டது செடி.

அதைக் காதில் வாங்கிக் கொள்ளாமல் எருக்கம்பூ போய்விட்டது.

மறுநாள் சாயங்காலம் எருக்கம் பூ துள்ளித் துள்ளி ஓடிவந்தது; 'அம்மாவ்' அம்மாவ் என்று கத்திக்கொண்டே வந்தது.

'என்னடா தங்கம் . . . வந்தியா வந்தியா!' என்று பெருமூச்சு விட்டது செடி.

'எனக்குத்தாம்மா முதல் பரிசு . . . முதல் பரிசு எனக்குத்தான்' என்று குதித்தது எருக்கம் பூ.

'உனக்கா! உனக்கா முதப் பரிசு! பொய் சொல்லப் படாது குழந்தே'

'நானா பொய் சொல்றேன்! . . . இதோ பாரு என்று தங்கப்பதக்கத்தை எடுத்துக் காட்டிற்று எருக்கம் பூ.

எருக்கஞ் செடிக்கு ஆச்சரியம் தாங்கவில்லை. பூவை வாரி எடுத்து அணைத்துக்கொண்டது. உச்சி முகர்ந்தது நசுங்க நசுங்க முத்தங் கொடுத்தது. தங்கப் பதக்கத்தை சூட்டிச் சூட்டிப் பார்த்தது.

'யார் யாருடா கண்ணு போட்டி போட்டாங்க.'

'யார் யாரெல்லாமோ வந்திருந்தாங்கம்மா. காடு கொல்லை, கும்பை மோடு – எங்கிருந்தோ வெல்லாம் வந்திந்தாங்க'

'யார் யாரு வந்திருந்தாங்க, சொல்லேன்.'

'நெருஞ்சிப் பூ வந்திருந்தது, கரிசாங்கண்ணி வந்திருந்தது. தும்பைப் பூ வந்திருந்தது. விஷ்ணு கிராந்தி வந்திருந்தது'

'செம்பரத்தம் பூ?'

'வல்லே'

'மல்லிப் பூ?'

'வல்லே.'

'நந்தியாவட்டை?'

'வல்லே'

'ரோசாப் பூ?'

'வல்லே,'

'தாமரைப் பூ?'

'ஊஹூம்.'

'சூரியகாந்தி?'

'ஊஹூம்.'

'பவழவல்லி'

'ஊஹூம்.'

'நாகலிங்கம்?'

'அதுவும் வல்லே.'

'வேப்பம் பூ?'

'வந்திருந்தது?'

'மாம் பூ?'

'வந்திருந்தது.'

'பன்னீர்ப் பூ?'

'இல்லே.'

'அப்பாடா நல்ல வேளை.'

எருக்கஞ் செடி எல்லோரையும் குரல் கொடுத்து இந்தச் சந்தோஷச் செய்தியைத் தெரிவித்தது.

எருக்கம்பூவுக்குத் தூக்கமே வரவில்லை. இரவு முழுவதும் கொட்டக் கொட்ட விழித்துக்கொண்டிருந்தது. சந்தோஷம் நெஞ்சையடைத்தது, தூக்கத்தையும் விரட்டிவிட்டது.

காலையில் எழுந்து, ஊர் ஊராக, தெருத் தெருவாக ஓட வேண்டும் போலிருந்தது. ஹோவென்று கத்த வேண்டும் போலிருந்தது. தொண்டை கிழியப்பாட வேண்டும் போலிருந்தது. மரங்களில் ஏறிக் குதிக்க வேண்டும் போலிருந்தது.

நந்தவனத்துப் பண்டாரம் போய்க்கொண்டிருந்தார். கோவிலுக்கு எதிரே உள்ள நந்தவனத்தில் பூப் பறித்து மாலையாகவும் உதிரிப் பூவாகவும் கோவிலில் இருக்கிற பரமசிவனுக்கும் பெரியநாயகிக்கும் சாத்தக் கொண்டு கொடுப்பார். எருக்கம் பூ அவர் பின்னாலேயே ஓடிற்று.

பண்டாரம் நந்தவனத்தில் பூப்பறித்தார். கொன்றை, மயில் கொன்றை, மந்தாரை, பவழமல்லி பன்னீர்ப் பூ, 'சங்குப் பூ, வில்வம், நந்தியாவட்டை –, எல்லாப் பூக்களையும் பறித்துக் குடலையில் போட்டுக்கொண்டார். தக்கென்று ஒரு குதி குதித்துக் குடலைக்குள் மற்ற பூக்களுடன் உட்கார்ந்துகொண்டது எருக்கம் பூ.

கோவில் திண்ணையில் உட்கார்ந்து பண்டாரம் பூக்களை இலையில் கொட்டி மாலை கட்ட ஆரம்பித்தார்.

பாதி மாலை கட்டியாயிற்று.

எருக்கம்பூவை அவர் எடுக்கப் போனார். சரேலென்று யாரோ தூக்கினாற்போலிருந்தது. எருக்கம் பூ நடுங்கிப் போய், மயங்க மயங்க விழித்தது. மேலும் கீழும் பார்த்தது. புஸ் புஸ் என்று சத்தம் கேட்டது.

நிமிந்து பார்த்தது எருக்கும் பூ. 'யார் இது'?

'பிள்ளையார்.'

பிள்ளையார் சிரித்தார்.

'நீ எங்கடா வந்தே?'

'என்னை விடு பிள்ளையாரே. நானும் மாலைக்குப் போகணும்.'

'நீ போகப்படாதுன்னுதானே எடுத்தேன்.'

'நான் ஏன் போகப்படாது? நான்கூடத்தான் தங்கப்பதக்கம் வாங்கியிருக்கேன்'

'ஹொஹ் ஹெஹ் ஹொ' என்று சிரித்து அதைக் காதுக்குப்பின் இறுக்கிக்கொண்டார் பிள்ளையார். எருக்கம்பூவுக்குத் திமிர முடியவில்லை.

'நான் போகப்படாதா, பிள்ளையாரே?'

'போகப் படாது.'

'அப்படின்னா ஒண்ணு கேக்கறேன். அதையாவது தரியா'

‘என்ன?’

‘என்னை உங்கிட்டேயே வச்சுக்கறியா?’ என்று கெஞ்சலும் கொஞ்சலுமாகக் கேட்டது எருக்கம் பூ.

‘ஹ் ஹ ஹ் ஹே.’ என்று சிரித்து, ‘சரி, என்கிட்டவே. நீ இருக்கலாம்’ என்றார் பிள்ளையார்.

ஒரு பெருமூச்சு விட்டது எருக்கம் பூ, உரக்கக் கத்திற்று. ‘ஏ, சம்பரத்தம் பூ, ஏ பவழமல்லி, நீங்கள்ளாம் போங்க, கோவில்லெ நுழையறதுக்கு முன்னாடி பிள்ளையாரைப் பாத்துட்டுத்தான் போகணும் யாரும். என்னைப் பாக்காம யாரும் போக முடியாது’ என்று உரக்க முழங்கிச் சிரித்தது.

பண்டாரம் மாலைகளையும் பூக்களையும் உள்ளே எடுத்துக் கொண்டு போனார்.

***சிவாஜி*, 26ஆவது ஆண்டுமலர் 1960**

ஸீடீஎன் / √5ஆர் x க = ரபெ

"நமஸ்காரம், டாக்டர் கோஸ்வாமி!"

"நமஸ்காரம். டாக்டர் என்று சொல்லத் தேவையில்லை. வெறுமே கோஸ்வாமி என்று சொன்னாப் போதும்."

"ஏன் அயல் நாட்டுப் பல்கலைக்கழகம் ஒன்று உங்கள் தகுதியை ஆராய்ந்து கொடுத்திருக்கிற பட்டமாச்சே அது!"

"என்ன பிரயோசனம்? என் திட்டம் இப்படிச் சந்தி சிரிக்க ஆரம்பித்துவிட்ட பிறகு பட்டமும் விருதும் எதற்கு?"

"என்ன சந்தி சிரித்துவிட்டது இப்போது? உங்கள் அரிய திட்டம் ஏன் வெற்றி பெறவில்லை. ஆறு கோடி ரூபாய் செலவழித்தும் ஏன் வெற்றி பெறவில்லை என்று அறிய நம்மை ஆள்கிறவர்கள் கவலைப்படுகிறார்கள். ஒரு பெரிய விஞ்ஞானிக்குக் கொடுத்த உதவி சரியாக அவர் மனசுப்படி செலவாயிற்றா என்று அவர்கள் அறிய நினைக்கிறார்கள். உங்களுக்கு உதவி செய்கிற எண்ணம்தானே அது.. ?"

"ரொம்ப நன்றி. என் மனசுப்படி அந்த உதவித்தொகை செலவாயிற்றா என்று நீங்கள் இப்போது குறிப்பிட்டீர்களே. ரொம்பச் சரியாகச் சொன்னீர்கள். நடுநிலையுடன் நீங்கள் விசாரித்தால் உங்களுக்கு உண்மை புலனாகிவிடும்."

"உண்மையைக் கண்டுபிடித்து உங்களுக்கு உதவத்தான் வந்திருக்கிறேன்."

"ரொம்ப நன்றி. நீங்கள் எது வேண்டுமானாலும் கேளுங்கள். விடையளிக்கிறேன்."

"நன்றி. உங்கள் முழுப் பெயர் என்ன?"

"கணேச சந்திர விஞ்ஞான சாகரன்."

"கோஸ்வாமி . . ?"

"அது பட்டப் பெயர்."

"குடும்பப் பட்டமா?"

"இல்லை. அதைவிடப் புனிதமானது, ஹிமாலயத்தில் ஈச்வர்சட்டி என்ற இடத்தில் உள்ள புராதன மடத்தின் பீடாதிபதி பிரம்மக் ஞானானந்தர் அருளிய பட்டம் அது."

"எதற்காக அருளினார் என்று நான் கேட்கலாமா?"

"நீங்கள் கேட்காமலே நான் சொல்லுவேன். பசுக்களிடத்தில் எனக்குள்ள கருணையையும் ஊக்கத்தையும் கண்டுதான் கோஸ்வாமி என்ற பட்டமளித்தார் அவர். பத்து ஆண்டுகளுக்கு முன்னால் கோமாதா என்ற பத்திரிகையில் நான் என்னுடைய சூத்திரத்தை வெளியிட்டு, பசும் சாணத்திலிருந்து ரயில் பெட்டிகளும் ரயில் என்ஜின்களும் செய்ய முடியும் என்று எழுதி யிருந்தேன், அதைப் படித்த பிரம்மக் ஞானானந்தர் விரைவில் புறப்பட்டு வரும்படி எனக்குத் தந்தி அனுப்பினார். உடனே மத்தியப் பிரதேசத்திலிருந்து நான் விமானத்தில் சென்று பின்பு கோவேறு கழுதை மீது ஒன்பது நாள் பிரயாணம் செய்து அந்த மடத்தை அடைந்தேன். அவரிடம் என் திட்டத்தை விளக்கினேன். பரவசமாகிவிட்டார். எத்தனை தீர்க்க தரிசனத்துடன் தான் நம் முன்னோர்கள் பசுவைத் தெய்வமாகக் கொண்டாடினார்கள் என்று மெய்சிலிர்த்தார். இனி நம் பசுக்களுக்கு நல்ல காலம் பிறந்து விடும், பசுஞ்சாணத்திலிருந்து ரயில் செய்ய முடியும் என்றால் இனிமேல் நம் மக்களும் அதிகாரிகளும் அதைப் புறக்கணிக்கமாட்டார்கள். இந்தப் பெரிய ஞானோதயப் புரட்சிக்கு நீ காரணமாக இருப்பதால் 'கோஸ்வாமி' என்று உனக்குப் பட்டமளிக்கிறேன் என்று என்னை ஆசீர்வதித்தார். விஞ்ஞானியாக இருந்தாலும் அவருடைய கருணை என்னை உணர்ச்சிவசப்படுத்திவிட்டது. அதிலிருந்து விஞ்ஞான சாகர கோஸ்வாமி என்று என் பெயரையே சுருக்கி மாற்றி கெஜட்டிலும் பதிவு செய்துவிட்டேன்."

“விஞ்ஞானப் பண்பு, இந்திய ஆன்மிகப் பண்பாடு – இரண்டும் இசைந்த அரிய புருடர் நீங்கள்.”

“வேறு எப்படி நாம் இருக்க முடியும்? அணோரணீயான் மஹதோர் மஹீயான் என்று விளக்கப்பட்ட பரம விஞ்ஞானத்தின் வாரிசுகளில்லையா நாம்?”

“ரொம்ப சரி. உங்கள் சூத்திரத்தைச் சற்றுப் பார்க்கலாமா? ஸீடீஎன் / √5 ஆர் x க = ரபெ என்பதுதானே உங்கள் சூத்திரம்?”

“ஆமாம்.”

“h என்றால் என்ன?”

“கெள டங். அதாவது பசும் சாணம், அதில் ஒரு குறிப்பிட்ட அளவை 5 ஆர் x 4, என்பதன் வர்க்க எண்ணால் வகுத்தால் ரயில் பெட்டி செய்யும் முறை புலனாகிவிடும்.”

“டீ என்றால் கெள டங், அதாவது பசும் சாணம். 5. ஆர், க என்பவை என்ன?”

“அதை நான் சொல்ல முடியாமைக்கு வருந்துகிறேன்.”

“ஏன்?”

“அது விஞ்ஞான ரகசியம், அதைக் கூறிவிட்டால் மற்ற நாட்டார்கள் ரயில் பெட்டிகளையும் என்ஜின்களையும் மிக எளிதாகச் செய்து குவிப்பார்கள். நாம் இத்தனை காலமாகப் பட்ட கஷ்டம் போதும். மீண்டும் அன்னியர்களின் பொருளாதார அடிமையாக வேண்டாம்.”

“ஆர், க – இரண்டும் தாதுக்களா?”

“இல்லை. அவை பச்சிலைகள், இதோ பாருங்கள். சூத்திரத்தை என்னிடம் கேட்காதீர்கள். அது விஞ்ஞானிகளுக்குத்தான் புரியும். சிக்கலான கால்குலஸ் கணக்கு அது. நான் நாலு வருஷங்கள் மண்டையை உடைத்துக்கொண்டு கண்டுபிடித்த சூத்திரம். இந்த மாதிரி ஒரு விசாரணையில் விளக்க முடியாது; விளக்கவும் நான் விரும்பவில்லை என்பதற்குக் காரணம் சொல்லிவிட்டேன். உங்களுக்கு வேண்டுமானால் ஆர் ஒரு பச்சிலை, க என்பது நாம் தினமும் பயன்படுத்தும் ஒரு பொருள் என்றுமட்டும் சொல்லத் தயார்.”

“கடுகா?”

“இல்லை.”

“கத்தரிக்காயா?”

"இல்லை."

"கரிசிலாங்கண்ணியா?"

"இல்லை"

"கண்டந்திப்பிலியா?"

"அதை நாம் தினமும் உபயோகிப்பதில்லையே." "கருவேப்பிலையா?... கருஞ்சீரகமா? கற்கண்டா?... கடலைப் பருப்பா?... கல்லுரலா?... கருணைக்கிழங்கா ?..."

"நீங்கள் உயர்நீதிமன்றங்களில் மிகப் பெரும் பதவி வகித்தவர்கள். தேசத்தின் பொருளாதார உயர்வைக் காக்கும் நோக்கத்துடன் இந்தச் சூத்திரத்தின் ரகசியத்தை என் மனத்தில் பூட்டி வைத்திருக்கிறேன்; அதை நான் அஜாக்கிரதையாக வெளியிடக்கூடாது; இதில் நீங்கள் எனக்கு உதவுவதற்குப் பதிலாக வெளியிடும்படி நோக்க முயலுகிறீர்கள்."

"மன்னிக்க வேண்டும். கணிதத்தில் உள்ள அபார ஆவலால் சொந்த முறையில் கேட்டுவிட்டேன். நீங்கள் சொல்ல வேண்டாம், நான் கேட்டதை மறந்துவிடுங்கள். சரி, பசும் சாணத்திலிருந்து ரயில் செய்யலாம் என்று எப்படித் தோன்றிற்று உங்களுக்கு?"

"ஒரு தடவை தென்னிந்தியாவுக்குப் போயிருந்தேன். என் தாத்தாவும் பாட்டியும் ராமேசுவரம் போனார்கள், நானும் உடன் போனேன். அப்போது எனக்கு வயது பதினான்கு. வேத பாடசாலையில் படித்துக்கொண்டிருந்தேன்."

"வேத பாடசாலையிலா?"

"ஆமாம்."

"நீங்கள் வேதம் படித்திருக்கிறீர்களா?"

"பதினாறு வயதுவரை வேதம்தான் படித்தேன், நான் வேதம் சொல்வதை ராமேச்வரம் கோயிலில் கேட்ட அமெரிக்கர் ஒருவர் என் விலாசத்தைக் குறித்துக்கொண்டார், பின்பு மறு வருடமே எனக்கு உபகாரச் சம்பளம் கொடுத்து என்னை அமெரிக்காவுக்குத் தருவித்துப் படிக்கவைத்தார். அங்குதான் விஞ்ஞானத்தில் டாக்டர் பட்டம் பெற்றேன்."

"ஓகோ! சார், ராமேச்வரம் போனதாக சொன்னீர்கள் தாத்தாவோடு..."

"ஆமாம், தென்னிந்தியக் கிராமங்களில் சுவர்மீது ஒட்டிக் கொண்டிருந்த சாணவரட்டிகளைப் பார்த்தேன், ஆச்சரியமாக இருந்தது. கையால் விள்ள முடியவில்லை. அது அடுப்பெரிக்கப்

பயன்படுகிறது என்று தெரிந்ததும்தான் ஏன் சாணத்திலிருந்து ரயில் செய்யக் கூடாது என்று தோன்றிற்று. ஆனால் அப்போது எனக்குக் கணித அறிவோ மேனாட்டு விஞ்ஞான அறிவோ கிடையாது. அமெரிக்காவில் படித்துத் திரும்பிய பிறகுதான் அதைப் பற்றி யோசிக்கலானேன், நான்கு ஆண்டுகள் முயன்று இந்தச் சூத்திரத்தைக் கண்டுபிடித்தேன்."

"சம்பிரதாய முறையில், அதாவது இரும்பு, எஃகு, அலுமினியம், மரம் இவற்றைக் கொண்டு செய்யும் ரயில் பெட்டி என்ஜின்களுக்கும் நீங்கள் உருவாக்கவிருக்கும் ரயிலுக்கும் என்ன வித்தியாசம்?"

"உருவாக்கவிருக்கும் என்று ஏன் சொல்கிறீர்கள். நான் ஒரு சிறிய மாதிரி ரயிலை உருவாக்கிக் காட்டிய பிறகுதானே அமைச்சர் ஆறு கோடி ரூபாய் அனுமதித்தார்."

"நான் பெரிய ரயிலைச் சொன்னேன், மன்னிக்க வேண்டும்."

"நான் உருவாக்க நினைத்த ரயிலைச் செய்ய மரம், இரும்பு, எதுவுமே தேவையில்லை, சாணத்தினாலேயே அதன் உடல், சக்கரம் எல்லாம் அமைந்திருக்கும். அதை ஓட்ட நீர், நிலக்கரி, டீசல் எண்ணெய் ஒன்றுமே தேவைப்படாது. பசும் சாணத்தி லிருந்து மிதேன் என்ற எரிவாயு உண்டாகிறது. அதைக்கொண்டே அந்த என்ஜின் ஓடும். அந்த வாயுவே ரயிலில் உள்ள மின் விளக்குகளை எரிய வைக்கும், மேலும் பசும் சாணத்தில் சில அரிய மருந்துச் சக்திகள் உண்டு. எனவே இந்த ரயில் பிரயாணம் செய்பவர்களுக்கு நோய் வராது. சாதாரண ரயில்களில் அனாதி காலமாக வாசம் செய்யும் மூட்டைப் பூச்சிகளும் மற்றக் கிருமிகளும் இந்தக் கோமய ரயிலில் உயிரோடு இருக்க முடியாது. இந்த ரயில் என்ஜினின் அடக்க விலை நாற்பதாயிரம் ரூபாய்க்குள் முடிந்துவிடும். ஒரு பெட்டியின் விலை பதினாயிரம் ரூபாய்க்கு மேல் ஆகாது. குளிர்காலத்தில் வெதவெதவென்றும், கடும் கோடையில் குளுகுளுவென்றும் இருக்கும் இந்தப் பெட்டிகள். அப்படி வெப்ப நிலையைச் சீராக்குவதும் இந்தப் பசும் சாண வாயுவால்தான். சுருங்கச் சொன்னால் தன் உடலின் சக்தியைக் கொண்டே இது ஓடுகிறது. வெளிப் பொருட்களே தேவையில்லை. என் சூத்திரத்தின்படி செய்தால் பசும் சாணம் இரும்பை விட, எஃகைவிடப் பன்மடங்கு உறுதியாகிவிடும். எனவே தேயாமல் நீடித்து உழைக்கவும் செய்யும், இத்தனை பண்புகளையும் நான் செய்து காட்டிய, மாதிரி ரயிலில் நிரூபித்துக் காட்டியிருக்கிறேன், அதைப் பார்த்துத் திருப்தி அடைந்த பிறகுதான் அமைச்சர் ஆறு கோடி ரூபாய் அனுமதித்தார்."

"கேட்கக் கேட்க ஆச்சரியமாக இருக்கிறது. பசும் சாணத்திலிருந்து ரயில். இரும்பு, எஃகு, நிலக்கரி கிடையாது. தன் உடல் சக்தியைக் கொண்டே ஓடுகிறது. வெப்ப தட்பம் தருகிறது. விளக்கு, விசிறிகளை இயக்குகிறது. விலை முப்பதாயிரம்தான், உறுதியோ இரும்பைவிட. கேட்கக் கேட்க..."

"பார்த்தால் இன்னும் பிரமிப்பீர்கள். மாதிரி ரயிலை வந்து பாருங்கள்."

"இவ்வளவு அழகான திட்டம் ஏன் இன்னும் நடைமுறையில் சாத்தியமாகவில்லை? ஒரு பெட்டி, ஓர் என்ஜின் உருவாகும் முன் எப்படி ஆறு கோடியும் செலவழிந்தது?"

"சாமி வரம் கொடுத்தாலும் பூசாரி கொடுக்க வேண்டாமா? இந்த ஆறு கோடியை என்னிடம் கொடுப்பதற்குப் பதிலாக யாரோ ஒரு நிர்வாக அதிகாரியை ஏதோ ஓர் இலக்காவிலிருந்து மாற்றிக் கொண்டுவந்தார்கள். நிர்வாக அதிகாரிக்கும் பசும் சாண ரயிலுக்கும் என்ன சம்பந்தம்? வரதட்சிணைக்குச் சம்பந்தம் இருக்கலாம்."

"வரதட்சிணையா?"

"ஆமாம், நான் விசாரிக்காமல் சொல்லவில்லை. இந்தத் திட்டத்தின் நிர்வாக அதிகாரி, தன் கலியாணத்துக்கு மூன்று லட்ச ரூபாய் பெண்ணின் தகப்பனாரிடமிருந்து வரதட்சிணையாகக் கறந்தவர். பிரச்சினைக்கும் இதற்கும் சம்பந்தமில்லை. ஞாபகம் வந்தது சொன்னேன். மனைவியாக வருகிறவளின் தந்தையிடமிருந்து இப்படிக் கறந்தவருக்கு எவ்வளவு அநுதாப உணர்வு இருக்கும்?"

"மேலே சொல்லுங்கள்."

"அவருக்கு இந்தத் திட்டத்தில் நம்பிக்கை இல்லை போலிருக்கிறது. அடிக்கடி என்னைப் பற்றிக் கிண்டலாகப் பேசிக்கொண்டிருந்தாராம். ஆனால் இருபது லட்சம் ரூபாய் செலவில் ஆபீஸ் கட்டிடம் கட்டுவதை அவர் நிறுத்தவில்லை. அறுநூறு குமாஸ்தாக்கள், அதிகாரிகள் கொண்ட பட்டாளம் ஒன்றை எழுப்புவதை நிறுத்தவில்லை. இத்தனை பேருக்கும் வீடு கட்டிக்கொடுத்து, சாலைகள் போட்டு, பள்ளிக்கூடமும் ஆஸ்பத்திரியும் பொழுதுபோக்கு நிலையங்களும் கட்டுவதை நிறுத்தவில்லை. தொழிற்சாலை கட்டிக் கால்வாசி எழுவதற்குள் பணம் தீர்ந்துவிட்டது. மூலப்பொருள் வாங்கப் பணம் இல்லை. அதற்குள் பார்லிமெண்டில் கேள்வியும் கேட்டுவிட்டார்கள். கேள்வி கேட்பதை நான் தவறு என்று சொல்லவில்லை, ஒருவிதத்தில்

கச்சேரி

நல்லதுதான். ஆனால் பணம் சரியாகச் செலவாகவில்லை என்று எப்படி மக்களுக்குத் தெரியப்போகிறது? திட்டமே மோசம் என்று என்மீதே, என் விஞ்ஞான உணர்வின்மீதே சந்தேகத்தைக் கிளப்பிவிட்டதே என்ற துயரம்தான் எனக்கு. பத்திரிகைக்காரர்களே ஒரு தினுசு. நாலு வாக்கியம் அழகாக, உரப்பாக எழுதத் தெரிந்தவுடன், எல்லாம் தெரிந்த மாதிரிப் பேச ஆரம்பித்துவிடுவார்கள். சத்தம் போட்டால்தானே அஞ்ஞானம் தெரியாமலிருக்கும்!"

"உண்மை தெரிந்தால் எல்லாம் சரியாகிவிடும். கவலைப் படாதீர்கள். மூலப்பொருள் வாங்கித் தரக்கூட ஏற்பாடு செய்ய வில்லை என்பதைக் கேட்டு எனக்குக் கோபமும் வருத்தமுமாக வருகிறது. நீங்கள் என்ன மூலப்பொருள் கேட்டீர்கள்?"

"என் ரயிலுக்கு மூலப்பொருள் பசும் சாணம். சாணத்துக்கு மூலம் பசுக்கள். நான் முதலில் இரண்டு கோடி ரூபாய்க்குப் பசுக்கள் வாங்க வேண்டும் என்று கேட்டேன். உண்மையில் முதல்முதல் இதற்குத்தான் பணம் செலவழித்திருக்க வேண்டும். பசுக்களை வாங்கி, அத்தனைக்கும் கொட்டில்கள் கட்டி, அவற்றுக்கான புல் விளையப் பக்கத்து நிலங்களை வாங்கியிருக்க வேண்டும். வீடுகளும் ஆபீசும் கட்டுவதற்குப் பதில் கொட்டில் கட்டியிருக்க வேண்டும். குமாஸ்தாக்களுக்குப் பதிலாகப் பசுக்களை வாங்கியிருக்க வேண்டும். அப்படிச் செய்திருந்தால், ரயில்களை உற்பத்தி செய்து அந்த லாபத்திலேயே இந்த வீடுகளைக் கட்டியிருக்கலாம். அதற்கான விளக்குகள், தண்ணீர் சப்ளை, இயந்திரம் இவற்றையெல்லாம் இயக்கும் முழுவதையும் நான் இந்தப் பசும் சாண வாயுவிலிருந்தே தந்திருப்பேன்."

"சரி, இனிப் பேசிப் பயனில்லை. எடுத்த காரியத்தை விடக் கூடாது. ஏற்கெனவே குமாஸ்தாக்கள் ஒருமுறை வேலை நிறுத்தம் செய்து சம்பள விகிதத்தைக்கூட உயர்த்திக்கொண்டுவிட்டார்கள். என்ன செய்தால் காரியம் விரைவில் நிறைவேறும் சொல்லுங்கள்?"

"திடீரென்று கேட்டால் நான் என்ன சொல்லுவேன்? இருந்தாலும் முக்கியமானவற்றைச் சொல்லுகிறேன். இன்னும் ஒரு நாலு கோடி ரூபாய் கொடுங்கள். அதை என்னிடம் கொடுங்கள். இரண்டு கோடிக்கு இல்லாவிட்டாலும் ஒரு கோடிக்காவது பசு மாடு வாங்குகிறேன். நிர்வாகத்தை என்னிடம் ஒப்படையுங்கள், மூன்றாவதாகத் தொழிற்சாலையைச் சுற்றிப் பதினாயிரம் ஏக்கர் நிலம் வாங்கி மேய்ச்சல் நிலமாக மாற்றுங்கள், ரயில் மட்டும் இல்லை, உலகமே அதிசயிக்கும். பால் பண்ணையும் பால் பொருள் பண்ணையும் நான் இதன் துணைத் திட்டங்களாகச் செய்து காண்பிக்கிறேன். நிறையச் சாணம் தரும் பசுக்கள் நமக்குத்

தேவை. எனவே அமெரிக்கா, மத்தியப் பிரதேசம், அர்ஜண்டீனா, ஆஸ்டிரேலியா, டென்மார்க் – இந்த நாடுகளிலிருந்து பதினாயிரம் பசுக்கள் நமக்குத் தேவை. அவை இங்கே வந்தால் பத்து ஆண்டுகளில் அவை மூன்று நாலு லட்சமாகிவிடும். அப்படிப் பசுக்களை இறக்குமதி செய்ய முடியாவிட்டால், ஐந்து கோடி டன் பசும் சாணமாவது இறக்குமதி செய்துகொடுங்கள். உங்களுக்குக் கோடிப் புண்ணியமுண்டு. இறக்குமதி செய்யச் சொல்லிவிட்டு ஒரு ராத்தல் சாணத்துக்கு ஒண்ணே முக்கால் ரூபாய், இரண்டு ரூபாய் என்று சுங்க வரி விதித்துவிடாதீர்கள். எந்த வரியும் இன்றிச் சாணம் இந்த நாட்டுக்கு வந்தால்தான் திட்டம் நிறைவேறும்."

"அவ்வளவுதானே!"

"அறுநூறு குமாஸ்தாக்களும் அதிகாரிகளும் தேவையில்லை, நூறுபேர் போதும்."

"ஐந்நூறு குடும்பங்களை வயிற்றில் அடிக்காதீர்கள். நீங்கள் விஞ்ஞானி. கொஞ்சம் கருணையும் காட்டுங்கள். கோமாதாவிடம் உள்ள கருணையை இந்த மனிதப் பஞ்சைகளிடமும் காட்டுங்கள்."

"நீங்களே சொல்லும்போது நான் என்ன சொல்ல?"

"நான் உங்கள் யோசனைகளை மேலே அனுப்புகிறேன். ஈச்வர யத்தனத்தில் எல்லாம் சரியாக நடக்கட்டும்."

"தொழிற்சாலை வெற்றிகரமாக எழுந்து, முதல் பசுஞ்சாண ரயில் தயாரானதும் அதை பிரம்மக்ஞானானந்தர் கையால் வெள்ளோட்டம் விடச் செய்ய வேண்டும்."

"நீங்கள் ஏன் மதத்தைப் புகவிடுகிறீர்கள் இதில்? நாலு பேர் அந்தமாதிரி எதையாவது கிளப்பிவிடுவார்கள். செய்ததை எல்லாம் செய்துவிட்டு, இந்த மாதிரி ஒரு அபிப்பிராயத்துக்கு இடம் கொடுப்பானேன்?"

"நீங்கள் சொல்வது புரியவில்லை எனக்கு. இருந்தாலும் காரியம் எப்படியாவது நிறைவேறினால் சரி என்ற எண்ணத்துடன் நான் விட்டுக்கொடுக்கிறேன்."

"வணக்கம், டாக்டர் கோஸ்வாமி!"

"வணக்கம் . . . ஒரே ஒரு விஷயம்: விடைபெறுவதற்கு முன்னால் சொல்லிவிடுகிறேன். ஒரு கடுமையான தேச பக்தி உணர்வால்தான் நான் இங்கேயே வேலை செய்கிறேன், அயல் நாடுகளிலுள்ள பல விஞ்ஞானிகளும் தொழிலதிபர்களும் இந்தத் திட்டத்தில் ஊக்கமாயிருக்கிறார்கள். இந்தத் திட்டம்

நிறைவேற இந்தத் தேசத்தில் எனக்கு ஊக்கமும் உதவியும் கிடைக்காவிட்டால் அந்த நாடுகள் என்னை அங்கு வரவழைத்து வேண்டிய வசதிகளைச் செய்து தரக் காத்திருக்கின்றன. ஆனால் கோடிக்கணக்கில் கொடுத்தாலும் சரி, இரட்டை நோபல் பரிசு வருவதாக இருந்தாலும் சரி, நான் அப்படியெல்லாம் செய்ய மாட்டேன். இந்தத் தேசத்தில் இது நிறைவேறாவிட்டால், இவர்கள் அறியாமல் செய்கிறார்கள், இந்தத் தேசத்துப் பெரியவர்களுக்கு நல்ல புத்தி கொடு என்று பிரார்த்தனை செய்து, இங்கேயே செத்தாலும் சாவேனே தவிர, அந்நியனுக்கு இந்த ரகசியத்தை விற்கமாட்டேன். அது விஞ்ஞான உணர்வுக்குப் புறம்பான மனப்பான்மை. உண்மைக்கு இந்தத் தேசம் அந்தத் தேசம் என்று எல்லைகள் கிடையாது. ஆனாலும் தாய்ப் பாசம் என்னை விடவில்லை. என்னைப் பெற்று வளர்த்த புண்ணிய நாடாயிற்றே. வேதங்களும் ரிஷிகளும் தோன்றிய புனித பூமியாயிற்றே!

"உங்கள் தேசபக்தி என்னைப் பரவசமாக்குகிறது. விஞ்ஞானிக்கு இருதயம் இராது என்பார்கள். நீங்கள் இருதயத்தாலே செய்த விஞ்ஞானி என்று தோன்றுகிறது."

"உங்கள் கண்ணைத் துடைத்துக்கொள்ளுங்கள். யாராவது பார்த்தால் நடுநிலை பிசகி, என் வலையில் விழுந்துவிட்டதாக உங்களைக் குற்றம் சாட்டுவார்கள். உலகம் பொல்லாதது. அதனால்தான் "யதா ஸ்த்ரீணாம் ததா வாசா ஸாதுத்வே துர்ஜனோ ஜனஹ" என்று பவபூதி கதறிவிட்டுப் போனான் . . . நான் வருகிறேன்."

"வணக்கம், டாக்டர் கோஸ்வாமி!"

கல்கி, ஆகஸ்ட் (ஆண்டுமலர்) 1965

தி. ஜானகிராமன்

கச்சேரி

சிஷ்யர்கள் பாடத்தை முடித்துக்கொண்டு போய் விட்டார்கள். பெரிய பிள்ளை காமிராவை எடுத்துக்கொண்டு, எங்கோ பார்ட்டியாம், சம்பாதிக்கப் போய்விட்டான். வாசலில் பெண் வயிற்றுப் பேரன் அடுத்த வீட்டுக் குழந்தைகளோடு கிரிக்கெட் ஆடுகிற மெல்லிய கூச்சல். உள்ளே சமையலறையில் சீனச் சட்டியில் ஏதோ பொரிகிற ஓசை. இத்தனைக்கும் நடுவில் ஒரு மௌனம். அதிலே வெகுதூரம் தோய்ந்து கிடந்தார் ராமு.

சாய்வு நாற்காலியில் சாய்ந்துகொள்ளாமல் சற்றுத் துவண்டு உட்கார்ந்திருந்தார் அவர். வழக்கம்போல் மனசில் ஒரு நிறைவு – இனி மேல் உலகத்தில் ஒன்றும் ஆக வேண்டியதில்லை போன்ற ஒரு நிறைவு. சிஷ்யர்களுக்குப் பாடம் சொல்லிக் கொடுத்து முடித்தவுடன் அவருக்கு இந்த நிறைவு நெஞ்சு, இதயம், கால், கை, கண் எங்கும் வந்து அடைந்துகொள்வது வழக்கம். கச்சேரிகளில் அது வருவதில்லை. அங்கே ஆத்மானந்தத்துக்கு அளவு உண்டு. மூன்று மணிக்கு ஆறு ராகம், பத்து பாட்டு, ஒரு பல்லவி, ராகமாலிகை, ஸ்வர வால்கள் – இவ்வளவும் பாடி, ஒவ்வொன்றிலும் குதிகாலளவாவது ஆத்மானந்தத்திலும் 'முழுகி', ஆடுகளையும் ரசிகர்களையும் விமரிசகர்களையும் மகிழ வைத்து, காசையும் வாங்கிக்கொண்டு வர வேண்டும். சிஷ்யர்களிடம் அந்தக் கவலை இல்லை. இன்று பகல் பதினொரு மணிக்கு அடதாள கல்யாணி வர்ணத்தைச் சாக்காக வைத்துக்கொண்டு,

அந்த ராகத்தின் ஆயிரத்தெட்டு கைகளையும் சிரங்களையும் அணிகளையும் பார்வைகளையும் சிஷ்யர்களுக்குக் காண்பித்துத் தாமும் காண ஆரம்பித்தவர் நாலரை மணி வரையில் அந்தத் திவ்விய தரிசனத்தைக் கண்டுகொண்டிருந்தார். சிஷ்யர்கள் போய்விட்டார்கள். ஆனால் அவர் உள்ளே இன்னும் அந்த வடிவம் நின்றுகொண்டிருந்தது. மனசுக்குள்ளேயே திருப்பித் திருப்பிப் பாடி 'ஆஹா ஆஹா' என்று தாமே சபாஷ் போட்டுக் கொண்டிருந்தார், அந்த அழகுக்கு. அடுத்த நிமிஷம், அடுத்த நாள் – இந்தக் கவலைகள் அழிந்துபோன நிறைவு அவரை முழுக்கிவிட்டிருந்தது.

பட்டுப் புடவை கொசகொசக்கிற ஓசையோடு அவர் சம்சாரத்தின் உருவம் அப்போது ஒரு தட்டில் ரவாகேசரியும் வெந்நீருமாக ஹாலுக்குள் வந்தது. தொண்டை உலர்ந்து கிடந்த ஞாபகம் இப்போதுதான் வந்தது அவருக்கு. வெந்நீரை ஒரு வாய்விட்டு, கேசரியையும் ஒருவாய் போட்டுக்கொண்டார்.

"எங்கே இந்தப் பயலைக் காணும், இன்னிக்கி?" என்றார்.

"அதுதான் வாசல்லெ அமர்க்களப் பட்றதே கூச்சல்."

"அது நம்ம வாஞ்சின்னா!"

"பின்னே யாரைக் கேட்டேள் நீங்க?"

"இந்தப் பயடீ – ரங்கு? காலமே புடிச்சுக் காணுமே அந்தப் பயலை!"

"ஏன் சொஜ்ஜிக்கு ஆளில்லைன்னு கவலைப்பட்டாறதாக்கும்."

"இல்லேடி, விடிஞ்சா பத்து நடை வந்துட்டுப் போயிடுவன். ஆளையே காணுமேனு கேட்டேன். உன் பேரனைத்தான் கூப்பிட்டேன் ... யார் சாப்பிட்ட என்ன இப்ப? எலே, வாஞ்சி ... ஏய் ... எலே வாஞ்சி!"

வாஞ்சி அரை நிஜாரும் சட்டையும் வேர்வையுமாக ஓடி வந்தான்.

"ஏன், தாத்தா!"

"இந்தாடா!" என்று ஒரு கோலி கேசரியை நீட்டினார்.

"நான் அப்புறம் சாப்பிடறேன் ... க்ம் ... ரன் எடுத்துண்டே யிருக்கிற போதுதான் கூப்பிடறதாக்கும்" என்று கடைசி வார்த்தையை வாசலில் முடித்துக்கொண்டே ஓடிவிட்டான் அவன்.

“ரங்குன்னா இப்ப பாதித் தட்டைக் காலி பண்ணியிருப்பான்” என்றாள் அவர் சம்சாரம்.

ராமு பதில் சொல்லவில்லை. இந்த இரண்டுங் கெட்டான் பேச்சை மேலும் வளர்க்கப் போகிறாளே என்று பயந்து, வந்த புன்சிரிப்பைக்கூட உதட்டை இழுத்துப் பிடித்து அடக்கிக் கொண்டார். சம்சாரம் வேறு ஏதோ கொண்டுவருவதற்காக உள்ளே போனாள்.

‘ஏன் இந்தப் பயலைக் காணவேயில்லை இன்றைக்கு?’

நாற்காலியின் சட்டத்தைப் பிடித்துக்கொண்டு, உருண்டைத் தலையும் சற்று மேல் தூக்கின வெள்ளரி மூக்கும், அரிசிப் பல்லும், ஓயாத பேச்சும், தேடும் கண்ணும், அரை நிஜாரும் சட்டையுமாக அந்தப் பயல் நிற்பது போல் இருந்தது அவருக்கு.

“மாமா, வனஜாட்சிதானே பாடினேள்? எங்கக்காகூட ரொம்ப நன்னாப்பாடுவா. போன வருஷம் அதைத்தான் பாடினா. அவ ஸ்கூல்லே, பாட்டுப் போட்டியிலே. அவளுக்குப் பஸ்ட் ப்ரைஸ் குடுத்தா. ஒரு எவர்சில்வர் தட்டு ஒண்ணு” என்று ஏதாவது சொல்லிக்கொண்டிருப்பான். சொல்கிறாற் போலவே காதில் ஒலித்தது ராமுவுக்கு.

“மாமா! நீங்க ஏன் பாடறபோது கையை இப்படி இப்படி ஆட்றேள்? எங்கக்கா பாடினா அசங்கவே மாட்டா; அப்படியே நேரே பார்த்துண்டு பாடுவா” என்று வந்த முதல் நாளே விசுக்கென்று சொல்லி வைத்தான் அவன். அது நடந்து கிட்டத்தட்ட ஒரு வருஷம் ஆகப்போகிறது. வழக்கம் போல் சிஷ்யர்களுக்கு ஏதோ பாடிக் காட்டிக்கொண்டிருந்தார் அவர். பாடும் போது ஒரு பயல் வந்து எட்டி எட்டிப் பார்த்தான். யாரோ தெருவோடு போகிற குழந்தை என்று எண்ணிக்கொண்டே பாடினார். சிறிது கழித்து, நிலைப்படியண்டை நின்றவன் பொட்டென்று உட்கார்ந்துகொண்டான். ராமு கண்ணை மூடிக்கொண்டே பாடுவார். ஒரு தடவை கண்ணைத் திறந்த பொழுது, குழந்தை சற்று முன்னால் நகர்ந்து உட்கார்ந்திருந்தான். நாலாவது தடவை கண்ணைத் திறந்த பொழுது, அவன் பக்கத்தில் உட்கார்ந்திருப்பதையும், சிஷ்யப் பையன் அவனை அப்பால் வந்து உட்காருமாறு ஜாடை காட்டுவதையும் பார்த்தார்.

“ஏண்டா சோம்பேறி! நான் பாடறதைக் கவனிப்பியா? குழந்தை எங்கே நகர்றான், எங்கே உட்கார்றான்னு பாத்துண் டிருக்கியே என்ன? இதுக்குத்தான் இத்தனை நாழியாக் கதறிண் டிருந்தேனோ?” என்று சீடனைச் சூடாகக் கடிந்துகொண்டார்.

அந்தப் பையனை அணைத்துக்கொள்ள வேண்டும் போல் இருந்தது அவருக்கு. சிஷ்யன் அவனை விரட்டுகிறான். அவ்வளவுதான், அவருக்குப் பாடுகிற உற்சாகம்கூடக் கலைந்துவிட்டது. "மொகரைக் கட்டை ... இந்தக் குழந்தைக்கு இருக்கிற லயிப்பு உனக்கில்லெ. நான் என்னதுக்காக உசிரை விடணும்? சரி, சரி, போ. போயி மாமி ஏதாவது ஸ்டோருக்கு கீருக்குப் போய் மொளகா பருப்பு வாங்கிண்டு வரச் சொல்லுவ. போ, போடா!" என்று லயம் கலைந்து பொருமினார். வெற்றிலைப் பெட்டி நெற்றியைப் பார்க்கப் பாய்ந்து விடப் போகிறதே என்று மருண்டு எழுந்து போனான் சிஷ்யன்.

"மாமா – நீங்க ரொம்ப நன்னாப் பாடறேள்" என்றான் பையன்.

"அப்படியா!"

"ஆமா மாமா. நீங்க இப்ப பாடினது நன்னுபாலிம்ப ராகம்தானே!"

"ஆமாண்டா! அதேதான். உனக்கு எப்படித் தெரிஞ்சுது!"

"எங்கக்காகூடப் பாடுவா. அவ ஸ்கூல்லெ படிச்சிண்டிருக்கா. பத்தாவது. அவளுக்கு ஒரு மாமா வந்து பாட்டு சொல்லிக் கொடுக்கிறார். இதே மாதிரி எங்காத்துலேகூட ஒரு தம்புரா இருக்கு. பெரிச் ... சு. அதோ அத்தனை ஒசரம் இருக்கும்" என்று உயரமாகக் கையைத் தூக்கினான்.

"அவ்வளவு உசரமா! ஏ அப்பா!"

"ஆமா. எங்கக்கா வந்து மடியிலே படுக்க வைச்சிண்டு அதைச் சுதி சேப்ப. டொயங், டொயங், டொய்ங்னு!"

"அப்படியா! அது சரி, நீ யாரு, உன் பேரென்ன ... ஒண்ணுமே சொல்லலியேடா நீ!"

"நான்தான் மாமா ரங்கு. முப்பத்தி மூணா நம்பர்லெ குடி வந்திருக்கோமே. தெரியாது? எங்க வீட்டைக் காமிக்கட்டுமா? வரேளா?"

"நீ சொல்லேன்."

"உங்க வீடு என்ன நம்பர்?"

"இருபத்தெட்டு."

"இருபத்தெட்டு" பையன் விரல் விட்டு எண்ணினான். இருபத்தெட்டும் அஞ்சும் முப்பத்து மூணு. வாசல்லெகூட முல்லைக் – கொடி இருக்குமே. அதுதான் எங்க வீடு.

“நான் பார்த்ததே இல்லியே உன்னை.”

“முந்தாநாத்தான் குடி வந்தோம்.”

“அதுக்கு முன்னாலே நீங்க எங்கே இருந்தேள்?”

“மதுரையிலே. எங்க அப்பாவுக்கு மாத்தலாயிடுத்து. எங்கப்பாவுக்கு ரயில்லெ வேலை. முந்நூறு ரூபா சம்பளம்.”

“என்ன வேலை?”

“என்னமோ கணக்கு கிணக்கு ஏதாவது இருக்கும்.”

“கொடி காட்டமாட்டாரா? என்ஜின் ஓட்ட மாட்டாரா?”

“ஐயய்யோ, அதெல்லாம் இல்லெ மாமா. ஆபீஸ் வேலை. நீங்க ஆபிசுக்குப் போக மாட்டேள்?”

“இதுதான் ஆபீசு எனக்கு!”

“பொய்யி! பாட்டுப் பாடறேள் இங்கே. இங்கே எப்படி ஆபீஸ் இருக்கும்?”

“பாட்டுப் பாடறதுதாண்டா ஆபீஸ் எனக்கு!”

ரங்கு சிறிது யோசித்தான்: “சம்பளம் யாரு கொடுப்பா?”

“பாட்டு கச்சேரி பண்ணுவேன். அவ்வாள்ளாம் கொடுப்பா!”

“யாரெல்லாம்?”

“கச்சேரி வைக்கிறவாள்ளாம்?”

“நாங்ககூட மதுரையிலே சபா கச்சேரிக்கெல்லாம் போவோம். நீங்க மதுரைக்கு வந்திருக்கேளா கச்சேரி பண்ண?”

“ஓ! வந்திருக்கேனே . . !”

“பொய்யி... ம்... நான் பார்க்கவே இல்லெ... எங்கப்பா எங்கக்காவையும் என்னையும் எல்லாக் கச்சேரிக்கும் அழைச்சிண்டு போயிருக்கா. நான் பார்க்கவே இல்லே உங்களை.”

“அது சரி, நீ என்ன படிக்கிறே?”

சுண்டு விரலை நீட்டி உயர்த்தினான் பையன்.

“ஸ்கூல் கிட்டக்க இருக்கா?”

“இதோ தெரு முனை திரும்பினவுடனே இருக்கு. கணபதி மாண்டிசாரி – எங்கப்பா என்ன செஞ்சா தெரியுமா? உனக்கு வயசாகலெ. ஒண்ணாங்கிளாசிலே சேக்க மாட்டேன்னா. நான் ஐப்பசி மாசம் பொறந்தேன். எங்கப்பா வைகாசின்னு போட்டு,

அஞ்சு வயசு ரொம்பிடுத்துன்னு எழுதிச்சேர்த்துட்டா நேத்திக்கு. புஸ்தகம்கூட வாங்கியாச்சு.”

“பள்ளிக்கூடம் போகலியா, இன்னிக்கி?”

“போயிட்டு வந்தேனே. இன்னிக்கு அரைப் பள்ளிக்கூடம். பள்ளிக்கூடம் போய்ட்டுச் சாப்பிட்டுட்டுத் தான் வந்தேன் ...”

“ஏண்டா, பன்னெண்டு மணிக்கு வந்தவன் மணி நாலாகப் போறது. இங்கேயே இருந்தா? உங்கம்மா உன்னைத் தேட மாட்டாளா?”

“தேடுவா. மத்தியானம் சாப்பிட்டவுடனே தூங்கு தூங்குன்னு படுக்கப் போட்டு அழுத்தினூடுவா. அதுதான் இன்னிக்குச் சாப்பிட்டுக் கையலம்பினவுடனே ஓடி வந்துட்டேன். நீங்க பாடறது கேட்டுது. ஓடியே வந்துட்டேன். நீங்க நித்தியம் பாடுவேளா மாமா!”

“ம்.”

“அப்படின்னா, நான் நாளைக்கு வரேன். திங்கள், செவ்வா யெல்லாம் வர மாட்டேன். பள்ளிக்கூடம் உண்டோல்லியோ! சனி ஞாயிறிலே வரேன். என்ன?” என்று சொல்லிக்கொண்டே எழுந்து நிலைவரையில் போய்விட்டான் பையன்.

“என்னடா, திடீர்னு கிளம்பிட்டே? சித்தெ இரேன் போகலாம்” ...

“யாரு அங்கே!”

“என்ன?” என்று சம்சாரம் வந்து நின்றாள்.

“டிபன் ஆயிடுத்தோ?” ஏதாவது கொடுக்கும்படி ஜாடை செய்தார் ராமு.

ஒரு தோசை வந்தது. தட்டிலிருந்து அதை எடுத்துக் கொண்டு, “தொட்டுக்க?” என்றான் பையன்.

“தொட்டுக்க இல்லாட்டா இறங்காதோ?” என்றாள் சம்சாரம். சிரித்துக் கொண்டே, ஒரு முட்டை சர்க்கரையைக் கொண்டு தூவினாள். முட்டையைத் திருப்பி எடுத்துப் போனவளைப் பின்தொடர்ந்து சமையலறைக்கே போய்விட்டான். சற்றுக் கழித்து, “போய்ட்றேன். நாளைக்கு வரேன்” என்று ராமுவிடம் சொல்லியவாறு வேகமாக ஹாலைக் கடந்து வெளியே போனான்.

“யாராத்துப் புள்ளே இது? சர்க்கரை போறாதுன்னு உள்ளே வந்து எலுமிச்சங்கா ஊறுகாய்தான் நான் தோசைக்குப்

போட்டுக்குவேன்னு சொல்லி அதையும் வாங்கித் தின்னுட்டுப் போறதே! உங்க பேரன்கூட இப்படி ஸ்வாதீனமாகக் கேக்காதே!" என்று ஓர் இலேசான சூடு கலந்த வியப்புடனும் சந்தோஷத்துடனும் கேட்டுக்கொண்டே வந்தாள் சம்சாரம்.

"நம்மைப் பார்த்துப் பயப்படாமெ, ஸ்வாதீனமா ஒரு ஆத்மா வந்து கேட்டுதுன்னா, நாம் நல்லவான்னு அர்த்தம். கொடுத்து வைக்கணுமே இதுக்கு"– என்றார் ராமு. அப்புறம் பையனைப் பற்றிய விவரங்களையெல்லாம் சொன்னார்.

அன்று ஆரம்பித்தது சிநேகம். நாள் தவறினாலும் ஆள் தவற மாட்டான். பள்ளிக்கூடத்திலிருந்து வந்ததும் சாய்வு நாற்காலியின் சட்டத்தைத் தொட்டுக்கொண்டே வந்து நிற்பான். ஏதாவது கேட்பான். "இன்னிக்கு என்ன பாட்டு மாமா சொல்லிக் கொடுத்தேள்?"

"எங்கே நேத்திக்கு முந்தா நாளெல்லாம் காணும்? கச்சேரியா எந்த ஊர்லெ? சம்பளம் கொடுத்தாளோ? எவ்வளவு? ஏ அப்பா, ஆயிர ரூபாயா . . . தம்புராவுக்கப் புதுசா கம்பி போட்டிருக்கேளா? பளபளங்கிறதே! இது ஏது செருப்பு மாமா? வாங்கினேளா! ஏன் சிவப்புக் கலர்லெ வாங்கியிருக்கேள்? எங்க அப்பாவுக்குக் கறுப்புத்தான் பிடிக்கும். நீங்க கூடக் கறுப்பே வாங்கிங்கோ மாமா! உங்க காலுக்கு நன்னாயிருக்கும். சிவப்புக் காலோல்லியோ!... மாமா, சீதாபதே பாட்டு உங்களுக்குத் தெரியுமோ? சிவலோகநாதனை? எங்கக்கா அந்தப் பாட்டு நன்னாப் பாடுவா ... மாமா, நான் இன்னிக்குத் தம்புரா வாசிக்கட்டுமா, நீங்க பாடறபோது? நான் வாசிக்கப் படாதா . . . மாமா! மாமா! இன்னிக்கு உங்காத்திலே என்ன டிபன்? நீங்க சாப்பிட்டாச்சா? எங்காத்திலெ இன்னிக்கி பச்சமாப்டி உப்புமா நன்னாயிருந்தது ..."

மொலுமொலுவென்று பேசிக்கொண்டேயிருப்பான் அவன். பேசாத நேரம், கை பேசும். தம்புராவைச் சுண்டுவான். அலமாரியைக் குடைவான். புத்தகத்தைத் திறப்பான். பாட்டிலைத் திறப்பான். டப்பாவைத் திறப்பான். பாக்கு இருந்தால் கொஞ்சம் வாயில் போட்டுக்கொள்வான். பேனாவைத் திறப்பான். வேட்டி மடித்திருந்தால் எடுத்து முகர்ந்து, "அப்பாடா! வெயில் வாசனை அடிக்கிறது" என்பான். "என்ன மாமா, மூஞ்சியெல்லாம் சர்க்கரை வந்துடுத்தே. சவரம் பண்ணிக்கப் படாதா? எங்கப்பா பிளேடை வெச்சிண்டு, தானே பண்ணிப்பா இப்படி மூஞ்சியெல்லாம் அழகு காட்டிண்டு" என்று முகத்தைக் கோணுவான். சனி, ஞாயிறு வந்தால்தான் இந்தத் துருதுருப்பு அடங்கியிருக்கும்.

சீடர்களுக்குப் பாடம் சொல்லி முடிகிறவரை உட்கார்ந்த இடத்தை விட்டு அசையமாட்டான். திடீர் என்று நடுவில் சிரிப்பான்.

"என்னத்துக்குடா, சிரிக்கிறே?" என்பாள் குறுக்கும் நெடுக்கும் போகிற சம்சாரம்.

"வயித்திலே பொறந்த பேரன்லாம் தம்புராவை எடுத்ததுமே வாசலைப் பார்க்க ஓடறதுகள் மட்டையைத் தூக்கிண்டு. இந்தப் பாட்டு காதிலேதான் விழாதோன்னு சிரிக்கிறதோ என்னவோ?" என்பார் ராமு.

"க்கும்" என்று கூறிக்கொண்டே போவாள் சம்சாரம்.

காப்பி வந்தது.

"ரங்கு வரலியேன்னு ஏங்கிப் போயிடுவேள் போலிருக்கே. அவன் இன்னும் ரெண்டு நாளைக்கு வரமாட்டான். பிள்ளையார் சதுர்த்தியன்னிக்கு சதாபிஷேகம் அவனோட தாத்தாவுக்கு" என்று காப்பியை ஆற்றிக்கொண்டே சொன்னாள் சம்சாரம்.

"ஆமாண்டி. அந்தப் பய சொல்லிண்டேயிருந்தானே. பதினஞ்சு நாளைக்கு முன்னாடியே சொல்ல ஆரம்பிச்சான் போலிருக்கே."

"மாமி! நீங்க கட்டாயம் வரணும். எங்க தாத்தா சதாபிஷேகத்துக்கு, மாமாவை அழைச்சிண்டு. தாத்தாவுக்கு அபிஷேகம் பண்ணிப்பட்டு நமஸ்காரம் பண்ணுவோம் நாங்கள்ளாம். நீங்க கட்டாயம் வாங்கோ மாமி'ன்னு தொண தொண தொணன்னு ஒயலெ. ஒழியலே. பதினஞ்சு நாளா இதே பாட்டுத்தான். நான்கூடச் சொன்னேன், 'ஏண்டா பயலே, நீ கூப்பிட்டாப் போதுமாடா? உங்கப்பாம்மான்னா கூப்பிடணும். பெரியவாளைப் பெரியவான்னா கூப்பிடணும்'னேன். நான் எங்கம்மாவை வந்து நாளைக்கிக் கூப்பிடச் சொல்றேன். நீங்க கட்டாயம் வரணும்னு சொல்லிண்டேயிருந்தது" என்று சம்சாரம் காப்பியைக் கொடுத்தாள்.

பத்துப் பதினைந்து நாட்கள் முன்புதான். சனிக்கிழமை. பாடம் சொல்லிக் கொடுக்கும்போது சிவகாமி வந்திருந்தான். "நான் வாசிக்கிறேன். நீங்க நாலுபாட்டுப் பாடுங்கோன்னா" என்று மிருதங்கத்தை எடுத்து உட்கார்ந்தான். ரங்குப் பயலுக்கு ஆனந்தம் தாங்கவில்லை. இரண்டு மணி நேரமும் கண்ணபிரான் மாதிரி முகத்தில் ஒரு தனி ஒளி கமழ உட்கார்ந்து கேட்டான். பாடி முடிந்ததும், கிட்ட வந்தான். "மாமா! நீங்க எங்காத்துக்கு

வந்து பாடணும், மதுரையிலே. எங்க தாத்தாவுக்கு சதாபிஷேகம் புள்ளையார் சதுர்த்தி அன்னிக்கி. வரேளா?" என்றான்.

"ம்."

"தம்புரா, மிருதங்கம் எல்லாம் கொண்டு வரணும்."

"ம்."

"நிச்சயமா!"

"வரேண்டா."

"நான் பாத்துண்டேயிருப்பேன். மதுரை ஸ்டேஷன்லே எறங்கி, இப்படி நேரே வந்து, இப்படித் திரும்பி அப்படிப் போனா மாசி வீதி வரும். அங்கே அண்ணாவையர் வீடுன்னு சொன்னா வந்துடலாம். வரணும், என்ன?"

"ம்."

தினமும் இதே புலம்பல்தான். ஒரு நாள் "நீங்க வந்து பாடுங்கோ. எங்கப்பாவைச் சம்பளம் குடுக்கச் சொல்றேன்" என்றுகூடச் சொல்லிவிட்டான்.

"அப்ப உங்கப்பா வந்து கூப்பிடவாண்டாமோடா என்னை?" என்றார் ராமு.

"கூப்பிடுவா! நான் கூப்பிடச் சொல்றேன்" என்று சிரித்தான்.

ஒரு வாரம் புலம்பியவன், மெதுவாக அந்தப் பேச்சை நிறுத்தி விட்டான். பிறகு அவரே ஞாபகப்படுத்த வேண்டியிருந்தது.

"ஏண்டா, உங்க தாத்தா சதாபிஷேகம் என்னிக்கி?"

"புள்ளையார் சதுர்த்தி அன்னிக்கி."

"நீ போகலியா?"

"போப் போறோம். ஞாயிற்றுக் கிழமை. எங்கப்பா தூங்கற டிக்கட் வாங்கியிருக்கா எல்லாருக்கும்!"

"என்னைக் கூப்பிடலையேடா அவர்."

"கூப்பிடுவா மாமா. சொல்லியிருக்கேன். நீங்களும் டிக்கெட் வாங்கிடுங்கோ. என்ன?"

இன்று ராமுவுக்கு வெறிச்சென்றிருந்தது. நாற்காலிச் சட்டத்தை வளைய வளைய வந்துகொண்டிருக்கும் அவனைப் பார்க்க வேண்டும்போலிருந்தது. அவர் மனமும் எதையோ வளைய வளைய வந்துகொண்டிருந்தது.

ட்ரிங் ட்ரிங் ட்ரிங் ட்ரிங்.

சனியன். போன் வந்தால் ராஜாங்க உத்தரவு மாதிரியல்லவா வருகிறது. எடுக்காமலிருக்கவும் மனசு வரவில்லை.

எழுந்து போய் எடுத்தார். "யாரு?"

"நான்தாம்பா, கௌரி பேசறேன்."

"கௌரியா? என்னடா கண்ணு!"

"ஒண்ணுமில்லேப்பா. அத்தை சின்னதா வெள்ளிப் புள்ளையார் ஒன்று பண்ணி அனுப்பச் சொன்னா. வாங்கி வைச்சிருக்கேன். நீங்க ஊருக்குப் போறபோது அதைக் கொண்டு கொடுத்திடணும். நான் கொண்டுவந்து கொடுக்கட்டுமா? இல்லை, யாராவது இந்தப் பக்கம் வந்தா இங்கே வரட்டும். கொடுத்தனுப்பறேன்" என்றாள் அவர் பெண்.

"சரி, குழந்தே... ஆனா நான் புள்ளையார் சதுர்த்திக்கு ஊருக்குப் போகலியே. வேற இடத்திலே கச்சேரிக்கு ஒத்திண்டிருக்கேனே."

"என்னது?"

"ஆமாம், குழந்தே!"

"என்னப்பா இது!"

"ஆமாம் குழந்தே... நீ கொண்டு கொடு. அப்படி அவசியமா கொடுத்தனுப்பணும்னா, யாரையாவது போய்க் கொடுக்கச் சொல்லிவிடறேன்."

"ஆமாப்பா. இத்தனூண்டு பிள்ளையாரைக் கொடுக்கிறதுக் காக மெட்ராஸ் லேர்ந்து ரயில்லே ஏறி பஸ் ஏறி, இருநூறு மைல் போவா?"

"அவசியமா இருந்தால் செஞ்சுதானே ஆகணும்."

"நான் காலமே வரேம்பா. எனக்கு ஒண்ணும் புரியலையே. நானே வரேன்."

"வா."

சம்சாரத்தின் குரல் வந்தது.

"என்ன, புதுசா என்னமோ சொல்லித்து இப்ப?"

விவரத்தைச் சொன்னார் ராமு.

“பிள்ளையார் சதுர்த்தியன்னிக்கு வருஷா வருஷம் நம்ம ஊர் கோயில் பிள்ளையாருக்கு முன்னாலே முப்பது வருஷமாப் பாடியாறது. அன்னிக்கி வேற எங்கியும் கச்சேரியே பண்றதில்லேன்னு முப்பது வருஷமா வச்சிண்டிருக்கு!”

“ஆமாம். சபதம் மாதிரிதான் வச்சிண்டிருந்தேன். என்ன செய்யறது?”

“வேற எங்கே கச்சேரி?”

“மதுரையிலே. அண்ணாவையர் சதாபிஷேகம் ஆச்சே அன்னிக்கி. ஆயிரம் பிறை கண்டவர் ஆச்சே… அவருக்கு.”

“இந்த ரங்குவோட தாத்தாவுக்கா?”

“ஆமாம். அவருக்கேதான்.”

“அவா அட்வான்ஸ் கொடுத்திருக்காளா?”

“அவா எதுக்குக் கொடுக்கணும்? அந்தப் பயதான் பத்து நாளா புலம்பிண்டேயிருந்தானே, அது போதாதா? அட்வான்ஸ் எதுக்கு? நான் என்ன தச்சனா, கொத்தனாரா?”

“அவ அப்பா வந்துகூப்பிட்டாரோ?”

“அவர் எதுக்குக் கூப்பிடணும்?…”

“நாலு வீடு தள்ளியிருக்கா அவா. அவாளுக்கும் ஒரு வார்த்தை வந்து சொல்லணும்னு தோணலே.”

“எதுக்காகச் சொல்றது? அவா என்ன நமக்குப் பழக்கமா, சிநேகமா, உறவா – ஒண்ணுமில்லியே. அவா குடி வந்ததிலேர்ந்து ஒரு வருஷமா நான் ஒரே ஒரு நாளைக்குத்தான் பார்த்திருக்கேன். ஒரு தடவை சைக்கிள்ளே ஏறி ஆபீசுக்குப புறப்பட்டிண்டிருந்தார். அப்ப பார்த்ததுதான். அவா எதுக்காக நமக்குச் சொல்றது?”

“ஒருத்தருக்கும் பழக்கமில்லே. கூப்பிடலே. நீங்க மாத்திரம் கச்சேரி பண்ணப் போறேளா, ஜன்மாயுசுக்கு முடிச்சுப் போட்டிருக்கிற ஊர்ப் பிள்ளையாரை விட்டுட்டு.”

“பிள்ளையார் பிரணவ ஸ்வரூபம்னா! அது இல்லாத இடமே கிடையாதுடீ.”

“இத்தனை வருஷமாச்சாக்கும் இது தெரிய?”

“அதது அந்தந்தக் காலத்திலேதான் வந்து சேரும்.”

"என்ன இது? ஸ்வாதீனத்தோடேதான் பேசியாறதா? ஊர்ப் பிள்ளையாரை விடறதில்லேன்னு வச்சிண்டு? பொண்ணு வேற அத்தைக்கு வெள்ளிப் பிள்ளையார் அனுப்பறேன், விரதத்துக்குத் தூக்கிண்டு போங்கறது. இத்தனையும் விட்டுப்ட்டு, இத்தனூண்டு வாண்டு சொல்றதாம். மதுரைக்குப் போறதாம்."

"வாண்டுதானே எனக்குச் சிநேகம். அதுதான் கூப்பிட்டிருக்கு."

மாசி வீதியில் பந்தல் நிழலில் குழந்தைகளுடன் நாலு மூலைத் தாச்சி விளையாட்டு விளையாடிக்கொண்டிருந்தான் ரங்கு.

வண்டி நின்றதைப் பார்த்து வந்து எட்டிப் பார்த்தான்.

"மாமா, வந்துட்டேளா. போங்கடா, நகருங்கடா. தம்புராவை நான் எடுத்துக்கறேன் மாமா, நகருங்கடா." வித்துவான்களை அழைத்துக்கொண்டு உள்ளே போனான் அவன். அங்கே ஏகக்கூட்டம். ஹோமப் புகை வேறு.

"யப்பா – நான் சொன்னேனோல்லியோ? இன்னிக்கிக் கச்சேரின்னு. பாரு. எல்லாரும் வந்திருக்கா, பாரு. போடா, அசடுன்னியே. இதோ பாரு, யார் ஜெயிச்சா. வாங்க மாமா... எல்லாரும் கொஞ்சம் இடம் விடுங்களேன்... ம்..."

"நமஸ்காரம், நமஸ்காரம்... வரணும்" என்று அப்பா பரபரப்போடு வாரிச் சுருட்டிக்கொண்டு எழுந்து குரல் கொடுத்தார்.

அக்னியின் முன் அமர்ந்திருந்த தாத்தா கூடத்தில் எழுந்த பரபரப்பையும் கலகலப்பையும் கண்டு நிமிர்ந்தார். பேரன் அவர் காதண்டை போய்க் கழுத்து நாளம் புடைக்கக் கத்தினான்.

"தாத்தா! இன்னிக்குச் சாயங்காலம் கச்சேரி, நம்மாத்திலே! இந்த மாமாதான் ராமு மாமா – நீங்க போட்டோவிலே பார்த்ததில்லே! ரொம்ப நன்னாப்பாடுவார்... ராமு தாத்தா... ராமு"

"என்னது! சும்மாருடாலெ. அது சமுத்ரம்னா. வயணும்... வயணும்..."

"மாமா, பந்தல்லெ பண்றேளா இங்கே கூடத்திலே பண்றேளா, கச்சேரி?"

"நீ எங்கே சொல்றியோ, அங்கேயே பண்ணினாப் போறது."

"ம்... ம்... வந்து... நீங்க என்னது வந்து..." என்று வார்த்தைகளை நாக்குக்கு இழுக்கத் தடுமாறிக்கொண்டிருந்தார் அப்பா.

"யம்மா... காப்பி கொண்டு கொடும்மா எல்லாருக்கும்... சுருக்கவாம்மா... மாமா... நீங்க கச்சேரி பண்ண வருவேள்னு தெரியும். அப்பாவும் அம்மாவும் போடா அசடு, போடா அசடு, வேலையைப் பார்றான்னு சொல்லிண்டேயிருந்தா. நீங்க இன்னிக்கு ஜோராப் பாடணும், என்ன?"

"நீ இப்படி வாடா பயலே" என்று அவனை மடி மீது இழுத்துப் போட்டுக்கொண்டார் ராமு.

அப்பா கூனிக் குறுகி உள்ளே ஓடினார்.

கல்கி, தீபாவளி மலர் 1965

நிலவு - கருமேகம்

சற்றுப் படுத்து இளைப்பாறலாம் என்று வாசல் கதவைத் தாழிடுவதற்காக வந்தாள் சங்கரி யம்மா. ஹாலில் அந்தப் பெண் இன்னமும் உட்கார்ந் திருந்ததைப் பார்த்து அவளுக்கு ஒன்றும் புரிய வில்லை.

"என்ன இங்கியே உக்காந்திருக்கே மாலா?"

"சீதாவுக்காகத்தான் காத்துக்கிட்டிருக்கேன்" என்றது அந்தப் பெண்.

"சீதா அப்பவே போயிட்டாளே"

"ஸ்கூலுக்கா?"

"ஆமா."

"எப்ப?"

"அவ போய் பத்து நிமிஷம் ஆச்சே"

"எப்படிப் போனா?"

"இப்படித்தான்."

"நான் இங்கேதானே உக்காந்திருக்கேன். அவ போனதைப் பார்க்கலியே!"

"என்னது!" – சங்கரியம்மாள் படுக்கை யறை, குளியல் அறை, தாழ்வாரம் எல்லாம் பார்த்துவிட்டு வந்தாள். சீதா இல்லை.

தி. ஜானகிராமன்

“போய்ட்டாம்மா. எங்கிட்ட சொல்லிவிட்டுத் தானே போனா? புஸ்தகத்தை எடுத்துக்கிட்டுப் போறதைப் பார்த்தேனே நான்?”

“நான் பார்க்கலியே!” என்று சிரித்தது அந்தப் பெண்.

“நீ புஸ்தகத்திலே மெய்மறந்து போயிருப்பே. அவ அவசரத்திலே உன்னைப் பார்க்க மறந்து போயிருப்பா.”

“மணி ரண்டடிக்கப் போவுதே. நான் வரேன்” என்று செருப்பை மாட்டிக்கொண்டு விரைந்தது அந்தப் பெண்.

சங்கரியம்மாளுக்கு உடம்பு, கையெல்லாம் படபடத்தது. பள்ளிக்கூடத்திலிருந்து வந்ததும் பெண்ணை இழுத்து, கன்னத்தில் நாலு வாங்கவேண்டும் போலப் பரந்தது. இந்த வயசுக்குள் என்ன கோணல்! என்ன அவமரியாதை! என்ன அலட்சியம்! இது முதல் தடவை அல்ல முந்தாநாளும் போன வெள்ளிக்கிழமையன்றும் நடந்ததுதான். பாதி நாள் அந்தப் பெண் பள்ளிக்கூடம் போகிற வழியில் சீதாவுக்காகக் காத்திருந்து அழைத்துப் போகும்; பிற்பகல் இடை வேளைக்கு வீட்டுக்குப் போய்விட்டுத் திரும்பும்போதும் உள்ளே நுழைந்து, காத்திருந்து சேர்ந்து தான் போகும். ஆனால் திடீரென்று சீதா வக்கரித்துக்கொண்டிருக்கிறாள்.

“சீதா இருக்காளா?” என்று கேட்டுக்கொண்டே வரும் அந்தப் பெண்.

“சாப்பிடறா. கொஞ்சம் இரு.”

சீதா சாப்பிட்டுப் போய் பத்து நிமிஷமாகியும் அது அன்று காத்திருந்தது. சீதா மறந்துபோய்த்தான் போயிருக்க வேண்டும்; முந்தாநாளும் மறந்து போயிருக்கட்டும். இன்று?

நிச்சயமாக மறந்துபோயிருக்க முடியாது வேணும் என்று செய்ததுதான் நல்ல பாம்போடு பழகுகிற கதையாகி விட்டதா சீதாவின் குணம்?

சங்கரியம்மாளுக்கு கோபம் மட்டும் இல்லை; ஒரு வேதனையும் நெஞ்சைத் துவட்டிற்று – வேதனையா? துயரம் நம் வயிற்றில் பிறந்த பெண்ணா இது? இப்படி முகத்தில் அறைகிறாப்போல் நடந்து கொள்ள எத்தனை ஈரமில்லாமல் இருக்க வேண்டும்? பதினைந்து வயதில் எப்படி இந்தக் கொடுமை தோன்றும்? இரண்டு மூன்று பரீட்சைகளாக வகுப்பில் முதல் இடம் வருகிறதாம் சீதாவுக்கு. ஏன் வந்தது என்று நொந்துகொண்டிருந்தாள் தாயார். ஒரு குழந்தையை, அதுவும் நம் குழந்தையை அகம்பாவத்தில் ஏற்றிவிட்டதே இந்த முதல் இடம்!

மாலா சிரித்தது நினைவுக்கு வந்தது: ஏமாற்றத்தையும். மூஞ்சியில் அடிக்காமல் அடித்த அடியையும் மறைத்துக் கொண்டிருந்த சிரிப்புதான் அது. சிறு வயதுக்கு கற்பனை, அனுதாபம் எல்லாம் சகஜம் என்கிறார்கள். சீதா எப்படி அதையெல்லாம் உதிர்த்துவிட்டு நிற்கிறாள்?

பெரியவளான பிறகு சீதாவிடம் வந்து கொண்டிருக்கிற மாறுதல்களை ஒவ்வொன்றாக நினைத்துப் பார்த்தாள் சங்கரியம்மா. உடம்பில் நீரோட்டமாக ஒரு பளபளப்பு. பட்டை பட்டையாக இருந்த கையும் காலும் பூசித் திரண்டிருக்கின்றன. தோலை இழுத்துப் பிடித்தாற்போல மினுமினுவென்ற ஒரு அழுத்தம். ஆனால் அதோடு ஒரு நெஞ்சழுத்தமும் உள்ளே வளர்ந்து கொண்டிருக்கிறதே – அது என்ன? ஓடல், கத்தல், குதி எல்லாம் இருந்த இடம் தெரியவில்லை. இப்போது நடையில் ஒரு நிதானம், நிச்சயம். ஏதாவது ஹாஸ்யம் சொன்னால்கூட பழைய பெரிய சிரிப்பு இல்லை; தனக்குப் பிடித்தால் சிணுக்கென்று ஒரு சின்னச் சிரிப்பு; உடனே உதடு பழைய நிலைக்கு வந்துவிடுகிறது. பேச்சில் ஒரு சுருக்கம். ஒரு கண்டிப்பு சங்கரியம்மாளின் சிநேகிதிகள் வந்தால், இப்போது சீதா அங்கே உட்கார்வதில்லை, வரவேற்றுவிட்டு, உடனே அந்த இடத்தைவிட்டு வேறு எங்காவது போய் உட்கார்ந்துகொள்கிறது – "அமுத்தலாக" என்றுதான் வந்தவர்களின் முகத்தை பார்த்தால் சொல்லவேண்டியிருக்கிறது. இத்தனையும் பெரியவளாகிவிட்ட தன் வரங்களாகவே இருக்கட்டும். ஆனால் அகம்பாவம் எப்படி வரும்? அலட்சியம் எப்படி வரும்? வருந்தி வருந்திக் காத்திருக்கிற பெண்ணை ஈரமில்லாமல் உதறிவிட்டுப் போகிற வன்மை எப்படி வரும்?

சங்கரியம்மாவுக்குப் பொருமிப் பொருமி வந்தது. ஒரு வெட்கமும் பிடுங்கி அரிப்பது போலிருந்தது. தானே நன்றி கெட்டுவிட்டாற்போல மனது தலைகுனிந்துகொண்டது. இந்த ஒரு பெண் வந்து போகிறது என்பதற்காக எத்தனை உதவிகள் – கேட்டபோது, நினைந்த போதெல்லாம் – அந்த வீட்டிலிருந்து ஓடி வந்திருக்கின்றன! தம்பி டில்லிக்குப் போகும் போதெல்லாம் நினைத்த மாத்திரத்தில் ஒரு ரயிலில் தூங்கு பலகை கிடைத்துவிடும். போன வருஷம் தாயார் உடம்பாகக் கிடந்தபோது ஊர் பஞ்சப்பட்ட பால் பவுடர்களும் மருந்துகளும் எப்படி வந்துகொண்டேயிருந்தன! எல்லாம் அந்தப் பெண் மூலமாகவே கிடைத்துவிடும் அந்தப் பெண் அழைத்துத் தான் சங்கரியம்மாவும் அந்த வீட்டுக்குப் போனாள்; அவள் தாயாரின் சிநேகமும் ஏற்பட்டது. ஒரு தடவை ரஷ்யாவிலிருந்து நடன

கோஷ்டி வந்தபொழுது, தங்களுக்குப் போக முடியவில்லை என்று இரண்டு டிக்கட்டுகளை இவர்களுக்குக் கொடுத்தனுப்பினாள் அந்த அம்மாள் …

அதையெல்லாம் ஒவ்வொன்றாக நினைத்துப் பார்க்கக்கூட வெட்கமாயிருந்தது சங்கரியம்மாவுக்கு. சர்க்கரை, கடலைப்பருப்பு. காப்பிக்கொட்டை என்ற உருவங்களில் சிநேகத்தைப் பார்க்கச் சிறிது லஜ்ஜை. சிநேகம் நெஞ்சில் ஊர்கிற சுனை. புறப் பொருட்களாக, உதவியாக வந்தாலும் அவற்றைச் சுரக்கிற ஊற்றுக் கண்ணைத்தான் நினைத்துப் பார்க்க வேண்டும்.

இந்த சீதாவுக்கு இதையெல்லாம் உணரத் தெரியாத வயதல்ல. தாயார் தன்னுடைய பதினைந்து வயதுப் பருவத்தை நினைத்துப் பார்த்தாள். பதினான்கு வயதில் கலியாணமாகி, அடுத்த வருடமே கணவன் வீட்டுக்கு வந்து குடும்பப் பொறுப்பை ஏற்றுக்கொண்டபோது அவளுக்கு எது தெரியாமலிருந்தது? மாமனார், மாமியார், நாத்தனார்களைச் சமாளிப்பது சுருக்சுருக் கென்று அவர்கள் குத்தின குத்தலுக்கு வாய் திறவாமல் இருந்து அவர்களுக்கே தங்கள் சுடுசொற்களைக் கண்டு வெட்கம் வந்தது. வீட்டுக்கு அண்ணி உருவத்தில் ஒரு வேலைக்காரி வந்ததாக மைத்துனன்கள் நினைத்துச் செய்த அதிகாரங்களை அன்பின் உரிமையாக நினைத்துக்கொண்டு போனது – அவளுக்கு எது புரியவில்லை? பதினைந்து வயதுதான் என்று குழந்தை மாதிரி உதட்டைப் பிதுக்கினாளா, இரைந்தாளா, அழுதாளா? சேர்ந்த உதடு பிரியாமல் கிண்டல்களை அப்படியே விழுங்கி ஜீரணம் செய்து … கடைசியில் கண்ணை மூடுகிற ஒரு வருடத்திற்கு முன்னால் “நீ சமைத்துப் போடு; வேறு யார் செய்தாலும் என் வாய்க்கு வழங்கமாட்டேங்குது” என்று ஒரு வார்த்தையில் மாமியார் தன் ஆசிகளையெல்லாம் பொழிந்துவிட்டாள். மைத்துனன் கலியாணம் ஆகி தாயாரை விழுந்து வணங்கப் போனான். “அண்ணியைக் கும்பிட்டியாடா? முதல்லெ தாய்ச் சுவருக்குப் பண்ணு. அப்பறம்ல மோசனத்துக் கிட்டவும் உத்தரத்துக் கிட்டவும் வரணும்!” என்றாளாம் மாமியார்.

சீதாவுக்கு இதையெல்லாம் எடுத்து ஒருநாள் சொன்னால்கூட நல்லது என்று தோன்றிற்று. கூடப் படிக்கிற ஒரு பெண்ணிடம் இவ்வளவு நெஞ்சைத் துடைத்துச் சாடுகிற ஒருபெண் மீதி நாட்களில் எப்படி குப்பை கொட்டப்போகிறது!

சீதா பள்ளிக்கூடத்திலிருந்து வந்ததும், காபியைக் கொடுத்து விட்டு இதைத்தான் தொடங்கினாள் சங்கரியம்மா. சீதா அப்போது ஒரு வாரப் பத்திரிகையை எடுத்து வைத்துக்கொண்டிருந்தாள்.

சங்கரியம்மாவுக்குப் பயமாகவும் இருந்தது. அதைச் சிரித்து மறைத்துக்கொண்டே கேட்டாள். "ஏன் சீதா, மத்தியானம் மாலா வந்து உனக்காகக் காத்துக்கிட்டிருந்தா, நீ பாட்டுக்குப் போயிட்டியே. பத்து நிமிஷம் கழிச்சு அவ உட்கார்ந்திருக்கறதைப் பார்த்தேன். நீ எப்படிப் போனே?"

சீதா பேசவில்லை.

"அவ வந்தது மறந்து போச்சா உனக்கு?"

அதற்கும் பதில் இல்லை.

"கேக்கறேன். பேசாம இருந்தா?"

அந்தக் கடுமையையும் குரலையும் கேட்டு சீதா நிமிர்ந்தாள்.

"என்னம்மா சொல்லணும் உனக்கு?"

"அவளுக்குத் தெரியாம போனியா?"

"ஆமாம்."

"எப்படிப் போனே?"

"சந்து வழியாலே"

"கொல்லைச் சந்து வழியாலேயா?"

"ஆமாம்."

"தோட்டி வர சந்து வழியாவா?"

"தோட்டி நடக்கிற சந்துகூட நாத்தமடிக்குமா?" என்று சீதா முகத்தை எங்கோ திருப்பிக்கொண்டு சொன்னாள்."

"அவ்வளவு கசந்து போயிருக்கா மாலாவைப் பார்க்கிறதுக்கு?"

"___"

"அவங்க வீட்டிலேர்ந்து சர்க்கரை வாங்கிக்கலாம், காப்பிக்கொட்டை வாங்கிக்கலாம்; அவளை மாத்திரம் பார்க்கக் கசந்து போயிடுமா?"

"இனிமே அங்கே ஒண்ணும் வாங்காதே."

"ஏன்?"

"வாங்காதேன்னா வாங்காதே. அவ்வளவுதான்."

ஓங்கி ஒரு அடி வாங்கினாற்போல நின்றாள் சங்கரியம்மா. இரண்டு நிமிஷம் அவளைப் பார்த்துக்கொண்டே நின்றாள்;

தி. ஜானகிராமன்

பேசவில்லை. பிறகு சற்றுத் தணிந்த கடுமையோடு பேசினாள் "சீதா, வரவர நீ இருக்கற இருப்பு எனக்குப் பிடிக்கவே இல்லை. பயமா இருக்கு எனக்கு. நம்ம வீடு தேடி ஒரு புழு வந்தாக்கூட அதை கௌரவமா நடத்தணும். அவங்க மனசு ஒரு நொடி நொந்து போனாலும் நமக்குக் கஷ்டம். இது என்ன, மனுஷங்க வாழற வீடுன்னு நினைச்சியா"

"ஆமா, அதனாலெதான் விலகி ஓடிப்போயிடணும்னு சந்திலே பூந்து போனேன்."

மறுபடியும் தூக்கிவாரிப் போட்டது தாயாருக்கு – சமமாகப் பேசினால்தான் வழி காணலாம் போலிருக்கிறது. அருகே போனாள். நல்லா புரியும்படியாச் சொல்லேன். நான் என்ன உன் மாதிரி படிச்சிருக்குறேனா? எனக்கு விளக்கமாச் சொன்னாத்தானே புரியும். சீதா?"

"நீ விளங்கிக்கிட்டு என்ன செய்யப்போறே? உனக்கும் வருத்தமாயிருக்கும்."

"நீ ஒண்ணுமே சொல்லலியே இன்னும்."

"அவ பொய் சொல்றாம்மா."

"மாலாவா?"

"ஆமா, பொய் சொல்றதைக் கேட்டா பகீர் பகீருங்குது எனக்கு."

"எதுக்கு பொய் சொன்னா?"

"எதுக்கோ. என் நோட்டெல்லாம் பாத்துக் காப்பியடிப்பா. டீச்சர் கேட்டா. நான்தான் அவ நோட்டைப் பார்த்துக் காப்பி அடிச்சேன்னு சொன்னா ரண்டு தடவை. கிளாசிலே ஒண்ணையும் கவனிக்கவே மாட்டா. டீச்சர்ங்களைப் பார்த்துச் சிரிச்சிக்கிட்டேயிருப்பா. கேலி பண்ணிக்கிட்டேயிருப்பா. கொடுத்த வேலையைச் செஞ்சிக்கிட்டு வரமாட்டா. "ஏன் செய்யலே?"ன்னா, கிண்டலா சிரிச்சுக்கிட்டே நிப்பா. "ஒரு வேலையும் செய்ய மாட்டேங்கிறியே"ன்னு ஒரு நாளைக்கு ரொம்ப கோவிச்சுக்கிட்டாங்க டீச்சர். அவ்வளவுதான். இந்தப் பீடை பிடிச்சவ . . ."

சட்டென்று சீதா பேச்சை நிறுத்திவிட்டாள். வானில் எங்கோ தோன்றி ஓடுகிற எரிகொள்ளி கண் முன்னேயே மறைவது போலிருந்தது.

"என்ன செஞ்சா அவ?"

சீதா பேசவே இல்லை

"சொல்லேன்."

"என்னை ஒண்ணும் கேக்காதேம்மா"

ஐந்து நிமிஷம் அள்ளிக் கட்டின பிறகு சிறிது சிறிதாக சீதா செய்தியைச் சொன்னாள் – டீச்சர் பாலத்திற்கு ஒரு மொட்டைக் கடிதாசு வந்ததாம். "நெறி கெட்ட நாரீமணி, மாணவிகளை அதிகம் விரட்டாதே. உடலைப் பல பேருக்குச் சொந்தமாக்கியிருக்கிற உனக்கு மாணவிகளை விரட்ட என்னடி துணிச்சல்? ஆசிரியத் தொழிலே உன்னைப்போன்ற விலைமகள்களால் ஊறுபட்டுவிட்டதடீ. ஒழுக்கம், கட்டுப்பாடெல்லாம் பேதை மாணவிகளிடம் பேச உனக்கேதடி வாய்? தான் இருக்கிற அழகுக்கு தடவிக்கொண்டாளாம் வேப்பெண்ணையை! இனி சாக்ரதையா இரு. இல்லாவிடில் உன் பெயர் சந்தி சிரிக்குமடி – இப்படிக்கு கபாலி" என்று எழுதியிருந்ததாம் அந்தக் கடிதத்தில்.

"எங்க பாலம் டீச்சர் எங்கிட்ட ரொம்பப் பிரியமா இருப்பாங்க. வழக்கம்போல நோட்டெல்லாம் கொண்டு கொடுக்கற துக்காகப் போனேன். அந்த லெட்டரைக் காமிச்சு "இது யார் கையெழுத்துன்னு சொல்ல முடியுமா?"ன்னு கேட்டாங்க. பார்த்தவுடனே தெரிஞ்சு போச்சு: மாலா கையெழுத்துன்னு சொல்லிட்டேன். "நானும் அதுதான் நினைச்சேன். உனக்கு ரொம்ப சிநேகிதியாச்சே. உன்னையும் கேட்டு நிச்சயம் பண்ணிக்கணும்னு தான் காமிச்சேன்"னு சொன்னாங்க அப்பறம் விசிச்சு விசிச்சு அழுதாங்க...

"நெசமாவா? இந்த மாலாவா எழுதினா அப்படி?"

"ஆமாம்மா."

"உனக்கு நிச்சயமாத் தெரியுமா?"

"அந்தக் கையெழுத்து வேறு யாருதும் இல்லேம்மா. கால் வாங்கறது. கொம்பு போடறது – அது ஒண்ணே போதும். நான் திருப்பித் திருப்பி வாசிச்சு எனக்கு நெட்டுருக்கூட ஆயிடுத்தும்மா. எனக்கும் அழுகை அழுகையா வந்தது."

"உங்க ஹெட்மிஸ்ட்ரஸ்கிட்ட போய்ச் சொல்லலியா அவங்க?"

"எங்க ஹெட்மிஸ்ட்ரஸ்தாம்மா மாலாவுக்கு வருஷா வருஷம் பாஸ் போட்டுகிட்டே வரா. அவங்களுக்கு முதுகெலும்பெல்லாம் தான் முருங்கக்குச்சியாப் போயிருக்கே. பிச்சை கேட்டு வருஷம்

நாலு தடவை அந்த ஹாலுக்கு நிதி வேணும்; இந்த இடத்துக்கு நிதி வேணும், வேணும்"னு பதினாயிரம் இருபதினாயிரம்னு ஏதாவது கிளப்பிக்கிட்டேயிருக்காங்க. இன்னார் கிட்டதான் வாங்கறதுன்னு கிடையாது. யார் கொடுத்தாலும் வாங்கிப்பாங்க. மாலா அப்பா அதுக்கெல்லாம் ஓசி விளம்பரம் போடறாரு. தன் பத்திரிகையிலெ – மாலாவுக்கு வருஷா வருஷம் பாஸ் போடணுமே! மாலாவைக் கூப்பிட்டு ஏதாவது கண்டிச்சா, அவ அப்பா பத்திரிகையிலே பள்ளிக்கூடத்தைத் திட்டக் கிளம்பி விடுவாரோன்னு பயம்."

"ஹெட்மிஸ்ட்ரஸ் கிட்ட சொல்லாமலே அப்படி பயப்படுவா, இப்படிப் பயப்படுவான்னு சொல்ல முடியுமா?"

"பாலம் டீச்சர் அவங்க கிட்ட சொல்லவும் சொல்லிட் டாங்கம்மா, அதுக்கு என்ன சொன்னாங்களாம் தெரியுமா அவங்க? "நாம சரியா இருந்தா இந்த மாதிரி அவதூறுக்கெல்லாம் இடம் வராது. முக்கியமா டீச்சர்ங்கள்ளாம் ரொம்ப ரொம்ப ஜாக்ரதையாயிருக்கணும்"னு சொன்னாங்களாம். கடசீலே, சரி "போங்க, நான் கவனிக்கிறேன்"னு அனுப்பிச்சிட்டாங்களாம். அப்பறம் வெளியே வந்ததும் மறுபடியும் கூப்பிட்டு "பள்ளிக் கூடத்திலே எத்தனையோ பெற்றோர்ங்கள்ளாம் குழந்தைகளை படிக்க வச்சிருக்காங்க – ஏழை, பணக்காரங்க, செல்வாக்கு உள்ளவங்க, சாதாரணப்பட்டவங்க. அதையெல்லாம் கவனிச்சுத் தான் நாம நடக்கணும். பப்ளிக் ஆதரவிலே நடக்கிற பள்ளிக்கூடம் இது"ன்னு சொல்லி அனுப்பிச்சாங்களாம்.

"அட பரதேவதே!... இப்படியா சொல்லுவா ஒருத்தி! புதுசு புதுசா இருக்கே நீ சொல்றதெல்லாம்!"

"நான் நடந்ததைத்தாம்மா சொல்றேன். கமலா டீச்சர் எங்கிட்ட பிரண்டு மாதிரி பேசுவாங்க. இல்லாட்டி எப்படி எனக்குத் தெரியும்?"

"மாலாவை யாரும் இன்னும் ஒண்ணும் கேட்கலே?"

"நான்தான் தனியாக் கூப்பிட்டுக் கேட்டேன். "இந்தமாதிரி எழுதலாமா?"ன்னு நான் இல்லவே இல்லே"ன்னு பொய்ச் சத்தியம் பண்ணினா. எனக்கு வயிறெல்லாம் என்னமோ பீறிக்கிட்டு வந்தது. அன்னக்கி ராத்திரி சரியாத் தூங்கவே முடியலெ. மறு நாளைக்கும் கேட்டேன். அதுக்கு என்ன சொன்னா தேரியுமா? நீ தாண்டி என் பேரைக் கெடுக்கிறதுக்காக போர்ஜரி பண்ணிருப்பே"ன்னு கையைக் கையை என் மூஞ்சி யிலே நீட்டிகிட்டே பாஞ்சாம்மா."

"என்னது!"

"ஆமாம். ரண்டு மூணு தடவை அந்த மாதிரி சொன்னா. இப்பகூட அதை நினைக்கறப்ப கண்ணை இருட்டிக்கிட்டு வருது".

தாயார் சற்று பயந்துபோய் பெண்ணைத் தன்னருகில் இழுத்துக் கீழே உட்கார்ந்தாள்.

"போர்ஜரி பண்ணியிருப்பேன்னு சொன்னாளா, உண்மையா?"

"ம். நான் கேட்டேன். போர்ஜரி பண்ணி உன்னைக் கொடுக்கணும்னா உன் கையெழுத்தில்ல போடுவேன்? கபாலின்னு போடுவேனா?"ன்னு கேட்டேன். "நீ எதுவானாலும் செய்வே, கொள்ளிக் கட்டை"ன்னு சொல்லிட்டு விர்ருன்னு நடந்து போயிட்டா."

சங்கரியம்மாளுக்கு நரம்பெல்லாம் புடைத்துக்கொண்டது. ரத்தம் மண்டைக்கு ஏறிற்று. நினைத்து நினைத்துப் பார்த்தாள். மண்டையில் குல்லாய்போல நோவு எடுத்தது. வயிற்றில் ஒரு கிலியும் நமநமவென்று ஊர்ந்தது. துவண்டு போய், முழங்கையில் தலையை அழுத்தி ஒருக்களித்துப் படுத்துக்கொண்டாள்.

"நான் இதுக்குத்தான் நீ கேக்கவாணாம்னு சொன்னேன்" என்றாள் பெண்.

"கேட்டது நல்லதாப் போச்சு. இல்லாட்டி உங்க பள்ளிக்கூடம் ஜெயிலு, வெண்ணெய், சுண்ணாம்பு, மண் புழு, சிறு பாம்பு எல்லாம் ஒண்ணுன்னு நெனச்சுக்கிட்டே இருந்திருப்பேன் –"

"சரிம்மா விடு. நீ வா, காத்தாட நடந்திட்டு வரலாம். பார்க்கிலே போய் கொஞ்ச நேரம் புல்லாந் தரையிலே உக்காந்திட்டு வரலாம்" என்றாள் பெண்.

புல்லாந்தரையின் தண்மை தோலையெல்லாம் குளிர்வித்தது. ஐப்பசி நிலா வெள்ளி வட்டமாக ஒரு சின்ன மேகத்தின் குறுக்கே ஊர்ந்துகொண்டிருந்தது. ஒரு மூலையில் வீட்டிலிருந்து கட்டுச்சோறு கொண்டுவந்து நிலாவையும் சாதத்தையும் சாப்பிட்டுக்கொண்டிருந்தது ஒரு குடும்பம். சாமந்தியும் கேனா வாழைப் பூவும் நடுவில் உள்ள தண்ணீர் குளத்தருகே தங்கம் தங்கமாக விழித்துக்கொண்டிருந்தன. ஓரமாக இருந்த தூங்குமூஞ்சி மரத்தில் காகங்களும் நிலவை உண்டு கரைந்துகொண்டிருந்தன.

“ஐப்பசி மாச நிலா மாதிரி பார்க்கவே முடியாதும்மா” என்றாள் சீதா.

“ஹெட் மிஸ்ட்ரஸ் நாம் ஒழுங்கா இருக்கணும்” னு உங்க டீச்சர் கிட்ட சொன்னான்னியே –”

“என்னம்மா, இன்னுமா அதையே நெனச்சுக்கிட்டிருக்கே, நான் என்னமோ சொல்றேன்–”

“இல்லெடி, கேக்கறேன். அவ அப்படிச் சொன்னப்ப, உங்க பாலம் டீச்சர் சும்மா கேட்டுக்கிட்டா இருந்தா? திருப்பி பளார் பளார்னு பதில் சொல்லாமே?”

“சொல்லலாம்: ஆனா பாலம் டீச்சர் பொய் சொல்ல மாட்டாங்கம்மா”

“என்னது!”

“அவங்க ரொம்ப ஏழைம்மா. அவங்கப்பாவுக்கு பாரிச வாயு வந்து ரொம்ப வருஷமாக் கெடக்காங்க. அம்மாவும் வியாதிக்காரங்க. சமைச்சுப் போடறதே அவங்களாலே முடியலே. ரண்டு தம்பி ஸ்கூல்லெ படிக்கிறாங்க. பாலம் டீச்சருக்கு சம்பளம் பத்தாது. ட்யூஷன் வச்சுக்கக்கூட விடமாட்டாங்க. பள்ளிக்கூடத்திலெ. பள்ளிக்கூட வேலையே இடுப்பை முறிக்குது. அவங்க திரும்பி வீட்டுக்குப் போறபோது பார்த்தா நீ சொல்லுவே... ட்யூஷன் எங்கே சொல்லிக் கொடுக்கறது! அதுவும் கிடைச்சாத்தானே?”

“என்ன சீதா, என்னென்னமோ சொல்லிவிட்டுப் போறே? மாலா கடுதாசியிலே எழுதினது–”

“சும்மா இரும்மா – உனக்கு எல்லாத்தையும் துருவித் துருவிக் கேக்கணும்! இனிமே இதைப்பத்திப் பேசாதே. பேசாம இரு.”

இப்போது தலைவலி இல்லை சங்கரியம்மாவுக்கு. பெண்ணை நினைத்து நினைத்து நெஞ்சு விம்மிக்கொண்டிருந்தது. பெருமையால் அழவேண்டும் போலிருந்தது. நிலவில் கறுத்த மரங்களைப் பெண் பார்த்துக்கொண்டிருந்தது. அவள் பெண்ணையே பார்த்துப் பருகிக்கொண்டிருந்தாள்.

“அப்படின்னா மாலா ஏண்டி சும்மாச் சும்மா உன்னைக் கூப்பிடவரா?”

“அவ பயந்தாங்குள்ளி.”

பெண்ணின் வயதைப் பார்த்து, நெஞ்சைப் பார்த்து சங்கரியம்மாவுக்குப் பூரிப்பாகவும் இருக்கிறது, பொறாமையாகவும் இருக்கிறது. இவளா குழந்தை? இவளா சிறுசு?

சீதாவின் முகத்தில் துயரம் படர்ந்திருந்தது. நிலவு வெள்ளியாக விழுந்து புருவமும், மூக்கும் லேசாக நிழல் எறிந்திருந்தன. சீதா நிலவை நிமிர்ந்து பார்த்தாள். ஏதோ பட்டு மாதிரி இருந்தது அந்த முகம் – அத்தனை வேதனை, அத்தனை இனிமை, அத்தனை உரம்!

மாலாவின் அப்பா மூன்று வருடங்களுக்கு முன்னால் தெருவோடு நடந்துதான் போவார். இப்போது ஒரு புதுக் கார் – ஒரு புது வீடு. அவர் பத்திரிகையில் திட்டுகிற திட்டு, வெசவு -- எல்லாமே வீடாக, காராக உருமாறினாற் போலிருந்தது சங்கரியம்மாவுக்கு. மேகம் கூட எப்படி உருமாறுகிறது, பார்க்கும் போதே!

நிலாவுக்கு என்ன தெரியும்? அது பாட்டுக்கு சௌக்கியமாக, நிம்மதியாக இருக்கிறது. இன்னொரு பத்தை கருப்பு மேகத்தினுள்ளே புகுந்து புறப்பட ஓடிக்கொண்டிருக்கிறது.

சுதேசமித்திரன், தீபாவளி மலர் 1967

பூச்சி டயலாக்!

உங்களுக்குப் பிராணி பாஷை ஏன் தெரிய வில்லை? கள்ளிப் பெட்டியில் நேற்று நடந்ததைக் கேட்டிருந்தால், சினிமா, கூத்து, பஞ்சாயத்து பார்க்கு என்றெல்லாம் கிடந்து அலையமாட்டீர்கள்.

புத்தகம் வைக்கிற பெரிய கள்ளிப்பெட்டி. ராமபாணம் துளைத்த ஐதர்காலத்துப் புத்தகங்கள் முதல், நிலா யாத்திரைப் புத்தகம், மந்திரிகள் சண்டைக் கும்மிவரை ஆயிரத்துச் சொச்சம் புத்தகங் களை அதில்தான் போட்டு வைத்திருக்கிறேன். நேற்று மாலை ஏதோ புத்தகத்தைப் பிடுங்கிப் புரட்டுகையில் ஒரு சின்னத் தர்க்கம். பலகையில் ஓர் எறும்புச்சாரி. கரப்பு கூப்பிட்டதைக் கேட்டு ஓர் எறும்பு சாரியை விட்டு விலகி நின்றது.

“என்ன சமாசாரம்?”

“பொதுத் தொண்டு, எங்க ராஜாக்கரப்புக்கு அறுபது நாள் நிறைகிறது. விழாக் கொண்டாடணும்” என்றது கரப்பு.

“என்ன பெரிய அதிசயம் இது, விழா எடுக்கும் படியா?” என்று கேட்டது எறும்பு.

“அதிசயம் இல்லை. சாகசம்! உயிர் வாழ வேண்டும் என்ற உறுதி, உயிர்த் தத்துவத்தின் பிடிவாதம்.”

“புரியும்படியாகச் சொல்லணும்.”

“நீ என்சைக்ளோபீடியா பிரிட்டானிகா வாசிச்சதுண்டா?”

"இல்லை"

"புக் அவ் நாலெட்ஜ்?"

"இல்லை"

"பூச்சி இயல் நூல்?"

"எங்களை என்ன வேலை மெனக்கெட்ட ஜாதின்னு நெனச்சியா, இப்படிப் புஸ்தகம் புஸ்தகம்னு அலையறதுக்கு? நாங்க என்ன கரையானா, ராமபாணமா, கரப்பா, மனுஷனா?"

"ஞானசூனியத்தைக் கெளரவமாச் சொல்லிக்கிறே, உன்னோட என்னத்தைப் பண்றது?"

"சரி, சமாச்சாரத்தைச் சொல்லு."

"எங்க கரப்புக் குலம் உலகத்திலேயே ரொம்பப் பழைய குலம்னு இந்தப் புத்தகங்களில் எழுதியிருக்கு. பல கோடி வருஷங்களா நாங்க இந்தப் பூமியிலே இருக்கோமாம் – அதுவும் ஜாஸ்தி மாறுதலை இல்லாமல். உலகத்திலே நாங்க இல்லாத நாடே கிடையாது. பொட்டி, படுக்கை, மூட்டை, எங்கெங்கேயோ புகுந்து கப்பலேறி உலகம் முழுக்கப் பரவியிருக்கோம்."

"அதாவது நாடுவிட்டு நாடுபோய் வேறே இருக்கிறவங்க வயித்தெரிச்சலையெல்லாம் கொட்டிங்ககிறீங்கன்னு சொல்றே."

"என்ன அப்படிச் சொல்லிட்டே?"

"பின்னே என்ன? நீங்க வாய் வச்ச பண்டம் எது உருப்படுது? நீங்க நடந்து போனாலே போதுமே, அங்கே ஒரு தனி வாடை, ஒரு தனி நாத்தம். புஸ்தகம் படிச்சுண்டிருக்காரே அந்த வழுக்கை மண்டை மனுஷன் – அவர் பெண்டாட்டியைக் கத்தற கத்தல் எனக்குத் தெரியும். 'என்னடீ காப்பி போடறே நீ? இப்படிக் கரப்புப் புழுக்கை நாத்தம் நார்றதே தினமும். டம்ளரையெல்லாம் அலமாரியிலே நிமித்தி வைக்காதே, கவுத்து வையி கவுத்து வையின்னு நீ இந்த வீட்டுக்கு வந்த நாளாச் சொல்லிண்டிருக்கேன். கேக்கறியா? தண்ணி குடிக்கிறதுக்காக ஒரு டம்ளரை அலமாரிலேர்ந்து எடுத்தா அதிலே மீசையை ஆட்டிண்டு ஒரு கரப்பு. அரிசிப் பானையிலே கரப்பு. கடுக்கிலே கரப்பு, வெந்தியத்திலே கரப்பு. எதையும் மூடி வையி மூடிவையின்னு கத்தறேன். கேக்கவே மாட்டேங்கறே. இப்ப இந்தக் கரப்புப் புழுக்கை நார்ற காப்பியை வேறே கொண்டு கொடுக்கறே. எப்படிக் குடிப்பேன்"னு பொழுது விடிஞ்சா காப்பிப் பாத்திரமும் கையுமா இவர் முகத்தைச் சுழிக்கிறார்.

காப்பி இருக்கிற டம்ளர்னா யார் முகமும் மலர்ந்து போயிடும். உங்க கைங்கரியம் இவர் மூஞ்சி சுளிச்ச மணியமா உறைஞ்சு போயிருக்கு."

"சேப்பெறும்பு, கட்டெறும்பெல்லாம் கடிக்கும். நீ கறுப்பு எறும்பு, சாதுன்னு நெனச்சு வந்தா, பேச்சிலேயே இப்படி விஷமாக் கொட்டிப் பிடுங்கறியே!"

"வாஸ்தவம். உண்மையைச் சொல்றேன். விஷமாப் படறது உனக்கு."

"கண்டதே காட்சி, கொண்டதே கோலம், முகர்றதே நாற்றம்னு இருக்கு உன் பேச்சு. வெள்ளைக்கார நாட்டிலே ஒரு பெரிய மனிதர் இருந்தார். அவருக்கு ஒரு பட்லர் சமைத்துப் போடுவான். ஒரு நாளைக்குக் காப்பி கொதிக்கிறபோது அதிலே ஒரு கரப்பும் சேர்ந்து கொதிச்சதை அவன் கவனிக்கவில்லை. வடிகட்டும்போதுதான் கவனித்தான். பரவாயில்லைன்னு அப்படியே கரப்பை எறிந்துவிட்டு, பாலைக் கலந்து சர்க்கரை போட்டுக்கொண்டு கொடுத்தான். அவர் சாப்பிட்டார். கொஞ்சம் என்னவோபோல் இருந்தது. அவர் சாப்பாட்டு ராமன் இல்லை. சரிதான் என்று குடித்துவிட்டார். பதினஞ்சு நிமிஷம் கழித்து "இன்னிக்கு என்ன மாயம் செய்தே? காப்பி சாப்பிட்ட உடனே ஈளை இழுப்பு, இருமல் எல்லாம் அப்படி அடங்கிப் போயிடுத்தே" என்று பட்லரை ஆச்சரியம் தாங்காமல் கேட்டார். அவர் ஆஸ்துமாப் பேர்வழி. கடுமையான ஆஸ்துமா. அன்னிலேந்து அவன் தினமும் அப்படியே காப்பி போட்டுக் கொடுத்தான். ஹோமியோபதி டாக்டர் ஒருத்தருக்கு அது அப்புறம் தெரிஞ்சுது. ப்ளாட்டான்னு ஒரு மருந்தே பண்ணிவிட்டார் அவர். அதுக்கு நாங்கதான் தாய்ச் சரக்கு. இதுக்கு என்ன சொல்றே?"

"உலகத்திலே எல்லாரும் ஈ எறும்பு முதல் ஆஸ்துமாக் காரங்களா இருக்கணும். கரப்பின் புகழ் ஓங்கணும். வேறே என்ன சொல்லணும்?"

"நாத்தம் புடிச்ச சாதின்னு சொன்னே. எங்களாலேயும் நல்லது உண்டுன்னு சொன்னேன். அதுவும் உனக்கு எரிச்சலா இருக்கா?"

"எரிச்சல் இல்லை. அதுவும் பிள்ளையார் எறும்புக்கு எரிச்சல் என்ன வேண்டிக் கிடக்கு! உலகத்திலே எந்த இடத்திலேதான் நல்லது இல்லே. மனுஷனாலே கூட இப்ப நல்லது ஏற்படறது. அவன் கண்ணு இருதயம் எல்லாம்கூட இப்ப இன்னொரு மனுஷனுக்கு உபயோகப்படறதாம். எங்களைக் கூடப்போட்டுச்

சீனாக்காரங்கள்ளாம் மருந்து பண்ணுவாங்களாம். அது சரி, சட்டுனு சேதியைச் சொல்லு, உங்க கரப்பு ராஜாவுக்கு எதுக்காக அறுபது நாள் நிறைவு விழாக் கொண்டாடணும்?"

"அதைத்தான் சொல்ல வந்தேன். நீ பேச்சை எங்கேயோ கொண்டு போனே. எங்களுக்குக் கடவுள் விதிச்ச ஆயுசு நானூறு நாள் ஐந்நூறு நாள் இப்படி. தீர்க்காயுசு. ஆனா இப்பல்லாம் சிலசமயம் அலமாரிப்பக்கம் போக முடியலே. என்னமோ வெள்ளையா இருக்குது. அதைச் சாப்பிட்டு முடிக்கிறதுக்குள்ளே ஒரு கூட்டமா நாங்க செத்துப் போயிடறோம். சாப்பிடாம இருக்கலாம்னாலும் பசி கேக்கலே."

"அசுரப் பசி, பூட்சு, பேப்பர், அழுக்கு, எதையும் திங்கற பசி."

"சொல்லிக்கோ. சாப்பிடாம இருந்தாலும் என்னமோ 'பிஸ் பிஸ்'னு பீச்சறாங்க. உடனே பொத்து பொத்துனு மரணம். கூட்டம் கூட்டமாச் சாகிறோம். இப்பெல்லாம் ஒரு கரப்புக்கூட இருபது நாள் முழுசா இருக்கிறதில்லை. அப்படி ஒரு மகத்தான நாசகார எதிரியா மாறிட்டான் மனுஷன்."

"எல்லா மனுஷன்களையும் அப்படிச் சொல்லாதே. நீ எங்கேந்து வரே?"

"அடுத்த வீட்டிலேர்ந்து."

"அப்படிச் சொல்லு. அங்க குடியிருக்கிறவன் சண்டைக்காரன். இந்த வழுக்கை மண்டையின் பெண்சாதி பழைய காலத்து பொம்பிளை. லீவிலே ஒரு மாசம் ஊருக்குப் போயிட்டு முந்தா நாள் திரும்பி வந்தார்கள் சமையல் அறைக் கதவைத் திறந்தா ஓராயிரம் கரப்பு. ஒரே நாத்தம். ஒரு விளக்கு மாத்துக் கட்டையை எடுத்து அப்படியே அடிச்சுக் கொல்ல ஆரம்பிச்சார் வழுக்கை. உடனே அந்த அம்மா ஓடிவந்து கையிலே இருக்கிற துடைப்பக் கட்டையைப் பிடுங்கி, "என் காரியம் இது! மகா பாவம்! கரப்பு லக்ஷ்மிக்குச் சமானம். இப்படி அடிச்சுக்கொலை பண்ணினா வீட்டிலே லக்ஷ்மியே தங்கமாட்டா" அப்படீன்னு பயமுறுத்தினா. கரப்புக்களையும் பயமுறுத்தி வெரட்டினா. உத்தரம், சுவர், சாக்கடை, புழக்கடை – எல்லாம் ஓடிப் பிழைச்சுது."

"அப்படியா! என்ன ஆச்சரியம்! சீதாப்பிராட்டி மாதிரி அத்தனை கருணையுள்ள தாயாரா அந்த அம்மா!"

"ஆனா வழுக்கை மண்டை கரம் கட்டிண்டிருக்கு. 'தினம் தினந்தான் இந்த லக்ஷ்மி நாத்தத்தைக் காப்பியிலே போட்டுக் கொடுக்கிறியே, இந்த அபயம் வேறயா? கொண்டா இப்படித் துடைப்பக் கட்டையை'ன்னு பிடுங்கப் போனார். அந்த அம்மா

மசியலே. ஊரிலேருந்து வந்தவுடனே சண்டை வாண்டாம்னு விலகிவிட்டனர் இருவரும். அந்த அம்மா ஒரு நாளைக்குக் கோயில், கடைன்னு போயிருந்த சமயம் பார்த்து, மருந்து வச்சு உங்களையெல்லாம் தீர்த்துக்கட்டத்தான் போறார்."

"ம் . . ."

"என்ன பெருமூச்சுவிடறே?"

"நீ சொல்றதும் என் கட்சிக்குத்தானே பலம்னு அப்பாடான்னு பெருமூச்சு விட்டேன். எங்கே போனாலும் இத்தனை ஆபத்து நெறஞ்சு கெடக்கு. இத்தனையும் மீறி எங்க ராஜாக் கரப்பு அறுபது நாள் உயிர் வாழ்ந்துவிட்டார்னா, அது அவருடைய மகத்தான சக்தியை, உயிர் வாழறதிலே அவருக்கு இருக்கிற திட நம்பிக்கையை, விருப்பத்தைத்தானே காட்டறது? கரப்பு ஜாதிக்கே ஒரு தனி லட்சிய புருஷனா அவர் விளங்கறது எங்களைப் போன்ற இளைஞர்களுக்கு ஒரு தனி ஊக்கத்தை, பிரமிப்பை உண்டு பண்ணுகிறது. அதுக்காக ஒரு விழா எடுத்து அவருக்கு எங்களாலான தானிய முடிப்பு, ஒரு பருக்கை முடிப்பு அல்லது ஒரு நொய் முடிப்பாவது தரலாம்னு புறப்பட்டேன்."

"உனக்கென்ன வயசு?" என்று கேட்டது எறும்பு.

"இருப்பத்தாறு நாள்."

"நீ இருபத்தாறு நாளாவது உசிரோட இருந்தாச்சு. எங்கபாடு அப்படி இல்லையே. தப்பித் தவறி இந்த வழுக்கை மண்டை கால்மேலே ஊர்ந்தாலே போதும். கடிக்கக்கூட வேண்டாம். அப்படியே சொறியறாப்பல ஒரு தடவை அந்த இடத்தைத் தேய்ச்சு என்னை நசுக்கிவிடுவார். எப்ப, எந்த ஆபத்து எங்கே காத்திருக்குன்னு சொல்ல முடியாத ஜன்மம் எங்க ஜன்மம். நீயானா அறுபது நாள் போதாதுன்னு குறைப்படறே."

"கடவுள் எங்களுக்கு விதிச்ச ஆயுசுலே கால் வாசி வாழ ஆசைப்படுவது கூடவா பேராசை! உங்க உடம்புக்குத் தகுந்தது உங்க ஆயுசு. எங்க உடம்புக்குத் தகுந்தது எங்க ஆயுசு."

"எதுவாயிருந்தாலும் சரி, அந்த ஆயுசு முழுக்க வாழணும்னு ஆசைப்படறது தப்புதான்."

"என்னது!" என்று கேட்ட கரப்பின் மீசை விதிர்த்து நின்றது.

"ஆமாம்."

"ஆனானப்பட்ட மனுஷக் கிழவங்களே கிடந்து அல்லாட றாங்க! நமக்கு மட்டும் ஏன் இந்த ஆசை?"

“மனுஷனுக்கு என்ன கேடு வந்தது இப்ப? கரப்பு, கொசு, ஈன்னு இருக்கிறதெல்லாத்தையும் கொலை பண்ணிட்டு அவன்தானே பூமியிலே சாச்வதமா, தீர்க்காயுசா இருக்கணும்னு கச்சை கட்டிக்கிட்டிருக்கான்?”

“ரொம்பச் சரி. நம்மையெல்லாம் அவன் கொலை பண்ண ஆரமிச்ச இப்ப அவன் தலையிலே வந்து விடிஞ்சிருக்கு எல்லாம்”

“என்ன, சொல்லு! சொல்லு!”

“என்சைக்ளோபீடியாவெல்லாம் படிச்சிருக்கேன்னு சொல்றே. எங்கிட்ட கேட்கறியே.”

“அட சொல்லுப்பா.”

“இந்த வழுக்கை மண்டை மனுஷன் இருக்கான் பாரு, இவனுக்கு அம்பத்தெட்டு வயசாகப்போறது. ஏதோ ஆபீசிலே வேலை. பெரிய வேலை. இந்தக் கிழவன் மாரடைப்பு வந்து போக மாட்டானான்னு கீழே இருக்கிற இளவட்டங்கள்ளாம் துடிக்கிறதுகள். உலகத்திலே இளவட்ட மனுஷங்களா இப்ப மண்டிக்கிடக்கு. அதுகளுக்கெல்லாம் இஷ்டப்படி ஒண்ணும் பண்ண முடியல்லே. இந்த வயசானதுங்கள்ளாம் ஒழிஞ்சாத்தான் நாம ஜாலியா இருக்க முடியும்னு எல்லாம் தவிக்கிறது. நேத்து இந்த வழுக்கை மண்டை கிட்ட வந்து ஓர் இளவட்டம் பேசித்தாம்: ‘அம்பது வயசு ஆனவுடனே வேலையைவிட்டு ஓய்வு கொடுத்திடணும் சார், இல்லாட்டி கீழே இருக்கிறவங்களாம் எப்படித்தான் மேலே வர்ற’துன்னு சொன்னானாம்.

‘ஏன் அதோட நிறுத்தி விட்டே. அம்பது வயசானவுடனே ரிடயராகச் சொல்லி, அப்படியே வீட்டுக்குப் போகாமே மின்சார அதிர்ச்சி கொடுத்துப் பரலோகத்துக்கு அனுப்பிவச்சிடணும்னு சொல்லேன்’ என்று சொல்லித்தாம் இந்த வழுக்கை மண்டை. சம்சாரத்துக்கிட்ட வந்து புலம்பிண்டே இருந்தது. ‘நான் வயித்தை ஒடுக்கி, வாயை ஒடுக்கிக் கிழிசல், கந்தல் எல்லாம் தைச்சுப் போட்டுண்டு சம்பாதிச்சு, என் பிள்ளைகளை வளர்க்கணும், சோறு போடணும், படிக்க வைக்கணும். ஆனா அவங்க கல்லை விட்டு எறிஞ்சிண்டு, டெரிலின் சட்டை போட்டுண்டு, பள்ளிக்கூடம், பஸ்ஸுன்னு போற இடமெல்லாம் சண்டை போடணும். இதுக்கெல்லாம் பணம் அனுப்பிச்சுண்டு, அப்புறம் நானும் அம்பது வயசிலே வேலையை விட்டு வீட்டுக்குப் போயிடணுமாம். இது என்னடா உலகம்’ன்னு. ரொம்ப எரிச்சலா இரைச்சல் போட்டுது.”

“நல்லா வேணும்.”

“என்ன வேணும்! அப்படின்னா உங்க கரப்பு ராஜாவுக்கு அறுபது நாள் கொண்டாட்டம் எதுக்கு?”

“என்ன அடிமடியிலே கைபோடறே? மனுஷன் நல்லாத் தவிக்கட்டும்னு நான் சொன்னா, எங்க ராஜாவும் தவிக்கணும்னு சொல்றேன்னு நெனச்சியா? நாங்களும் நன்னி கெட்ட குலம்னு நெனச்சியா?”

“நீ இத்தனை சொன்னப்புறமும் அதையே சொல்றே. கொக்குக்குத்தான் ஒரே மதின்னு சொல்ற வழக்கம்.”

“நீ சொல்றது புரியறது. அதுக்காக அறுபது நாளான எங்க ராஜாவை விட்டுட முடியுமா? அவரு எத்தனை அடிபட்டவரு! எத்தனை அனுபவம்! என்ன நெளிவு சுளுவு! அவர் கிட்டே யிருந்து எத்தனை தெரிஞ்சுக்க வேண்டியிருக்கு! அவருக்கு விழாக் கொண்டாடித்தான் ஆகணும். நீ ஒண்ணும் அதிகமாச் செய்யவாணாம். உங்க சாரி கிட்டச் சொல்லி, ஆளுக்கு ஒரு நொய்யி நன்கொடையாகக் கொடுத்தால் போதும். இதைக் கேக்கறதுக்குத்தான் உன்னைக் கூப்பிட்டேன். அவருக்கு நாங்க இதைச் செய்துதான் ஆகணும். அவர் எங்களைக் கண்ணுக்குக் கண்ணு வச்சிருக்கார். பேச்சுக்குப் பேச்சு “நீங்கதான் இந்தக் கரப்பு ராஜ்யத்துக்கே ஆதாரம்னு சொல்லிக்கிட்டே இருக்கார்.”

“அப்படி உங்களுக்கு ஒரு பருக்கை போட்டாத்தானே நீங்களும் பெரிய பருக்கை முடிப்புக் கொடுக்கணும்னு அலையக் கிளப்புவீங்க.”

“சும்மா இப்படிக் கிண்டல் பண்ணுதே. நீங்க கொடுக்கப் போறீங்களா இல்லையா?”

“பார்க்கலாம். நான் எங்க இளவட்டங்ககிட்டச் சொல்லிக் கலந்து ஆலோசிச்சுத்தான் செய்யணும். அறுபது நாளாச்சே, உங்க ராஜா ஏதாவது புதுசா உங்களுக்குச் சொல்லிக் கொடுத்திருக் காரா?”

“புதுசான்னா?”

“உதாரணமா உங்களுக்குக் குருவி, காக்கா, பட்டாம்பூச்சி, தேனீ – இந்த மாதிரி ரொம்ப தூரம் பறக்கத் தெரியணும். இப்படி நாற்காலியிலேருந்து மேஜை, மேஜையிலேயிருந்து கள்ளிப் பெட்டி, அகப்பைக் கூடு, உரிமட்டை நார் மூட்டை – இப்படித் தத்திக்கிட்டே இருந்தாப்போதாது. இல்லாட்டி உங்க ராஜாவுக்கு அறுபது நாள் கொண்டாட்டமும் நடக்காது. உன்னோட இருபத்தாறையும் காப்பாத்திக்க முடியாது.”

"நான் என்னமோ சொன்னா, சம்பந்தமில்லாம ஏதோ சொல்லிக்கிட்டேயிருக்கியே."

"சம்பந்தத்தோடதான் சொல்றேன்." அதோ பாரு, "அந்த மூலையிலே."

"எங்கே?"

"அதோ, பெட்டியோட அந்த மூலையிலே. தெரியலியா, அதோ பல்லி நிக்கிறது.

"பல்லியா! எங்கே? எங்கே?" என்று பரபரத்தது கரப்பு. மீசை துடித்தது.

"அதோ, அது ரொம்ப நேரமா உன்னையே பார்த்துக் கிட்டிருக்கு. கிட்டக்க வரக்கிளம்பிட்டுது. இனிமே நீ ஓடித் தப்பிக்க முடியாது. புத்திதான் இல்லை. இறக்கையாவது இருக்கு. சட்டுனு அதை உபயோகப்படுத்து. பறந்து தொலை."

"சரி, சரி, நான் உன்னை நாளைக்குச் சந்திக்கிறேன்."

ப்ரப்ரபர்ர்ர்ர்ர்ர் ...

கரப்பு பறந்து என் பிடரியில் இறங்கி, பனியனுக்குள் புகுந்தது. நான் எழுந்து குதித்தேன். பனியனைக் கழற்றி உதறினேன். கரப்பு விழுந்து கட்டிலுக்கடியில் ஓடிற்று.

"என்ன, என்ன?" என்று ஓடிவந்தாள் சம்சாரம்.

"கட்டிலுக்கடியிலெல்லாம் லக்ஷ்மி" என்று கத்தினேன்.

கல்கி, 26 அக்டோபர், 1969

தி. ஜானகிராமன்

காபி

சொல்ல வேண்டாம், சொல்ல வேண்டாம் என்றுதான் பார்த்தேன்; இனிமேல் முடியாது, பிரெஷர் குக்கர்கூட பீச்சி அடிக்கிறது; நான் மட்டும் என்ன? மிஞ்சிப்போனால், சொல்லிவிடப் போகிறேன். "அம்மா"விடம் இல்லை; முதலாளியிடம் – தம்புவிடம். தம்பு என்றே அவரைக் கூப்பிட்டுவிடப் போகிறேன். கூப்பிட்டால் என்ன? ஆனது ஆகட்டும். கழுத்தை நெட்டி வெளியே தள்ளட்டும். சம்பள பாக்கியைக் கொடுக்காமலேகூடப் போகட்டும். அம்மா திவசத்தை விடுவதாவது?

நான் எதற்காக விடவேண்டும்? நான் முதலாளி இல்லை. பி.ஏ., எம்.ஏ. படித்ததில்லை; லண்டனுக்கு போனதில்லை. அமெரிக்காவுக்குப் போனதில்லை. பம்பாய், டில்லிக்குக்கூடப் போனதில்லை. வெறும் சமையல்காரன், குக். இல்லை, குக்கர். போன வருஷம் ஒரு நாள் சுரைக்காய்க் கூட்டுப் பண்ணி யிருந்தேன. "அம்மா"வுக்கு சந்தோஷம் தாங்க முடியவில்லை. "பிரமாதமா இருக்கே, பிரமாதமா யிருக்கே!" என்று ஒரு ஏழெட்டு தரம் சொல்லி விட்டாள். முதலாளியிடம், "இன்னிக்கு சங்குரு பண்ணியிருக்கற கூட்டைப் பார்த்தேளா? ராஜா தலையைப்போல் இடர்றது" என்று மாய்ந்து போனாள்.

"ரொம்ப நன்னாத்தான் பண்ணியிருக்கான். ஒரு நாளும் இப்படி அமைஞ்சதில்லை. அதனாலெ என்ன செய்யலாம்? "குக்"கிலிருந்து பதவியை உசத்திப்பிடணும். இனிமேல் "குக்கர்"னு

கூப்பிடணும். இன்னும் ஒரு வருஷம் இதே மாதிரி பண்ணினால் "குக்கெஸ்ட்"டுன்னு பண்ணிப்பிடணும்."

பேஷ், பேஷ்! நன்னாருக்கே!" என்று பூரித்துப் போனாள் "அம்மா". தம்பு சிரித்தான் – இல்லை, முதலாளி சிரித்தார். தம்பு, தம்பு என்றே வந்துவிடுகிறது. நான் என்ன பண்ண? வாசனை.

குக், குக்கர், குக்கெஸ்ட்

எனக்கும் இங்கிலீஷ் தெரியும். நானும் கந்தசாமி அய்யர் பிரைமரிப் பள்ளிக்கூடத்தில்தான் படித்தேன். இந்தக் காலம் மாதிரியா? அந்தக் காலத்தில் ஒண்ணாம் வகுப்பிலேயே இங்கிலீஷ் சொல்லிக் கொடுப்பார்கள். "அரிநமோத்துவோ"டேயே ஸீஏடி "காட்"டும், ஆர்ஏடி "ராட்"டும் சொல்லிக் கொடுப்பார்கள். புதுசாக ஒரு பையனைச் சேர்க்க வந்தால், "வாட்ஸ் யுவர் நேம்?" என்று கேட்பார் வாத்தியார்; பதில் சொல்ல வேண்டும். "உவேர் டூ யூ கம் ப்ரம்?" என்று அடுத்த கேள்வி; அதற்குப் பதில் சொல்ல வேண்டும். அப்புறம் "உவார்ட்ஸ் யுவர் பாதர்?" என்று கேட்பார் வாத்தியார்; அதற்கும் சரியாகப் பதில் சொல்ல வேண்டும்.

மூன்றாம் வகுப்புப் படிக்கிறபோது ஒரு பையன் வந்தான். வெள்ளை வெளேரென்று வாழைக்குறுத்து மாதிரி இருந்தான். கன்னம், கழுத்து, முன்னங்கையில் பச்சை நரம்பு தெரிந்தது; அத்தனை வெள்ளை. கட்டம் போட்ட சிவப்புச் சட்டை. கீழே அரைக்கால் சட்டை – அரைக்கால் சட்டையே யாருக்கும் தெரியாது அப்போது – மூன்று முழத்தில் ஈரிழைத்துண்டு, சாய வேட்டி – இவையெல்லாம்தான் நான் கட்டிக்கொள்வேன். நான் என்ன, எல்லாப் பையன்களும்தான். அந்தப் பையனைப் பார்த்ததும் ஒரு நிமிஷம் போசவில்லை நாங்கள் மூச்சடைத்துப் பார்த்துக்கொண்டிருந்தோம். "மை பாதர் இஸ் ஏ க்ளார்க் இன் த பர்மாஷெல் கம்பெனி" என்று பளிச்சென்று சொல்லி விட்டு அடுத்த கேள்விக்காக வாத்தியாரின் முகத்தையே பார்த்துக்கொண்டிருந்தான் அவன். "நொம்பப் பணக்காரப் பையன் போல்ருக்குடா" என்று என் காதோடு சொன்னான் தட்டாரக் கிருஷ்ணமூர்த்தி. "ஏய், நந்தியா வட்டைப் பூ மாதிரி இருக்காண்டா" என்றான் மாரிமுத்து. வாத்தியார் மேலே கேட்கவில்லை; பையனை உட்காரச் சொல்லி விட்டார். "இஞ்ச வா, இஞ்ச வா" என்று எல்லோரும் அவனுக்குத் தம் பக்கத்தில் இடம் ஒழித்தார்கள். மாரிமுத்துவுக்கு வலது பக்கத்தில் உட்கார்ந்து கொண்டான் அவன். "அவன் பெயர் கோபால்தான். ஆனா, ஊட்லெ அப்பா, அம்மால்லாம் "தம்பூண்ணு கூப்பிடுவாங்களாம்" என்றார் மாரிமுத்து. ஆனால், மாரிமுத்துவின் பக்கமும் அவன்

நிலைக்கவில்லை. முதல் நாளே "பளிச்பளிச்"சென்று பதில் சொன்னதால் வாத்தியார் அவனைத் தனக்குப் பக்கத்தில் இருக்கிற பெஞ்சியில் முதலில் உட்காரச் சொல்லிவிட்டார். அதனால் நாங்கள் நெருங்கிப் பழக முடியவில்லை.

அவனும் யாரோடும் சேரமாட்டான். அவன் சட்டையில் அழுக்கே இருக்காது. சலவையில் மடிந்த கோடுகூட சட்டை நுனியில்தான். அதுவும் உட்காருகிற பின்பக்கம்தான் கிளைத்திருக்கும். தட்டாரக் கிருஷ்ணமூர்த்தி பாதி நாளைக்கு வேட்டியே கட்டமாட்டான். அவன் அண்ணன் சட்டையைக் கணுக்கால் வரையில் போட்டுக்கொண்டு வேட்டியில்லாமல் வந்துவிடுவான். அவன், மாரிமுத்து. நான் எல்லாரும் ரொம்பச் சிநேகிதம். அதுவும் நாங்கள் மூன்று பேரும் கறுப்பு. அட்டைக் கறுப்பு. கோபாலுக்கு பயமாயிருந்ததோ, அசிங்கமாயிருந்ததோ, எங்களோடு சேரமாட்டான். எங்களுக்கும் பயம். வெள்ளை உடம்பு, வழவழ உடம்பு, வெள்ளைச் சட்டை, புதுப் புதுச் சட்டை, அரைக்கால் சட்டை, பளபள க்ளிப்பு போட்ட பென்சில், கால் செருப்பு – இவ்வளவையும் பார்த்தால். ஆனால், அவனையே பார்த்துக்கொண்டிருப்போம். வாத்தியார் எந்தக் கேள்வி கேட்டாலும், அவன் எல்லார் மாதிரியும் கையைத் தூக்கித் தூக்கிப் பறக்கமாட்டான். "ஸ்ஸ்" என்று எல்லார் மாதிரியும் அவனுக்கு நாக்கு உறைக்காது. ஆனால், கையைத் தூக்கி, நாக்கு உறைத்த பேர்கள் எல்லாம் தப்பு. "நீ சொல்லு" என்றதும் கோபால் எழுந்து சொல்லுவான். "கரெக்ட்" என்பார் வாத்தியார்.

பதினோரு மணிக்கு "ஒன்று"க்கு விடுவார்கள்; பள்ளிக்கூடமே விழுந்தடித்துக்கொண்டு வாசலுக்கு இறங்கி ஓடும். வாசலில் இறங்கப் பத்துப்பன்னிரண்டு படிகள். உருண்டு விழுந்து விடுகிறாற்போல ஓடுவோம். ரொட்டிக் கடைக்குப் பக்கத்துச் சந்தில் மூக்கைப் பிடித்துக்கொண்டு உட்கார்ந்துவிட்டு வருவோம். மாரிமுத்து எங்களை அழைத்துக்கொண்டு மூலை பட்சணக் கடைக்குப் போவான். காலணா கொடுத்தால் ஒரு சின்ன கோபுரப் பொட்டலம் நிறைய வெங்காயத்தூள் பகோடா, வெங்காயம் வறுபட்டு, கருநீலமும் சிவப்புமாக – ஐயோ, என்ன ருசி! எங்கப்பா சாஸ்திரிகளாயிருந்தாராம்; அதனால், அம்மா வெங்காயமே சமைக்கமாட்டாள். அப்பாதான் அப்ப இல்லையே? ஆனால், மானத்திலிருந்து பார்த்துக்கொண்டிருப்பாராம். வெங்காயம் பிடிக்காத, தூள் பக்கோடாவில் சிக்கி ஒடிகிற வெங்காயம் பிடிக்காத மனித ஜென்மம் இருக்குமோ? அதனால் தான் கோபாலைப் பார்த்து எனக்குப் புரியவில்லை. பதினோரு மணிக்கு அவன் வெளியே வரமாட்டான். அவனுக்கு "ஒன்று"க்கே

வராதா என்ன? பள்ளிக்கூடமே வந்த பிறகு, அவன் மட்டும் தனியாக என்ன செய்வான்? "பாவம்டா, அவங்க அப்பா அம்மா ஊட்டெ வுட்டா வேறெ எங்கியும் ஒன்னுக்கு இருக்ககூடாதுன்னு சொல்லியிருப்பாங்க, பாவம்" என்று சொல்லி ஒருநாள் தூள் பக்கோடாவை பங்கு போட்டு வகுப்பில் கோபாலிடம் கொடுத்தான் மாரிமுத்து.

"எனக்கு வாண்டாம்" என்று ஒரே கண்டிப்பாகத் தலையசைத்துவிட்டான் கோபால்.

"நல்லாயிருக்கும் தம்பு," என்றான் மாரிமுத்து.

"ஏன் பேரு கோபால்னா!" என்றான். நெற்றியைச் சுளுக்கிய படி.

"ஊட்ல தம்புன்னு கூப்பிடுவாங்கன்னியே."

"அது வீட்டிலே. இங்கே அப்படிக் கூப்பிடக் கூடாது. எனக்கு வாண்டாம் ஒண்ணும். இப்ப பசிக்கலெ."

வெங்காயத் தூள் பக்கோடா தின்னாதவன். எங்கப்பா மாதிரி தேவலோகத்தில் இருக்கிறவனோ என்னவோ? மாரிமுத்துவுக்கு வருத்தம். அப்புறம் அவனைச் சரியாகப் பார்க்கிறதில்லை. எனக்கும் பார்க்க இஷ்டமில்லை. முன்னைப்போல கண்ணாலேயே விழுங்க இஷ்டமில்லை. இருந்தாலும் ஆசை விடவில்லை. நந்தியா வட்டைப்பூ மாதிரி இருந்தானே! அம்மாவிடம் தினமும் அவனைப்பற்றி ஒரு தடவை சொல்லாமல் இருக்க முடியாது; வாய் சும்மா இராது. "போன ஜன்மத்திலெ நிறைய புண்யம் பண்ணியிருப்பான்; அதான் சமத்தா, கெட்டிக்காரனா, அழகா இருக்கான். நீயும் ஸ்வாமியை வேண்டிக்கோ; தானா முதல் பெஞ்சு கிடைக்கும்; அவனுக்குப் பக்கத்திலேயே கிடைக்கும்" என்று எனக்குத் தலை பின்னும்போது அம்மா சொன்னாள்.

அம்மா வாக்கு எத்தனையோ வருஷம் கழித்துப் பலித்திருக் கிறது – போன வருஷத்திற்கு முதல் வருஷம்; நாற்பது வருஷம் கழித்து இப்போது அவன், தப்பு, அவர் பக்கத்திலேயே வந்து விட்டேன். என் கையாலேயே சமைத்துப் போடுகிறேன். ரசவாங்கி, பிட்ளை, வேப்பம்பூ ரசம், சேனைத் துவையல், தேங்காய்ச் சட்னி எல்லாம். இன்னும் முதலாளிக்கு நான் யார் என்று தெரியாது. அவர் என்னை நேராகப் பார்த்தால் தானே? பள்ளிக்கூடத்திலேயே என்னை அவர் சரியாகப் பார்த்த தில்லையே! மூன்றாம் வகுப்புப் பரீட்சை எழுதிவிட்டுப் போனவர். பள்ளிக்கூடத்திற்குத் திரும்பி வரவில்லை. அவருக்கு இரட்டைப் பிரமோஷன். ஐந்தாம் வகுப்பு எங்கள் பள்ளிக்கூடத்தில் இல்லை. பெரிய பள்ளிக்

கூடத்திற்குப் போய்விட்டார். ஒரு மாசம் கழித்து தட்டாரக் கிருஷ்ணமூர்த்தியும் நானும் அவர் வீட்டுக்கே போய், "தம்பூ; தம்பூ" என்று கூப்பிட்டோம். யாரோ ஒரு வேலைக்காரி வந்தாள். "அவங்க மெட்ராஸ் போயிட்டாங்க. ஐயாவுக்கு மாத்தலாயிடிச்சு" என்றாள். கொண்டுபோன சாக்கலேட் இரண்டையும் நாங்களே வாயில் போட்டுக்கொண்டு திரும்பினோம்.

இதையெல்லாம் முதலாளியிடம் சொல்லவேண்டும் போலிருக்கிறது. சொன்னால் மட்டும் ஞாபகம் வந்துவிடுமா? வருமோ வராதோ? நான் எதற்கு எங்கம்மா திதியை விட வேண்டும்? நான் இங்கிலீஷ் படிக்கவில்லையே அந்த மாதிரி! வேலை போனால் போகட்டும். இதென்ன கவர்மென்டு உத்தியோகமா? வேலை போனால் நடுத்தெருவில் நிற்க? கையில் கமகமவென்று வேலை; தம்பு வீடு இல்லாவிட்டால் நூறு தர்மராஜன் வீட்டுச் சமையலறை காத்துக் கொண்டிருக்கும். கல்கத்தாவில் சமையக்காரப் பஞ்சம். கட்வாலி, உடியா எல்லாம் கிடைப்பான். சாம்பார், ரசவாங்கி பண்ணுகிற சங்குரு கிடைக்க மாட்டான்.

"அம்மா"வுக்குப் பொத்துக்கொண்டு வந்தது, நான் லீவு கேட்டதும். "திடீர்னு வந்து நாளன்னிக்கு லீவுங்கறியே, ஒரு வாரம் முன்னாடி சொல்றதுக்கென்ன? நாளன்னிக்குச் சாயங்காலம் முப்பது பேருக்கு பார்ட்டி வச்சிருக்கே, கடையிலேர்ந்து வாங்கிண்டு வந்தா நன்னாருக்குமா? அவா இட்லி, தோசையின்னு நம்ம ஊர் பார்ட்டியா இருக்கணும்கறா. உன்னை நம்பிண்டு தானே சரின்னு சொன்னேன்?"

"அம்மா, என்னை ஒரு வார்த்தை கேட்டிருந்தா நான் சொல்லியிருப்பேன். நாளன்னிக்கு எங்கம்மாவுக்குத் தெவசம். நான் சாஸ்திரிகள் வீட்டிலே சொல்லி ஏற்பாடெல்லாம் பண்ணிட்டேன்."

"உங்கம்மா வந்து சாஸ்திரிகள் வீட்டிலே மானத்துலேர்ந்து எறங்கி உள்ளே ஆசீர்வாதம் பண்ணப் போறாளாக்கும்!"

"___"

"என்ன பாக்கறே, கோபமா? நீ ரொம்ப சாஸ்திரங்கள்ளாம் படிச்சுக்கரை கண்டுப்ட்டே, கோபம் வரதாக்கும்!"

"கோபம் இல்லேம்மா. போன வருஷம் இதே மாசம் பஞ்சமி அன்னிக்கி சிராத்தம்னு லீவு கேட்டேன், குடுத்தேள் உங்களுக்கு ஞாபகம் இருக்குமாக்கும்னு நெனச்சேன்."

கச்சேரி
247

முதலாளி அம்மாள் சிரித்தாள் "அப்படியா? எங்களையும் சாஸ்திரிகள்னு நெனச்சுனூட்டே. ஊர்லே யார் யார் வீட்டிலே யார் யாரு அப்பா, அம்மாவுக்கு திதி வரதுன்னு சாஸ்திரிகள் மாதிரி டயரியிலே குறிச்சு வெச்சிண்டிருப்போம்னு நெனச்சியாக்கும்?"

"உங்களுக்கு இதுக்கு டயரி எதுக்கு? முதலாளியோட தாயாருக்கு நாளன்னிக்கித்தானே திதி?"

"அம்மா"வுக்குத் தூக்கிவாரிப் போடவில்லை இதைக் கேட்டதும். "ம்ஹ்ம், அதுவும் தெரியுமா?" என்று தலை இரு பக்கங்களிலும் ஆச்சரியமும் கிண்டலுமாக மாறிமாறி அசைந்தது.

"எனக்கு ஞாபகமிருக்கும்மா. நான் இங்கே வேலைக்கு வர அன்னிக்கி, எங்கம்மா திதிக்கு மறுநாள். நீங்களும் முதலாளியும் அன்னிக்குத்தான் கயையிலேர்ந்து திரும்பி வந்தேள், முதலாளி அம்மாவுக்கு விமரிசையா திதி குடுத்துக் கரையேத்திப்ட்டு. அதனாலே உங்களுக்கு ஞாபகமிருக்கும்னு நெனச்சேன். கோபிச்சுக்காதீங்கோ. எங்கம்மாவும் முதலாளி அம்மா மாதிரியே அதே திதியிலே செத்துப் போயிருக்கா. நான் என்ன செய்வேன்? லீவு கேக்க வேண்டியிருக்கு."

"நல்ல வேளை, அத்தோட விட்டியே பெத்த அம்மாவையே மாமா மறந்துட்டார். சிராத்தம்கூடப் பண்றதில்லே"ன்னு சொல்லாம இருக்கியே, அதுவே சந்தோஷம்."

"நான் அப்படிச் சொல்லுவேனாம்மா?"

"நீ சொல்லமாட்டே. நீதான் வரவர சமத்தா ஆயிண்டிருக்கியே. அப்படியெல்லாம் சொல்லுவியா? கேட்டுக்கோ. உனக்கும் தெரியட்டும். கயையிலே போய் சிராத்தம் பண்ணிப்ட்டா. அதோட முழுசாப் பித்ருக்களையேல்லாம் கரையேத்தியாச்சுன்னு அர்த்தம். அப்பறம் அவாளை வருஷா வருஷம் திதின்னு கூப்பிடப்படாது. மோட்சத்திலே அமைதியா இருக்கிறவாளை இழுக்கப்படாது. அவா சாந்தியைக் கலைக்கப்படாது."

"மோட்சம்னு ஒண்ணு இருக்காம்மா?" இப்போது "அம்மா"வுக்கு உண்மையாகவே தூக்கிவாரிப் போட்டது. "தேவலையே!" என்று கண்ணை அகட்டி வியந்தாள்.

"குக்ஸ் சங்கத்திலே நக்ஸலைட் யாராவது இருக்காளா என்ன? புதுசு புதுசாப் பேசறியே!"

"நான் குக்ஸ் சங்கத்திலே மெம்பரே இல்லேயம்மா. அந்த மாதிரி சங்கம் இருக்குன்னே தெரியாது. நான் எங்கே வெளியே போறேன்? யாரோட பேசறேன்? இங்கே தானே படுக்கை சாப்பாடெல்லாம்?"

“பின்னே ஏன் மோட்சம்னு ஒண்ணு இருக்கான்னு கேக்கறே? ஏன் உங்கம்மாவுக்குத் தெவசம் பண்ணணும்கறே?”

“எங்கம்மாவுக்கு மோட்சம் என் மனசுக்குள்ளேதான் இருக்கு. என் மனசு திருப்தியடையறதுதான் அவளுக்கு மோட்சம்.”

“அப்படீன்னா நாளன்னிக்குச் செய்வானேன்? இன்னொரு நாளைக்குப் பண்ணிக்கோயேன்.”

எனக்கு மூளை கிடையாது; சமையற்காரன்தானே? இதற்கு பதில் சொல்லத் தெரியவில்லை. பேசாமல் நின்றேன்.

“என்ன பேசாம நிக்கறே?... மாமாகூட அப்படித்தான். அவருக்கு ஸ்வாமின்னு ஒண்ணு இருக்கறதாக்கூட நம்பிக்கை கிடையாது. ஆனா இது பைத்தார லோகமாச்சே, அதுக்காகத்தான் செஞ்சார். இப்ப எல்லாருக்கும் திருப்தி, கயாவுக்குப் போயிட்டு வந்ததிலே. எங்க புக்காத்து மனுஷா, பிறந்தாத்து மனுஷா, ஊர் மனுஷா – எல்லாருக்கும். அதனாலே நீ ஒண்ணும் கவலைப்படாதே, இன்னொரு நாளைக்கு நீ பண்ணிக்கலாம். எல்லாத்துக்கும் நீ சொல்றாப்போல மனசுதான் முக்கியம். அந்தரங்கமா அம்மாவை நெனச்சுக்கறே பாரு, அதான் முக்கியம். நாளன்னிக்கு நெறைய வேலையிருக்கு; வெள்ளைக்காராகூட வருவா. நான் கடைக்குப்போய் சாமான்லாம் வாங்கிண்டு வரேன். மாமாவுக்கு நீ டிபன் பண்ணிவையி.”

“அம்மா” காரை எடுத்துக்கொண்டு போனாள் எனக்கு வேதனை. நாலு படிப்பு படித்து, பேசத் தெரிந்திருந்தால் இப்படி விட்டிருப்பேனா? இந்த அசட்டை ஏமாற்றிவிட்டோம் என்று தனக்கே “ஷொட்டு”க் கொடுத்துக்கொண்டு போகிறாளே அம்மாள்! அவள் எனக்குப் பல பட்டங்கள் கொடுத்திருக்கிறாள். போன மாசம் முன்னாலே சொல்லாமல் திடீரென்று ஏழெட்டுப் பேர் வந்திறங்கினார்கள். ஒரே மணி நேரத்தில் இரண்டு கறி, கூட்டு பச்சடியோடு சமையல் தயார் செய்துவிட்டேன். அன்று எனக்கு “ப்ரெஷர் குக்கர்” என்று பட்டம் கொடுத்தாள். ஆனால் நிரந்தரப் பட்டம் “அசடு”, முதலாளி யாரோடாவது தமிழில் பேசும் பொழுது முகம் எல்லாம் மலர்ந்து நிற்பேன் “நம்ம க்ளாஸ் மேட்டல்லவா பேசுகிறது!” என்று வேடிக்கை வேடிக்கையாகப் பேசுவார் முதலாளி. ஒரு நாள் உரக்கச் சிரித்துவிட்டேன் அம்மாள் எழுந்து உள்ளே போனாள் என்னைக் கூப்பிட்டுக்கொண்டே, சமையல் அறையில் போய், “மாமா யாரோடவாவது பேசறபோது அங்க போய் அசடுமாதிரி நிக்கப்படாது. காரியம் முடிஞ்சா இந்தண்டை வந்துடணும்” என்றாள்.

அம்மாளுக்கு என்ன தெரியும்? உப்புமா கிண்டுகிற மாதிரியே இல்லை. காபி போடுகிற மாதிரியே இல்லை. ஏதோ போட்டேன். கார்ச் சத்தம் கேட்டது. முதலாளி வந்துவிட்டார். தன் அறைக்குப் போய்விட்டார். ஜேம்ஸ் போய் கோட்டைக் கழற்றி, சட்டையெல்லாம் வாங்கி வைத்துவிட்டு வந்தான். அவன் காரைக் குளிப்பாட்டப் போனதும் நான் டிபனை எடுத்துக்கொண்டு உள்ளே போனேன்.

“அம்மா எங்கே?” என்றார் முதலாளி. “ஷாப்பிற்குப் போயிருக்கா” என்றேன்.

“என்ன டிபன்?”

“உப்புமா – நெய் முறுக்கும் வெச்சிருக்கேன்.”

சாப்பிடத் தொடங்கினார். அதற்குமேல் முதலாளி பேசுகிற வழக்கம் இல்லை.

“நன்னாயிருக்கா?” என்று கேட்டேன், முதலாளி நிமிரவில்லை பதிலும் சொல்லவில்லை. நான் இந்தமாதிரி கேட்டதே இல்லை. ஒரு நாளுமில்லாமல் இன்றைக்கு என்னமோ கேட்கிறானே என்று அவர் ஆச்சரியப்படக்கூட இல்லை, கோபமாகவும் இல்லை. முதலாளி முகத்தில் ஒன்றும் தெரியாது. கோபம், வருத்தம் – எதையும் முழுங்கிவிட்டுச் சிரிக்கிற முகம்.

“நன்னாயிருக்கான்னு கேட்டேனே, தம்பு” என்றேன்.

“முகம் நிமிர்ந்துவிட்டது. திரும்பி என்னைப் பார்த்தது. “உனக்கு யாரு சொன்னா இந்தப் பேரை?” என்று சொல்கிற பார்வை.

“இதே மாதிரிதான் பார்த்தேள். அன்னிக்கு ஒரு நாளைக்கு, கந்தசாமி அய்யர் பள்ளிக்கூடத்திலே மூணாம் கிளாசிலே, மாரிமுத்துதான் பக்கோடா குடுத்தான். “நல்லாயிருக்கும், தம்பு”ன்னான். உங்களுக்குப் பிடிக்கலெ தம்புன்னு கூப்பிட்டது. உங்கம்மா கூப்பிடற பேரு. பள்ளிக்கூடத்திலே இல்லேன்னேள்.”

முதலாளிக்கு முகம் மலர்ந்தது “உனக்குத் தஞ்சாவூரா?” என்றார்.

“ஆமாம். உங்களோட மூணாம் கிளாசிலே படிச்சேன். கந்தசாமி அய்யர் பள்ளிக்கூடத்திலெ. நீங்க டபிள் பிரமோஷன்லெ ஹைஸ்கூலுக்குப் போயிட்டேள். கொஞ்சநாள் கழிச்சு நானும் ஒரு பையனும் உங்க வீட்டுக்குப் போய், “தம்பு, தம்பு”ன்னு கூப்பிட்டோம் நீங்க மாத்தலாகி மெட்ராஸ் போயிட்டேள்னு சொன்னா. நான் நாலாம் கிளாசோட நிறுத்திப்ட்டு காபி

கிளப்புலே வேலைக்குச் சேர்ந்துட்டேன். அப்பறம் முதலாளியை இங்கதான் பார்த்தேன்” என்று கடகடவென்று ஒப்பித்தேன். புதுப் பெண்ணோடு பேசுகிறமாதிரி நாக்கிலே நடுக்கம், வார்த்தைகளிலே குளறல்.

முதலாளி என்னைப் பார்த்தார். ஆச்சரியம் அவிழ ஒரு நிமிஷமாயிற்று. “அந்தச் சங்கரனா நீ?” என்றார்.

“உங்களுக்கு என்னை ஞாபகமிருக்கா?”

“ஞாபகமிருக்கா தம்புன்னு கேளு... நீ அந்தச் சங்கரன் தானா?”

“எந்தச் சங்கரன்?”

“அந்தச் சங்கரன்தான்! ஒரு சனிக்கிழமை அன்னிக்கு காலமே ஏழரை மணிக்குப் பள்ளிக்கூடம். நான் லேட்டா எழுந்துண்டேன். மணி ஏழே கால் ஆயிடுத்து அவசர அவசரமா பல்லைத் தேச்சு சட்டையை மாட்டிண்டு பள்ளிக்கூடத்துக்கு ஓடிவந்துட்டேன். கந்தசாமி அய்யர் மூக்குப்பொடி போட்ட நகத்தோட தொடையிலே கிள்ளிவிடுவாரோன்னு பயம்; அலறிப்புடைச்சிண்டு ஓடி வந்தேன். நல்ல வேளையா, கடைசி மணி அடிக்கிறதுக்கு முன்னாலெ பள்ளிக்கூடத்துக்குள்ளே வந்துட்டேன். மெதுவா உன் பக்கத்திலே நின்னுண்டு. “வந்தனம் தந்தோம்”னு எல்லாரோடேயும் சேர்ந்து பாடினேன். அப்பறம் கிளாஸ் ஆரமிச்சப்பறம், எட்டு மணியிருக்கும். ப்யூன் கங்கதான் வந்து உங்கம்மா கூப்பிடறாங்க – வாத்தியாரைக் கேட்டுகிட்டுப் போ”ன்னான். நான் எழுந்து போனேன். எங்கம்மா வந்து ரெண்டு கிளாஸுக்கு நடுவிலே நிலைப்படி ஓரமா ஒரு புனா டம்ளரைக் கையிலே வெச்சுண்டு நின்னுண்டிருந்தா. அம்மாவைப் பள்ளிக்கூடத்திலே பாக்கறதுக்கு எனக்கு வெக்கமாயிருந்தது. “ஏண்டா, தம்பு. காபி சாப்பிடாம வந்துட்டியே. கொண்டு வந்திருக்கேன்”னு மூடியைத் தெறந்து டம்ளரை எங்கிட்டே குடுத்தா கொஞ்சம் ஆறிப் போயிருந்தது. ஆனா என்ன ருசி! என்ன ருசி! அம்மாவைப் பார்த்துண்டே குடிச்சேன். அவ என்னை அப்ப பாத்துண்டே இருந்தா. அந்தமாதிரி யாரும் என்னைப் பார்த்ததில்லை இன்னிவரைக்கும். டம்ளரைத் திருப்பிக் குடுத்தேன். கிளாசுக்குப் போக மனசு வல்லெ. கொஞ்ச நாழி அம்மாவைப் பாத்துண்டே நின்னேன். “எனக்காகவா நடந்து வந்தே?”ன்னு கேக்கணும் போல இருந்தது. மனசுக்கு உள்ளே இருக்கு; கேக்கத் தெரியலெ. அம்மா என்னைப் பாத்துட்டு, “நான் போய்ட்டு வரட்டுமா?”ன்னா தலையாட்டினேன். அம்மா எறங்கிப் போனா. திரும்பினேன். நீ நின்னுண்டிருந்தே.

“உங்கம்மாவா?”ன்னு கேட்டே. தலையாட்டினேன். “என்ன கொண்டு வந்தா?”ன்னு கேட்டே. “காபி”ன்னேன். நீ பேசாம போயிட்டே. அப்பறம் நீ என்னையே பாத்துண்டிருந்தே. பீரியடு முடிஞ்சப்பறம் “எங்கம்மாவும் எனக்குக் காபி கொண்டு வந்து குடுப்பா. ஆனா எங்கப்பா செத்துப் போய் ஒரு வருஷம் ஆகலே, அதனாலெ வரமாட்டா”ன்னு சொன்னே. அப்பறம் உன்னைப் பாக்கறபோதெல்லாம் எனக்கு மனசு சங்கடப்படும். பாக்கவே முடியாது ... எத்தனை வருஷமாச்சு!” என்றார் தம்பு.

கொஞ்ச நேரம் அவர் பேசாமலே உட்கார்ந்திருந்தார் எங்கேயோ பார்த்துக்கொண்டிருந்தார். தஞ்சாவூருக்குப் போய்விட்ட பார்வை. பிறகு, வலது கைச் சுண்டு விரலால் கண்ணோரத்தை வழித்தார். அப்போதுதான் கவனித்தேன்; இடது கண் ஓரத்திலும் ஒரு பொட்டு துளித்திருந்தது.

“அந்த மாதிரி காபியே நான் இன்னும் சாப்பிடவில்லை. அப்பறம் ஆயிரக்கணக்கிலே சாப்பிட்டாச்சு. டர்க்கிஷ் காபி. லண்டன் காபி, பாரிஸ் காபி – ஆனா. அந்தக்காபி அந்தக் காபி! அந்தக் காபி!” சரசரவென்று சிரித்தார் தம்பு. அகாத ஆழம் மனுஷன். “ஏன் திடீருன்னு அந்த ஞாபகம் வந்தது இப்ப?” என்று சிரித்தார். மறுபடியும்.

“நாளன்னிக்கி எங்கம்மாவுக்கு சிராத்தம்”

“அதுவா? காமு சொன்னா போன்லெ. எங்கிட்டவும் கேட்டுடுவியோன்னு பயந்துட்டா போலிருக்கு. நீ இன்னிக்கி ரொம்ப வேதாந்தம் எல்லாம் பேசினியாமே? அம்மாவுக்கு உன் மனசிலேதான் மோட்சம்னு சொன்னியாமே? நான்கூட ரெண்டு பசங்களுக்கும் ஆறு வயசிலேயே பூணல் போட்டுட்டேன். பொண்ணு, ரெண்டுக்கும் மந்திரம் அக்னியெல்லாம் வெச்சுத்தான் கலியாணம் பண்ணினேன். வருஷா வருஷம் அம்மாவுக்குத் தெவசம் பன்னணுமேன்னு சோம்பிண்டுதான் கயாவுக்கு போய்விட்டு வந்தேன். கயையிலேயும் நம்பிக்கை கிடையாது. எனக்கு ஒண்ணிலியேயும் நம்பிக்கை கிடையாது. பொண்டாட்டி, மச்சினன், ஏன் தங்கை, பசங்க இவா கிட்டதான் நம்பிக்கை இப்ப உங்கிட்டவும் நம்பிக்கைதான்.”

“நீங்க என்ன சொல்றேள்?”

“நீ என்ன சொல்றே தம்புன்னு கேளேன், என்னை ஒருத்தரும் தம்புன்னே கூப்பிடமாட்டேங்கிறா ... எனக்கு உன் பேரிலேயும் நம்பிக்கை. நாளன்னிக்கி உனக்கு லீவு குடுத்தாச்சு, பார்ட்டியை நான் இன்னொரு நாளைக்கு வெச்சுக்குறேன் ... போதுமா?”

"தம்பு, தம்பு" என்று குழறினேன்.

"அப்படியே இன்னும் ரெண்டு சாஸ்திரிகளுக்குச் சொல்லிட்டு வா, இங்கே வரச் சொல்லி, எங்கம்மாவோடே பங்குதான் சோடை போவானேன்? இந்த விஸ்கியை இன்னொரு நாள் குடிச்சிண்டா போச்சு" – தம்பு சரசரவென்று மறுபடியும் சிரித்தார்.

"இன்னும் ரெண்டு கப் காபி போட்டுண்டு வா, ரெண்டு பேரும் சேந்து குடிப்போம் சேந்து உக்காந்துண்டு – காரு வரதுக்குள்ளே."

சுதேசமித்திரன், தீபாவளி மலர் 1970

"..........."

தழைந்த கீற்றுச்சார்பும் மூங்கில் தூணும் இருந்த மண்பூச்சுப் பெயர்ந்து போய் குண்டும் குழியுமாகப் காணப்பட்ட, துடையின் பாதியளவுயர மாக உள்ள திண்ணை மீது தன் வலது காலை நீட்டிக்கொண்டும் இடது காலை மடக்கித் தூக்கலாக வைத்துக்கொண்டும் உட்கார்ந்து அவன் காணப்பட்டான். காலையில் எழுந்ததும் தன் முகத்தைக் கழுவாததால் தன் கண் ஓரங்களில் சீழ்ப்பொட்டு போலிருந்த வெள்ளை நிறமான பூளையைத் துடைக்க முடியாதவனாகவும் அவன் காணப்பட்டான். அவன் எண்பது வயதை உடைத்தாயிருந்தான். அவன் ஒரு கிழிந்த அரை வேட்டியையும் அதைவிடக் கிழிந்த மேல் துண்டையும் உடைத்தானவனாயிருந்தான். இடது காலைத் தூக்கி மடக்கி உட்கார்ந்திருந்ததால் கிழிந்த கரைவேட்டியின் ஓட்டைகளின் வழியாக இடது கொட்டை பார்ப்போர்களுக்குப் படுவதை அவன் தெரிந்துகொள்ளாதவன் போல் காணப்பட்டான். அவன் தூக்கம் நன்றாகத் தெளியாதவன்போலவும் காணப்பட்டான். அவன் தெருவைப் பார்த்துக் கொண்டிருந்தான். அவன் தெருவைப் பார்க்காமலு மிருந்தான். திண்ணை மீது தனக்குப் பக்கத்தில் கிடந்த சேற்றில் அடிக்கு அடி ஊன்றி காய்ந்த களிமண் ஒட்டிக்கொண்டிருந்த தனது கைத்தடியை அடிக்கடி கண்ணை இடுக்கிப் பார்த்துக்கொண்டிருப்பவ னாகவுமிருந்தான்.

அப்போ கொடுவாய்ப்பேட்டை என்ற அந்த ஊரில் பிறந்து வளர்ந்து அந்த ஊர்த்

திண்ணைப் பள்ளிக்கூடத்தில் படித்தும் அந்த ஊரிலிருந்து மூன்றாவது மைல் தொலைவில் உள்ள கொண்டகரம்பட்டி என்றும் சிறிய மேஜர் பஞ்சாயத்துட் டவுனில் உள்ள ஜில்லா போர்டு உயர்தரப் பள்ளிக்கு நடந்து போயும் போகும்போது சாலை ஓரமாக உள்ள மாமரங்களின் மீது கல்லெறிந்து மாங்காய்களை வீழ்த்தி தின்றுகொண்டும் பள்ளிக்கூடம் படித்து முடித்து, பிறகு டில்லியில் போய் ஒரு சாதாரண அஸிஸ்டெண்ட்டாக அமர்ந்து அந்த சமயத்தில் அண்டர் செக்ரட்டரியாக உயர்ந்திருந்த அக்ரகாரத்தைச் சேர்ந்த சர்மா என்பவரின் வராண்டா கல்லூரியில் படிப்பவள் ஒருவளும் மதராஸிப் பள்ளியிலும் படிப்பவள் ஒருவளுமான இரண்டு பெண்கள் கோடை விடுமுறைக்காக ஊருக்கு வந்தவர்கள் தங்கள் கால்களால் நடந்துகொண்டு திண்ணையில் அவன் உட்கார்ந்திருந்த அந்த வலையர் தெரு வழியாக, காலையில் தெரு ஓரமாக உட்கார்ந்து கழிவுசெய்துகொண்டிருந்த வலையர் தெருக் குழந்தைகள் வியப்புடன் அவர்களை நிமிர்ந்து பார்க்க நடந்துகொண்டிருந்தார்கள்.

திண்ணையில் அவன் உட்கார்ந்திருக்கும் கோணங்களைப் பார்த்து அவர்கள் சிரிப்பதுபோலவும் கோபப்படுவது போலவும் காணப்பட்டார்கள்.

தலையில் பின்குடங்கள் வரையில் தொங்கும் நீண்ட முடியை உடைத்தாயிருந்த பெண் சொன்னாள். *"Look at this bastard, showing off his balls"*

"As if they are two breasts" என்று கூந்தலை நறுக்கிப் போட்டு 'பாப்' செய்துகொண்டிருந்ததால் ஆணோ பெண்ணோ என்று புரியாமலோ அல்லது அவள் அணிந்து கொண்டிருந்த லுங்கியால் முஸ்லீமோ அல்லது பகல் வேஷமோ என்றோ அல்லது குழந்தைகளுக்கே உண்டான ஒரு ஆவலாலோ அக்காளை விட இன்னும் அதிகமாக பூவரசு மரத்தடியில் மூத்திரம் பெய்துகொண்டிருந்த குழந்தைகளால் பார்க்கப்பட்ட தங்கை சொன்னாள்.

"Don't be silly. Which breasts are like that?" என்று முன்னால் பேசினவள் விடை சொன்னாள்.

"A bear's!" என்று சிரித்தாள் மூத்தவள்.

"You mean polar bear's" என்று சிரித்துவிட்டு, "பாப்" செய்து கொண்டிருந்தவள் மேலும் சொன்னாள். *"Anyway, I should thank daddy for sending us here to see these great sights"*.

"O, don't talk of that hypocrite."

"மத்லப்?"

"மத்லப் ஐ ஸீ ஹெ. He wanted to get rid of mummy and us for a couple of months"

"What!"

"Yes. He wanted to have fun with Miss Mukherjea - that middle - aged. sagged bitch."

"Bullshit"

"சுப் பச்சா நீ. உனக்கு ஒன்னும் தெரியாது. I won't be shocked if mummy goes to the divorce court next year this time".

"You dont talk like a daughter"

"Why? Why do you say that?"

"Yes have'nt got a wee bit of aedipus complex!"

"What! what! you school lass - talking about aedipus and what not?"

"ஏன்! நீதானே என்னை மோதிவர்மாவோட பொயட்ரீ ரீடிங் ப்ளே எல்லாத்துக்கும் அழச்சிண்டு போனே."

"You are terrific."

அவன் அவர்களைப் பார்த்துக்கொண்டேயிருந்தான். தெருவின் அந்தப்பக்கத்திலிருந்து வருவதைப் பார்த்தான். வாசலோடு போவதைப் பார்த்தான். இந்தப் பக்கம் பேசுவதைப் பார்த்தான். அவர்கள் தெருக்கோடி மறைவதைப் பார்த்தான். பிறகு ஏதோ கேட்க வேண்டும் என்று ஆசைப்பட்டவன் போல காணப்பட்டான். எதிர்வீட்டுக்குப் பக்கத்திலிருந்த பூவரச மரத்தடியைப் பார்த்தான். வெளிக்குப் போய்க்கொண்டும், சிறிய சிறிய கற்களைப் பொறுக்கி எறிந்துகொண்டுமிருந்த மூன்று குழந்தைகளைப் பார்த்தான். அந்தப் பெண்கள் தங்களைக் கடந்து சென்றதும் உடனே பாதியில் எழுந்து கால்களை அகட்டி அகட்டி அந்தக் குழந்தைகள் அவர்களையே பார்த்துக் கொண்டும் அவர்களுடைய முகங்களையும் தலைகளையும் தங்கள் கண்களால் நன்றாக பார்ப்பதற்காக அவர்களை முந்திக்கொண்டு முன்னால் போய் நின்றும் நடந்தும் பார்க்க அவர்கள் முயலுவதையும் அவன் கட்டாயம் பார்த்துத்தானிருக்க வேண்டும்.

அப்பொழுது அந்தப் பெண்கள் போன திசையிலிருந்து ஒரு கூட்டப் பாடல் மாதிரி கேட்கவே, ஊருக்கு வெளியேயுள்ள

கருப்பக்கலிய பெருமாள் கோவிலில் திருவிழா தொடங்கிவிட்டதோ என்றும், அதற்காகத்தான் பக்கத்துத் தெருவான செங்குந்தர் தெருவிலிருந்து பஜனைக் கூட்டம் புறப்பட்டிருக்குதோ என்றும் ஊகங்கள் செய்வது போலக் காணப்பட்டான் அவன். இது என்னா மாசம், வைகாசியா, சித்திரையா, ஆவணியா என்ற கேள்விகளால் அவன் அலைக்கழிக்கப் படுவதுபோல, அவன் முகம் கவலை குழப்பச் சின்னங்களைக் காட்டிக் கொண்டிருக்கும் பொழுதே கூட்டம் பாடிக்கொண்டே அவன் வீட்டு வாசல் வழியாகப் போயிற்று.

மொபைல் கோரஸ்:

ஐஜாக்குப் பண்ணுவோம்
ஐஜாக்குப் பண்ணுவோம்
ஐயமாரும் போலீசாரும்
ஐயா வேண்டாம் என்றாலும்
ஐஜாக்குப் பண்ணுவோம்
ஐஜாக்குப் பண்ணுவோம்
கன்னம் தாடையைப் பிடித்து
கூழைப் பாட்டு பாடினாலும்
கைவிடோம் கைவிடோம்
ஐஜாக்கிங் போரினை
கைவிடோம் கைவிடோம்

ஒருவன் : ஐஜாக்கு

மற்றவர்கள்: பண்ணுவோம்

ஒருவன் : ஐஜாக்கிங்

மற்றவர்கள் : வாழ்க

பஜனைக்குரல்கள் யாருடையது என்று கண்டுபிடிக்க முடியாமல் குழப்பத்திற்குள்ளானவன்போல் அவன் காணப் பட்டான். அவன் குழப்பமே அடைந்தான். அவன் பார்த்தான். அவன் கண்களை இடுக்கிப் பார்த்தான். அந்தப் பெண்கள்தான் இப்படி பஜனைக் கூட்டமாக மாறி தெருக்கோடியிலிருந்து திரும்பி வந்தார்களோ என்று நினைத்தது போலவும் அவன் கண்கள் வியப்பையும் ஒரு புரியாத தன்மையையும் வெளியிடுவது போல் காணப்பட்டன. அதற்குக் காரணம் அந்தப் பெண்களுக்குப் பின்னால் காலை அகட்டி அகட்டி அதே குழந்தைகள் இந்த பஜனைக் கூட்டத்தின் பின்னாலும் ஓடுவதுதான் என்பது அவனுடைய நெஞ்சின் இருளில் மறந்து போகப்பட்ட ஒரு நடுநிசியின் கனவைப் போல தெரிந்தது.

“யாரு அங்கே?” ஒரு கேள்வி கேட்டான் அவன்.

நான்தான் என்று அவன் மனைவியைப்போல் காணப்பட்ட ஒருவள் நிலைப்படியில் நின்றுகொண்டு சொன்னாள். அவள் இடுப்பில் வயதின் காரணமாக ஒரு கூனலை அல்லது வளைவை உடைத்தாயிருந்தது போலிருந்தது.

“சாலியத் தெரு பஜனையா போவுது?” என்று மீண்டும் கேட்டான் அவன்.

“அந்தமாருதி தோணலியே” என்று இடுக்கின கண்களால் பேசுவதுபோல் விடை சொன்னாள் அவள்.

“பின்ன யாராம்?”

“தெரியலையே”

“ஆங்”

“எனக்குத் தெரியலியே”

“தெரியலியா? தூமியைக் குடிப்பே! உனக்கு என்னதான் தெரியும்? யாரு அங்கே ஐயாவு வாடா”

“யாங் தாத்தா” என்று கத்திக்கொண்டே எதிர்வீட்டுத் திண்ணையில் பஜனைக் கூட்டம் என்று இவன் நினைத்துக் கொண்டிருந்த கூட்டத்தைப் பார்த்துக்கொண்டிருந்த ஒருவன் எழுந்து வந்தான்.

“யாருடா பஜனை பண்ணிகிட்டுப் போறாங்க மருதப்பா?”

“பள்ளிக்கூடத்துப் பையங்க... பஜனையில்லெ. ஐஜாக்குப் பண்ணப் போறாங்களாம்.”

“என்னது.”

“ஐசாக்கு பண்ணப் போறாங்களாம்.”

“நீ என்னடா சொல்றே”

“பேப்பர்படிச்சீங்கன்னாத்தான் புரியும்?”

“என்னாத்தைப் புரியும்?”

“ஏரப்ளான்ல பண்றாங்கள்ள – அரபு நாடுகள்ள – அந்த மாதிரி.”

“புரியும்படியா சொல்லுடா தூமிகுடிச்ச பயலே.”

“பள்ளிக்கூடம் போறதுக்கு மூணுவண்டியை மாசக் குத்தகைக்கு பேசிக்கிட்டுத் தானே போறாங்க இவங்க. அந்த மூணு மாட்டு வண்டியை ஐஜாக்கு பண்ணி இன்னக்கி வலையத் தெருவிலே கொண்டுவிடப் போறாங்களாம்”

“என்னாடா ஜாக்கு ஜாக்குங்றே”?

“ஏரப்ளான்ல போறப்ப துப்பாக்கியைக் காட்டி ட்ரைவர் கண்ட்ராக்டரு எல்லாரையும் வேற ஊர்ல கொண்டு எறக்கச் சொல்லுவாங்கள்ள – அந்த மாதிரி – அதுதான் ஐஜாக்கு.”

“அதுக்கு முன்னாடி பொம்பளை வேசம் கட்டிக்கிடுவானேன்?”

“என்னது பொம்பளை வேசமா?”

“ஆமாண்டா – இந்த பசங்க செத்தமுன்னாலெ ரண்டு பொம்பளையாப் போனாங்க – தெருக்கோடிக்குப் போய் வேசம் மாத்திக்கிட்டு வந்தாங்க – இதுதான் இப்ப சொன்னியே அந்த யாக்கா?”

“நீங்க என்னா சொல்றீங்க – அந்த பொண்ணுங்க – மொட்டய்யரு பேத்தியவுள்ள! டில்லிலேந்து லீவுக்கு வந்திருக்காங்க” – மெதுவாக – “கிளத்துக்கு எல்லாம் கலக்கம்.

“யாரு பேத்தி?”

“மொட்டைய்யரு பேத்தியுவ”

“மொட்டைய்யரு பேத்தியுவளா?

“ஆமா – கைலி கட்டிக்கிட்டு, மயிரை வெட்டிக்கிட்டுப் போவுது ரண்டாவது பேத்தி. காலம் கெட்டு கிடக்கு”

எண்பது வயசானவன் தனக்குள்ளாகச் சிரித்துக்கொள்வது போல் காணப்பட்டான். மொட்டய்யரின் அக்காளின் நினைவும் தன்னுடைய இளம் பருவமும் நினைவுக்கு வருவதுபோல அவன் கண்கள் ஒளிவிடுவதுபோல் காணப்பட்டன.

“காலம் எப்பதாண்டா கெடலே தூமிகுடிச்ச பயலே” என்று மேலும் நினைத்துக்கொண்டே–

(ஆசிரியர் ஐயா அவர்களுக்கு வணக்கம். புதுக்கதை எனக்கு எழுத முடியவில்லை என்று என் தோல்வியை ஒப்புக்கொள்ளுகிறேன். அதனால் கதையை மேலும் கொண்டுபோக முடியவில்லை. மன்னிப்புக் கேட்டுக்கொண்டு இத்துடன் முடித்துக்கொள்கிறேன். ஆரம்ப முயற்சி கடைசி முயற்சியாகவும் போய்விட்டது பற்றி நீங்கள் வருத்தப்பட வேண்டாம்)

***சிவாஜி*, அக்டோபர் 1972**
மறுபிரசுரம், ***சதங்கை*, ஜூன் 1973,**

பின்னிணைப்பு

கதைகள் வெளியான இதழ்களும் காலமும்

வ. எண்	கதைத் தலைப்பு	வெளியான இதழ்/ காலம்	கண்டெடுத்த நூலகம்	கண்டெடுத்தவர்கள்
1	ஈசுவரத் தியானம்	ஆனந்த விகடன், மே 1938	அரசு ஆவணக் காப்பகம்	கல்யாணராமன், ஏ. தனசேகர்
2	புஷ்கரணி	கிராம ஊழியன், 15 அக்டோபர் 1943, எழுத்தாளன், சிறப்பு மலர் 1978	தமிழ்ப் பல்கலைக்கழக நூலகம்	கல்யாணராமன், ஏ. தனசேகர்
3	நர்மதையின் யாத்திரை	கிராம ஊழியன், 15 அக்டோபர் 1943	தமிழ்ப் பல்கலைக்கழக நூலகம்	கல்யாணராமன், ஏ. தனசேகர்
4	ஜயத்தின் பயம்	கிராம ஊழியன், நவம்பர் 1943	தமிழ்ப் பல்கலைக்கழக நூலகம்	கல்யாணராமன், ஏ. தனசேகர்
5	வித்தியாசம்	கிராம ஊழியன் ஆண்டுமலர், 1944	தனி சேகரிப்பு	பெருமாள் முருகன்
6	பணக்காரன்	சந்திரோதயம், ஜனவரி 1946	அரசு ஆவணக் காப்பகம்	கல்யாணராமன், ஏ. தனசேகர்
7	நரை	தேனீ, சித்திரை 1948	ரோஜா முத்தையா ஆராய்ச்சி நூலகம்	ஆ.இரா. வேங்கடாசலபதி, சுகுமாரன்
8	ஆணைக்குப்பம்	தேனீ, வைகாசி 1948	ரோஜா முத்தையா ஆராய்ச்சி நூலகம்	ஆ.இரா. வேங்கடாசலபதி, சுகுமாரன்
9	தூக்கம்	தேனீ, ஆடி 1948	ரோஜா முத்தையா ஆராய்ச்சி நூலகம்	ஆ.இரா. வேங்கடாசலபதி, சுகுமாரன்
10	ராஜப்பா	சிந்தனை, ஆகஸ்ட் 1948	தனி சேகரிப்பு	ஆ.இரா. வேங்கடாசலபதி

11	அவப்பெயர்	அமுதசுரபி, தீபாவளிமலர் 1949	ஞானாலயா	கல்யாணராமன், ஏ. தனசேகர்
12	ஜீவனாம்சம்	அமுதசுரபி, தீபாவளிமலர் 1950	எழுத்தாளர் விக்கிரமன் தனி நூலகம்	கல்யாணராமன், ஏ. தனசேகர்
13	அன்னவிசாரம்	சிவாஜி, 18ஆம் ஆண்டுமலர், 1952	தமிழ்ப் பல்கலைக்கழக நூலகம்	கல்யாணராமன், ஏ. தனசேகர்
14	ஆறுதல்	காதல், ஆண்டுமலர் 1953	ஞானாலயா	கல்யாணராமன், ஏ. தனசேகர்
15	பரமபாகவதன்	கல்கி, தீபாவளிமலர் 1953	ஞானாலயா	கல்யாணராமன், ஏ. தனசேகர்
16	தர்மம்	சிவாஜி, 20ஆம் ஆண்டுமலர் 1954	தமிழ்ப் பல்கலைக்கழக நூலகம்	கல்யாணராமன், ஏ. தனசேகர்
17	உண்டை வெல்லம்	சுதேசமித்திரன், தீபாவளிமலர் 1958	சிவகுருநாதன் நினைவு செந்தமிழ் நூலகம்	ராணிதிலக்
18	சங்கீதசேவை	நண்பன், பிப்ரவரி 1959	தமிழ்ப் பல்கலைக்கழக நூலகம்	கல்யாணராமன், ஏ. தனசேகர்
19	குழந்தை மேதை	நண்பன், மார்ச் 1959	தமிழ்ப் பல்கலைக்கழக நூலகம்	கல்யாணராமன், ஏ. தனசேகர்
20	கோவிந்தராவின் மாப்பிள்ளை	ஆனந்தவிகடன், தீபாவளிமலர் 1959	ஆனந்தவிகடன் நூலகம்	சுகுமாரன்
21	திருப்பதிக்கு போன மயில்சாமி	சௌராஷ்டிரமணி, தீபாவளிமலர் 1960	அரசு ஆவணக் காப்பகம்	கல்யாணராமன், ஏ. தனசேகர்
22	எருக்கம் பூ	சிவாஜி, 26ஆவது ஆண்டுமலர் 1960	டி.என். ராமசந்திரன் நூலகம்	பா. மதிவாணன்
23	ஸிடிஎன்	கல்கி, ஆண்டுமலர் 1965	சிவகுருநாதன் நினைவு செந்தமிழ் நூலகம்	ராணிதிலக்
24	கச்சேரி	கல்கி, தீபாவளிமலர் 1965	ஸ்ரீ நடராஜா கல்விக் கழகம்	சுகுமாரன்

25	நிலவு கருமேகம்	சுதேசமித்திரன், தீபாவளி மலர் 1967	சிவகுருநாதன் நினைவு செந்தமிழ் நூலகம்	ராணிதிலக்
26	பூச்சிடயலாக்	கல்கி, 26 அக்டோபர் 1969	ரோஜா முத்தையா ஆராய்ச்சி நூலகம்	கல்யாணராமன், ஏ. தனசேகர்
27	காபி	சுதேசமித்திரன், தீபாவளி மலர் 1970	ஞானாலயா	கல்யாணராமன், ஏ. தனசேகர்
28	"… … …"	சிவாஜி, அக்டோபர் 1972 சதங்கை, ஜூன் 1973	சுந்தர ராமசாமி நினைவு நூலகம், டி.என். ராமசந்திரன் தனியார் நூலகம்	சுகுமாரன், பா. மதிவாணன்

13